அக்கா

அக்கா

நஞ்சுண்டன் (பி. 1961)

சேலத்தைச் சேர்ந்த நஞ்சுண்டன் பெங்களூர்ப் பல்கலைக் கழகத்தில் புள்ளியியல் பேராசிரியர். *சிமெண்ட் பெஞ்சுகள், மாற்றம்* இவரது கவிதைத் தொகுதிகள். மிகக் குறைந்த எண்ணிக்கையில் எழுதியிருந்தாலும், சட்டெனக் கவனத்தைக் கவரும் வகையில் சிறுகதைகள் எழுதியுள்ளார். *யுகாதி, மரணம் மற்றும் . . .* ஆகியவை இவர் கன்னடத்திலிருந்து மொழி பெயர்த்துள்ள சிறுகதைத் தொகுதிகள். யூ.ஆர். அனந்தமூர்த்தி யின் ஒரு நாவலை இவர் *பிறப்பு* எனத் தமிழாக்கியுள்ளார்.

முகவரி: G. Nanjundan
Dept. of Statistics
Bangalore University
Jnanabharathi
Bangalore 560 056.

Ph: 080 - 65745270.
email: nanzu@rediffmail.com

அக்கா

கன்னடப் பெண் எழுத்தாளர்களின்
சிறுகதைகள்

தமிழில்

நஞ்சுண்டன்

காலச்சுவடு பதிப்பகம்

அக்கா • மொழிபெயர்ப்புச் சிறுகதைகள் • ஆசிரியர்: நஞ்சுண்டன் • © நஞ்சுண்டன் • முதல் பதிப்பு: அக்டோபர் 2007, மூன்றாம் (குறும்) பதிப்பு: டிசம்பர் 2017 • வெளியீடு : காலச்சுவடு பப்ளிகேஷன்ஸ் (பி) லிட்., 669 கே. பி. சாலை, நாகர்கோவில் 629001

akkaa • Short Stories Translated from Kannada • Author: Nanjundan • © Nanjundan • Language: Tamil • First Edition: October 2007, Third (Short) Edition: December 2017

Published by Kalachuvadu Publications Pvt. Ltd., 669, K.P. Road, Nagercoil 629001, India • Phone: 91-4652-278525 • e-mail: publications @kalachuvadu.com • Cover Paintings: Pon. Ragunathan • Cover Design: N. Rameshkumar

ISBN: 978-81-89945-11-4

12/2017/S.No.205, kcp 2012, 18.6 (3) MR

அக்கா
சவுண்டம்மாளுக்கும்

தங்கை
சுசீலாவுக்கும்

உள்ளடக்கம்

உங்களோடு . . .

வணக்கம். கன்னடத்திலிருந்து நான் தமிழுக்கு மொழிபெயர்த்துக் கொண்டுவரும் நான்காம் நூல் இது. *யுகாதி* (2000), *பிறப்பு* (2001), *மரணம் மற்றும் . . .* (2002) ஆகியன முதல் மூன்று. இவற்றில் *யுகாதி*, *மரணம் மற்றும் . . .* சிறுகதைத் தொகைநூல்கள். *பிறப்பு* யூ. ஆர். அனந்தமூர்த்தி அவர்களது நாவலின் தமிழ் வடிவம். இவற்றுக்குக் கிடைத்துள்ள பரவலான வரவேற்புக்காகத் தமிழ் வாசக உலகத்துக்கு என் நெஞ்சார்ந்த நன்றி. சாவை மையமாகக் கொண்ட ஆறு கன்னடச் சிறுகதைகளின் தமிழாக்கத் தொகுப்பு *மரணம் மற்றும் . . .* அது வெளியான சில வருடங்களுக்குப் பிறகு கன்னடப் பெண் எழுத்தாளர்களின் சிறுகதைத் தொகுப்பைத் தமிழில் தரும் எண்ணம் எனக்கேற்பட்டது. ஒரு குடும்பத்தை நிர்மாணிப்பதில் ஆண்களைவிடப் பெண்களின் தியாகம் மிகப் பெரிது என்பது என் கருத்து. உலகின் எப்பகுதிப் பண்பாட்டுக்கும் இது பொருந்தும். அதோடு பெண்ணெழுத்துக்கு முக்கியத்துவம் தருவதற்கு, அது ஒடுக்கப்பட்டதும் விளிம்பு நிலைக்குத் தள்ளப்பட்டதுமான அனுபவ உலகின் குரல் என்பது போன்ற, மேலும் பல காரணங்களும் இருக்கின்றன. எனவே, கன்னடப் பெண்ணுலகைப் பிரதிநிதித்துவப்படுத்தும் கதைகளின் தொகுப்பைப் பற்றி யோசித்தேன். இப்படிப்பட்ட தொகுப்பில் தலைப்படுவதற்கு முன் எனக்குப் பெரிய தயக்கம் ஏற்பட்டது. என்னதான் நன்கு பரிச்சயமான தென்றாலும், ஒரு பண்பாட்டின் பெண்ணுலகைப் பிரநிதித்துவப்படுத்தும் எழுத்துக் கூறைச் சரியாகத் தேர்ந்து தமிழாக்கம் செய்துவிட முடியுமா என நான் என்னையே பலமுறை கேட்டுக்கொண்டேன். கன்னடத்திலிருந்து தமிழாக்கம்

செய்யும் பெண் எழுத்தாளர்கள் யாரும் இல்லாத நிலையில் நானே அப்பொறுப்பை ஏற்க நேர்ந்தது.

அடுத்து நான் எதிர்கொண்ட சிக்கல் கதைகளின் தேர்வு. கன்னடச் சிறுகதை வரலாற்றின் தொடக்கத்திலிருந்து பெண் களின் சிறுகதைகளைத் தேர்ந்து தமிழுக்குக் கொண்டு வருவது சிறப்பானதாக இருக்கும் என்றாலும், கால அவகாசம் நூலின் அளவு போன்றவற்றைக் கவனத்தில் கொண்டு இருபதாம் நூற்றாண்டின் பிற்பாதி தொடங்கிக் கதைகளைத் தேர்ந்தெடுக்கத் தீர்மானித்தேன். வீட்டில் தமிழ் பேசிய மாஸ்தி வேங்கடேச ஐயங்காரே கன்னடச் சிறுகதையின் தந்தை எனக் கருதப் படுகிறார். கன்னடச் சிறுகதைகளைப் பிரநிதித்துவப்படுத்தும் முகமாக ஜி. ஹெச். நாயக் என்னும் புகழ்பெற்ற கன்னட விமர்சகர் நேஷனல் புக் ட்ரஸ்டுக்காகக் கன்னடச் சிறுகதை களைத் தேர்ந்தெடுத்து *1978*இல் ஒரு தொகைநூலை உருவாக்கினார். அந்நூலும் அதற்கு அவர் எழுதிய முன்னுரையும் இன்றளவும் கன்னட இலக்கிய உலகில் முக்கியமானவையாகக் கருதப்படுகின்றன. அது மறுபதிப்புகளையும் கண்டுள்ளது. அதோடு, தமிழில் அதற்கு ஒரு மோசமான மொழிபெயர்ப்பும் உண்டு. சீனிவாச (மாஸ்தி), குவெம்பு, சதுரங்க, நிரஞ்சன, யஷவந்த சித்தால, சாந்திநாத் தேசாய், ராகவேந்திர காஸநீஸ், ஏ.கே. ராமானுஜன், யூ. ஆர். அனந்தமூர்த்தி, லங்கேஷ், பூர்ணச்சந்திர தேஜஸ்வி, தேவனூரு மஹாதேவ உள்ளிட்ட கன்னடத்தின் தலையாயச் சிறுகதையாசிரியர்கள் இருபத்தைந்து பேரின் கதைகள் அடங்கிய அத்தொகுப்பில் கால்பதித்த ஒரே பெண் வீணா சாந்தேஷ்வரா (அப்போது அவர் வீணா எலபுர்கி). *1958*ஆம் ஆண்டு அவர் எழுதிய ஒரு கதை ஜி. ஹெச். நாயக் தொகுப்பில் உள்ளது. எனவே, வீணாவிலிருந்து தொடங்கிப் பெண் எழுத்தாளர்களின் சிறுகதைகளைத் தொகுப்பது எனத் தீர்மானித்தேன். ஆகவே, இத்தொகுப்பில் இடம்பெற்றுள்ளவர்கள் கன்னடத்தில் நவீனத்துவத்தின் அறிமுகத்துக்குப் பின் எழுதவந்தவர்கள் எனப் பொதுவாகச் சொல்லலாம்.

இருபதாம் நூற்றாண்டின் கன்னடச் சிறுகதைகளைப் பிரதி நிதித்துவப்படுத்தும் விதமாகச் *சதமானத சன்ன கதெகளு* (*நூற்றாண்டின் சிறுகதைகள்*) என ஒரு நூலைத் தொகுத்து *1997*இல் வெளியிட்டார் எஸ். திவாகர். எண்பத்தியிரண்டு கதைகளைக் கொண்ட திவாகரின் தொகுப்பில் ஒன்பது மட்டுமே பெண் எழுத்தாளர்களுடையவை.

கன்னட இலக்கிய விமர்சகர் ஜி. எஸ். அமூர் அவள கதெகளு (அவளது கதைகள்) என்னும் தலைப்பில் கன்னடப் பெண் எழுத்தாளர்களின் சிறுகதை நூலொன்றைத் தொகுத்துள்ளார். அது 2000இல் வெளியானது. அதைப் பற்றி அறிந்திருந்தாலும், அக்கா தொகுப்புக்கான கதைகளைத் தேர்ந்து முடிக்கும்வரை நான் அதைப் பார்வையிடவில்லை. என் தேர்வு அதனால் பாதிக்கப்பட்டுவிடக் கூடாது என்பதே காரணம். மொத்தம் இருபத்தைந்து கதைகளைக் கொண்ட அத்தொகைநூலில், அக்காவில் இடம்பெற்றுள்ளவர்களில் எட்டுப் பேர் இருக் கிறார்கள்.

தமிழைப் போலவே கன்னடத்திலும் வணிக இதழ்களில் ஏராளமான பெண்கள் எழுதுகிறார்கள். இலக்கிய விழுமியம் இல்லாத அப்படிப்பட்ட எழுத்தைக் கன்னட விமர்சன உலகம் அடிகெமனெ சாஹித்திய (சமையலறை இலக்கியம்) என அழைக்கிறது. தமிழ்ச் சூழலோடு ஒப்பிட்டால், தீவிர இலக் கியத்தில் ஈடுபட்டுள்ள பெண்கள் கன்னடத்தில் எண்ணிக்கை அளவில் அதிகம். இவர்கள் எவ்வித இயக்கச் சார்போ பின்புலமோ அற்றவர்கள். காலஞ்சென்ற லங்கேஷ் தன் லங்கேஷ் பத்திரிகையில் பல பெண்களை எழுத ஊக்குவித்தவர்.

ஐம்பதுகளின் பிற்பகுதியில் தொடங்கி, எழுபதுகள் வரை யிலும் எழுதிக்கொண்டிருந்த புகழ்பெற்ற கன்னடப் பெண் எழுத்தாளர்கள் எம். கே. இந்திராவும் திரிவேணியும். இவர்கள் இருவரும் சிறுகதை வடிவத்தைவிட நாவல் மூலமே தங்களைப் பெரிதும் வெளிப்படுத்திக்கொண்டவர்கள் என்பதாலும் இத்தொகுப்பின் பக்க எண்ணிக்கையை மனத்தில் கொண்டும் அவர்கள் கதைகளை நான் சேர்க்கவில்லை. இந்திராவின் பணியம்மா நாவல் இறையடியான் தமிழாக்கத்தில் காவ்யா வெளியீடாக (1994) வந்துள்ளது. அவரே இந்திராவின் மற்றொரு நாவலைச் சலங்கைச் சடங்கு என்னும் தலைப்பில் சாகித்திய அகாடமிக்காக (2000) மொழிபெயர்த்துள்ளார்.

திரிவேணியின் பல நாவல்கள் திரைப்படமாகியுள்ளன. புட்டண்ண கனகால் தான் இயக்கிய வலுவான நாயகிப் பாத்திரங்களைக் கொண்ட திரைப்படங்களுக்குத் திரிவேணி யின் படைப்புகளை வாகாகப் பயன்படுத்திக்கொண்டார். அப்படி அவர் இயக்கத்தில் உருவான பெள்ளி மோட (வெள்ளி மேகம்) என்னும் படம் மிகப் பிரபலமானது. கருப்புவெள்ளைக் காலத்திய தூர்தர்ஷனில் ஏதேனும் ஒரு ஞாயிற்றுக்கிழமைப் பிற்பகல் நீங்கள் பெள்ளி மோடவைப் பார்த்திருக்கலாம்.

கன்னடத்தில் இதுவரை மையச் சாகித்திய அகாடமி விருது பெற்ற ஒரே பெண்மணி கீதா நாகபூஷணம். 2004ஆம் ஆண்டுக்கான விருதைத் தன்னுடைய பதுக்கு (வாழ்க்கை) நாவலுக்காகப் பெற்றார். இவரும் தன் நாவல்களுக்காகவே பெரிதும் அறியப்பட்டவராதலால் இச்சிறுகதைத் தொகுப்பில் இடம்பெறவில்லை.

இத்தொகுப்புக்கான கதைகளை யாரிலிருந்து தொடங்கித் தேர்ந்தெடுப்பது என்பதைத் தீர்மானித்த பிறகு, ஒருவருக்குத் தலா ஒரு கதை, பெண்சார்பான வெறும் கோசமாக இருக்கக் கூடாது, சொல்லும் உத்தி ஆகியவற்றால் கலைத்தன்மையைப் பெற்றிருக்க வேண்டும், பெண்ணுலகை நுட்பங்களுடன் அணுக வேண்டும் போன்ற வரையறைகளை இட்டுக்கொண்டு கதை களைத் தேடினேன். ஒவ்வோர் எழுத்தாளரின் பல கதைகளையும் படித்துப் பார்த்தேன். அவற்றில் அவர்களைப் பிரநிதித்துவப் படுத்துவதாகக் கருதப்படும் கதையைக் கன்னட இலக்கிய நண்பர்கள், விமர்சகர்கள் அதிலும் முக்கியமாகப் பெண்ணியச் சிந்தனைகளில் ஆர்வமுடன் ஈடுபட்டுள்ள பெண்கள் எனப் பலதரப்பினருடன் விவாதித்துத் தேர்ந்தேன். என் கன்னட நண்பர்களுக்கும் ஆச்சரியமான ஒரு விஷயத்தை நான் கவனிக்க நேர்ந்தது. கன்னடத்தைத் தாய்மொழியாகக் கொண்ட கிருத்துவர்கள் கர்நாடகம் முழுக்கப் பரவலாக வசித்தாலும், படைப்பிலக்கியத்தில் ஈடுபடும் கிருத்துவப் பெண் எவரும் இல்லை. ஆய்வுக்குரிய விஷயமாக நான் இதைக் கருதுகிறேன்.

தேர்ந்த கதைகளை அவ்வப்பொழுது தமிழாக்கி இதழ்களிலும் வெளியிட்டேன். அவற்றுக்குக் கிடைத்த பரவலான வரவேற்பு மிகுந்த உற்சாகத்தைத் தந்தது. நான் கேட்டு இத்தொகுப்பில் இடம்பெறும் கதைகளை வெளியிட்ட மனுஷி, உலகத் தமிழ். காம், நவீன விருட்சம், திசை எட்டும், புதிய பார்வை, புதுவிசை, காலச்சுவடு இதழ்களுக்கு என் மனமார்ந்த நன்றி.

இதிலுள்ள சில கதைகளின் தமிழாக்கத்தைப் பாவண்ண னும் ஒரு கதையின் மொழிபெயர்ப்பைப் ப. கிருஷ்ணசாமி யும் சரிபார்த்தார்கள். ஒவ்வொரு கதையின் மொழி பெயர்ப்பையும் மிகக் கறாராக மூலத்தோடு ஒப்பிட்டவர் சென்னைப் பல்கலைக்கழகக் கன்னடப் பேராசிரியர் ராமசாமி. அவர் சொன்ன திருத்தங்கள் மிகப் பயனுள்ளவையாகவும் நூலைச் செம்மைப்படுத்த உதவியாகவும் இருந்தன. பேரா. ராமசாமி இத்தொகுப்பிலுள்ள ஒன்பது கதைகளின்

தமிழாக்கத்தை ஏற்றுக்கொண்டாலும், எம். எஸ். வேதாவின் கதைக்கான என் மொழிபெயர்ப்பை ஒப்புக்கொள்ளவில்லை. மைசூர் மாவட்டத்தின் நஞ்சன்கூடு தாலுக்காவின் கிராமப் பகுதிகளில் பேசப்படும் கன்னட வழக்கில் வேதா பாகம் கதையை எழுதியுள்ளார். நான் பிறந்து வளர்ந்த சேலம் மாவட்டத்தின் கிராமப்புறத்தில் பேசப்படும் மொழிதான் நான் நன்கறிந்த கிராமப்புறத் தமிழ். ஆகவே, சிறுவயதிலிருந்து நான் கேட்டு வளர்ந்த அத்தமிழில் இக்கதையை மொழிபெயர்த் துள்ளேன். இது புதுவிசையில் வெளியானபோது, சேலத்தைச் சேர்ந்த பல நண்பர்களும் அம்மொழிநடை தங்களுக்குப் பிடித்திருந்ததாகச் சொன்னார்கள். எனவே, அதே நடையில் வேதாவின் கதை இங்கும் இடம்பெறுகிறது.

இவ்வளவையும் மீறி, கன்னடத்தோடு பரிச்சயமில்லாத தமிழ் வாசகர்களுக்கு இதிலுள்ள வாக்கிய அமைப்பு எதுவும் நெருடக் கூடாது என்பதற்காக என் நண்பரும் ஓய்வுபெற்ற தமிழ்ப் பேராசிரியருமான பட்டாபிராமன் அவர்களை ஒருமுறை நூல் முழுவதையும் படிக்க வேண்டினேன். அவரது அரிய யோசனைகள் பலவும் பேருதவியாக இருந்தன. அவரைப் போலவே எல்லாக் கதைகளையும் படித்துப் பயனுள்ள குறிப்புகளைத் தந்தவர் அருள்முருகன்.

நான் பல ஆண்டுகளாகக் கணிப்பொறியில் ஒரு வகையான குறியீட்டுமுறையில் (*encoding*) எழுதிவந்தேன். காலச்சுவடு பதிப்பகத்தில் பயன்படுத்துவது *TAM* குறியீட்டு முறை. இதனால் நூலுருவாக்கத்தில் பல சிக்கல்கள். நூல் முழுவதையும் பகுதி பகுதியாக *TAM* குறியீட்டுமுறைக்கு மாற்றியவர் கீழ்வேளூர் பா. ராமநாதன். மிகுந்த பொறுமையுடன் அவர் இக்காரியத்தைச் செய்தார். அவ்வாறு மாற்றியபோது, சில எழுத்துகளும் மேற்கோள்குறிகளும் மாறி ஏராளமான பிழைகள் ஏற்பட்டன. அதோடு, பல இடங்களில் தேவையற்ற எழுத்துகளும் தலை காட்டின. ஆகவே, நூல் முழுவதையும் மீண்டும் ஒருமுறை மெய்ப்புப் பார்த்தவர் பெ. பாலசுப்ரமணியன்.

நான் கேட்டுக்கொண்டதற்கிணங்கத் தன் குடும்பப் பொறுப்புகள், வேலைப்பளு ஆகியவற்றுக்கு இடையிலும் தமிழ் வாசக நோக்கிலிருந்து இக்கதைகளை எதிர்கொண்டு ஒரு முன்னுரை எழுதியிருப்பவர் எழிலரசி.

இந்த ஆண்டு மார்ச் மாதம் காலச்சுவடு பதிப்பகம் தொடர் பான ஒரு வேலைக்காகப் பேரா. அனந்தமூர்த்தியைச் சந்திக்க

நேர்ந்தது. சாவதானமான அச்சந்திப்பின்போது அவர், ‘இப்போது என்ன செய்துகொண்டிருக்கிறாய்?’ எனக் கேட்டார். நான் அக்கா தொகுப்பைப் பற்றிக் கூறினேன். கதைகளின் பட்டியலைக் கேட்டு, நல்ல தொகுப்பு என்றும் கன்னட உலகிலிருந்து ஒரு தக்க முன்னுரையோடு இது வெளிவர வேண்டும் எனவும் கூறிய அனந்தமூர்த்தி, ஆஷாதேவியைக் குறிப்பிட்டு அவரிடம் ஒரு முன்னுரை வாங்கச் சொன்னார். மறைந்த கன்னட விமர்சகர் டி. ஆர். நாகராஜின் ஆய்வு மாணவி ஆஷாதேவி. சிவமொக்காவில் பணியாற்றும் ஆஷாவைத் தொடர்புகொண்டு முன்னுரை கேட்டேன். மகிழ்ச்சியோடு அவர் எழுத ஒப்பினார். பல்வேறு நெருக்கடிகளுக்கு இடையிலும் அவர் இத்தொகுப்புக்கு மிகவும் சிறப்பான முன்னுரை ஒன்றை எழுதித்தந்தார்.

கன்னடப் பெண் எழுத்தாளர்களின் சிறுகதைத் தொகுப்பான இந்நூலுக்குச் சரியான ஒரு தலைப்பைப் பற்றி யோசித்தபோது, சட்டென்று என் நினைவுக்கு வந்தது அக்கமகாதேவியின் பெயர். அக்கமகாதேவியைவிடவும் கன்னடப் பெண்ணுலகைச் சுட்டும் வேறொரு சிறப்பான *icon* இல்லை என்னும் முடிவுக்கு வந்து அக்கா என்பதையே தலைப்பாகத் தேர்ந்தேன். அக்கமகாதேவியைப் பற்றித் தமிழ் வாசகர்களுக்கு ஓர் அறிமுகத்தை எழுதியிருப்பவர் எல். ஜி. மீரா. இவரும் டி. ஆர். நாகராஜின் மாணவி; கன்னடத்தின் மிக முக்கியமான பெண்ணியச் சிந்தனையாளர். மீரா எங்கள் பல்கலைக்கழகத்தில் முதுமுனைவர் ஆய்வு மேற்கொண்ட போது, அவரைச் சந்தித்து இத்தொகுப்புக்குப் பல ஆலோசனைகளும் பெற முடிந்தது. மிகச் சிறந்த உற்சாகியான மீராவின் அறிமுகமும் நட்பும் முன்னமே கிடைக்காமல் போய்விட்டனவே என இப்போது நினைக்கிறேன். ஆஷாதேவி, மீராவுடன் தமிழின் பெண் படைப்பாளிகளும் பெண்ணியச் சிந்தனையாளர்களும் கலந்து விவாதித்தால் இருபக்கப் பெண்ணுலகக் கருத்தாடல்களுக்கும் அது பயனுள்ளதாக இருக்கும்.

தங்கள் கதைகளை மொழிபெயர்த்து இத்தொகுப்பில் சேர்த்துக் கொள்ள அனுமதித்தும் தங்கள் புகைப்படங்களை அனுப்பியும் உதவினார்கள் இந்தப் பத்துக் கதாசிரியைகளும்.

கண்ணனோடும் காலச்சுவடு பதிப்பகத்தைச் சேர்ந்தவர்களோடும் இணைந்து செயல்படுவது மகிழ்ச்சியான அனுபவம்.

தன் ஓவியங்களை அட்டையில் பயன்படுத்திக்கொள்ள அனுமதித்தவர் சேலம் பொன். ரகுநாதன். அட்டையை வடிவமைத்தவர் ந. இரமேஷ்குமார்.

இத்தொகுப்பை நிறைவுசெய்ய எனக்கு ஒவ்வொரு வகையில் உதவிய அனைவருக்கும் என் நெஞ்சார்ந்த நன்றி.

செப்டம்பர் *2007* **நஞ்சுண்டன்**
பெங்களூர் *560 056.*

மிகை செதுக்கிச் சூன்யம் நிரப்பும் பெண்ணுலகம்

பெண்ணை மகாசக்தி எனத் தலைமேல் தூக்கி வைத்துக் கொண்டாடுவதும் 'பொறந்தது பொட்டையாப் போச்சி' எனச் சாக்கடையில் தூக்கி எறிவதும் நம் சமுதாயத்தில் சாதாரண நிகழ்வுகள். உடலியக்கத்தையும் சமூக மதிப்பீடுகளையும் சார்ந்த ஏற்றத்தாழ்வுகள் நிறைந்த வாழ்வே பெண்ணுக்கு வாய்த்துள்ளது.

பிறப்பு முதல் பொதுவாகப் பத்து அல்லது பன்னிரண்டு ஆண்டுகள்வரை சமூக மதிப்பீடுகளால் ஏற்றி வளர்க்கப் படும் பெண்ணானவள், பருவமடைந்த பின் அடிவயிற்று நெருப்பாக உணரப்படுகிறாள். அதிலும், பருவமடை யாமலே இருப்பது, பருவமடைந்தாலும் இயல்பான மாதவிலக்கு வராமல் துன்புறுவது எனப் பெண்ணுக் கான உடல் சார்ந்த தொல்லைகள் ஏராளம். மேலும், மாதவிலக்கு நாள்களில் பெண் தீட்டு எனச் சொல்லி ஒதுக்கிவைக்கப்படுகிறாள். பெண் வாழ்வில், இதை அடுத்துத் திருமணம். பெண்ணின் திருமணம் அவளது பருவ வளர்ச்சியைக் கவுரவிக்கும் வகையில் நடப்ப தில்லை. மாறாக, அவளை உயிருள்ள ஒரு ஜீவனாக உணராமல், வெறுமனே ஒரு பண்டமாகக் கையாள் வதே திருமண நிகழ்வில் வழக்கமாக உள்ளது. பெண்ணின் உடல்நிலை, மனநிலை, கல்வி என எதையும் பொருட் படுத்தாது, பிறப்பால் பெண் என்னும் காரணத்தாலேயே அவள் ஓர் ஆணுடன் சேர்த்து வைக்கப்படுகிறாள். பெண்ணின் கல்வியும் வேலைவாய்ப்பு, அதன் வழியான வருவாய் எனப் பொருள்ரீதியாகவே அணுகப்படுகிறது. இக்காரணங்களால், பெண்ணுக்குத் திருமண வாழ்வு தொடக்கத்திலிருந்தே சலிப்பூட்டுவதாக அமைகிறது. சில பெண்களுக்கு மணவாழ்க்கை சிறப்பாக அமைந் தாலும் பெரும்பான்மையான பெண்களுக்கு அது சலிப்பூட்டுவதாகவே உள்ளது.

வேண்டுமென்றே திருமணம் செய்துகொள்ளாமலோ வேறு காரணங்களால் மணவாழ்க்கை அமையாமலோ முதிர் கன்னியாக வாழும் ஒரு பெண்ணுக்குத் தனிமை இருள் சூழ்ந்த துன்பத்தைக் காட்டிலும் அவளுடைய பெற்றோர் முதல் உறவினர், அண்டை அயலார், நண்பர்கள் என அனைவரும் அவளுக்கு ஆறுதல் சொல்பவர்களாகவும் பாதுகாப்பளிப்பவர்களாகவும் வரிந்துகட்டிக்கொண்டு கிளம்புவது, அப்பெண்ணின் மன உளைச்சலை மேலும் அதிகரித்துவிடுகிறது. திருமணம் இல்லையென்றால் வாழ்வே இல்லை என்னும் மனக்கட்டமைப்புக்கு அவள் தள்ளப்படுகிறாள்.

ஆணின் போகப்பொருள்களில் ஒன்றாகவும் பெண் கருதப்படுகிறாள். அதீதக் குழந்தைப்பேற்றுக்கு உட்படுவதும் பல கருச்சிதைவுகளை மேற்கொள்வதும் நடைமுறை வாழ்வில் பெண்ணின் கருத்துகள் பொருட்படுத்தப்படாததையும் சுயசிந்தனை மழுங்கியவளாக அவள் நடத்தப்படுவதையும் உணர்த்துகின்றன. இவற்றைப் பிரச்சினைகளாக உணராத பெண்கள் ஒருபுறம்; உணர்ந்தும் வெளிப்படுத்தாமல் அவற்றை இயல்பென ஏற்றுக்கொண்டு அவற்றுக்குள்ளேயே உழலும் பெண்கள் மறுபுறம். இவற்றுக்கு எதிரானது குழந்தைப்பேறு இல்லாமல் பெண் படும் துன்பம்.

தனக்குக் குழந்தை இல்லையே என ஒரு பெண் அடையும் துன்பத்தைவிடவும், சக உறவினர்களால், நண்பர்கள்ால், அண்டை அயலாரால் ஏற்படும் வேதனை அளவற்றது. அவர்களது அனுதாப விசாரிப்புகள், பெண் பிறவியின் அர்த்தமே குழந்தைப்பேறுதான் என்னும் அறிவுரைகள் போன்றவற்றிலிருந்து அவள் மீண்டு நிற்பதே அப்படிப்பட்ட பெண்ணுக்குப் புதியதொரு பிறப்பு. மனைவியின் கல்வித் தகுதி அவள் கணவனின் கவுரவத்திற்குக் குறியீடாவதைப் போலவே, அவளது குழந்தைப்பேறும் கணவனுக்கு ஆண்மையின் குறியீடாகிறது. ஆகவே, கணவனின் பார்வையில் மனைவி கர்ப்பமடைவது தன் சுயகவுரவத்திற்கு அவசியமானதாகிறது. தாய்மையினால் பெண்ணுக்குக் கிடைக்கும் இயல்பான மனநிறைவுகள் கணவனுக்கு இரண்டாம்பட்சமாகின்றன.

அடுத்தது, புரிதலற்ற தாம்பத்திய உறவு. பெண்ணின் விருப்பு வெறுப்புகளைப் பொருட்படுத்தாமல், அவள் உணர்வுகளைப் புறக்கணிப்பது. அப்படிப்பட்ட சூழலில் வாழும் பெண் தனக்குள்ளேயே புழுங்கி அழுவதோ அதற்கு வடிகால் தேடுவதோ இயல்பாகும். இப்படி வெளி உலகப் பார்வைக்குத் திருமணம் என்னும் ஒன்று நிகழ்ந்து உள்ளுக்குள் ஒட்டுறவு இல்லாத சூழலில் உழலும் பெண்கள் பலர்.

ஆக, பல நிலைகளில் உடல், மனரீதியாகத் துன்புறும் பெண்களுக்குத் தகுந்த தீர்வுகாண உதவாமல் மேன்மேலும் அவர்களது மனத்தைப் புண்படுத்துவது இன்றைய வாழ்முறையில் இயல்பானதாக உள்ளது. இவ்வாறான சூழ்நிலைகளே பெண்களை மெல்லியவள், பலமற்றவள், வீட்டைத் தவிர வெளியுலகச் செயல்பாடுகளுக்குத் தகுதியற்றவள் என்னும் கருத்தாக்கங்களுக்கு இட்டுச் செல்கின்றன. தன் மனைவியை வீட்டைவிட்டு வெளிச் சூழலுக்கு அறிமுகப்படுத்தத் தயங்கும், வெட்கப்படும் ஒருவன் அவளைத் தன் வாழ்க்கைத் துணையாகக் கருதவில்லை மாறாகச் சதைப்பிண்டமாகத்தான் பார்க்கிறான் என்பதை உணரலாம்.

சக பெண்களுக்குள்ளேயே ஏற்படும் முரண்பாடுகள் தீர்க்க இயலாதவையாகத் தோற்றம் தருகின்றன. அடிப்படைப் பேரிழப்புகளை மறந்து சிறுசிறு விஷயங்கள் பேருருக் கொண்டு அவர்களை அலைக்கழிக்கின்றன. அவ்வாறு முரண்பாடுகள் வரும்போது, பெண்கள் தனித்தனித் தீவுகளாகிறார்கள். இந்நிலை அவர்களை மேலும் பலவீனப்படுத்துவதாக அமைகிறது. அப்படிப்பட்ட பிரச்சினைகளில் முடிவெடுப்பவர்களும் ஆண்களாகவே இருக்கிறார்கள். கணவன், சகோதரன், அல்லது மகன் என்னும் ஆண் முடிவெடுக்கும்போது, பாதிக்கப்பட்ட பெண்களைக் கருத்தில் கொள்ளாது தனக்குச் சாதகமானதொரு முடிவையே எடுக்கிறான்.

ஆணாதிக்கக் கருத்துலகில் ஊறி அதன் விழுமியங்களை இயல்பெனக் கருதும் பெண்கள் தாங்கள் அவற்றால் வஞ்சிக்கப்படுவதை உணராமல் வாழ்ந்து, அவற்றைச் சிலாகித்து ஏற்றுக் கொள்கிறார்கள். பெண்களின் பிரச்சினைகளையும் அவர்கள்மீது ஆதிக்கம் செலுத்தும் சமூகக் கட்டமைப்பையும் புரிந்துள்ள பெண்கள் அவற்றிலிருந்து விடுபட வழியின்றி மரபான வாழ்க்கை முறையில் இயந்திரங்களாக வாழும் கட்டாயமும் நேரிடுகிறது.

○ ○ ○

பெண்ணைப் பற்றி மேற்கூறிய அகம், புறம் சார்ந்த அனைத்து விஷயங்களையும் (மாதிரிகளையும்) நஞ்சுண்டன் தமிழாக்கத்தில் வந்துள்ள *அக்கா* என்னும் இத்தொகுப்பில் காணலாம். பெண் தன்னைச் சார்ந்த அனைத்துப் பிரச்சினைகளும் வாழ்க்கை முறையில் இயல்பானவையே என்று தன் வழியில் போனாலும், சமுதாயச் சூழலும் அது சார்ந்த மதிப்பீடுகளும் அவளை இடரவைக்கின்றன. அவற்றின் உருவாக்கம் எப்படி? அவற்றை மீறுவது எப்படி? அவற்றிலிருந்து விடுபட்டு வாழ்வதன் அவசியம் என்ன? போன்ற பல கேள்விகளை இத்தொகுப்பிலுள்ள கதைகள்

எழுப்புகின்றன. ஒவ்வொரு பெண்ணுக்கும் பிறப்பு முதல் தான் வாழும் சூழலில் எதிர்கொள்ளும் பிரச்சினைகளை மீறி வெற்றிபெறுவது பெரும் சவாலாகவே உள்ளது. அப்படிப் பட்ட சவால்களின் பல்வேறு மாதிரிகளை இனங்கண்டு நஞ்சுண்டன் இக்கன்னடக் கதைகளைத் தேர்ந்து மொழி பெயர்த்துள்ளார்.

மரபுரீதியான வாழ்முறையில் தம்மைச் சுற்றி இறுக்கும் கட்டுகளி லிருந்து படிப்படியாக விடுபட முயல்பவர்களாக இக்கதைகளில் பெண்கள் சித்தரிக்கப்பட்டுள்ளார்கள். ஒவ்வொரு பெண்ணும் வாழ்வியல் கோட்பாடுகளை அறிந்தோ அறியாமலோ நடை முறைச் சிக்கல்களிலிருந்து விடுபடலை நோக்கியே நகர்கிறாள். அந்நகர்வின் ஒவ்வொரு புள்ளியும் பெரும் போராட்டக்கள மாகிறது என்னும் யதார்த்தத்தை இக்கதைகள் மிகத் துல்லியமாகப் பதிவுசெய்கின்றன. சிலர் தம் போராட்டத்தில் வெற்றி பெறுகிறார்கள். வேறு சிலர் தம் முயற்சிகளில் தோல்வியுற்று, சிக்கல்களிலிருந்து விடுபட முடியாமல் திகைத்து நிற்கிறார்கள்.

கன்னடத்திலிருந்து மொழிபெயர்க்கப்பட்டுத் தமிழ்ச் சூழலுக்கு வரும் இத்தொகுப்பில் பத்துக் கன்னடப் பெண் எழுத்தாளர் களின் சிறுகதைகள் உள்ளன. இவற்றில் சில தற்சித்திரங் களாகவும் வேறு பல கதைகள் சக பெண்களின் மீதான அக்கறையை வெளிப்படுத்தும் சித்தரிப்புகளாகவும் வெளிப் பட்டுள்ளன. தொகுப்புக்கு ‘அக்கா’ என்னும் தலைப்பும் அதற்கான விளக்கமும் மிகப் பொருத்தம்.

படித்த ஒரு பெண் எந்த ஆதிக்க உணர்வை எதிர்க்கிறாளோ அதனாலேயே கட்டுண்டு, துன்புற்றுப் பின் வெளியேறும் சூழலை வீணா சாந்தேஷ்வராவின் *திரும்பிப் போனாள்* கதையில் காண முடிகிறது.

பெண்ணின் உணர்வுகளைப் புரிந்துகொள்ளாமல், வியூகம் அமைத்துத் தாக்கும் கூட்டு மதிப்பீடுகளை எதிர்க்கும் ஒரு பெண் தன் தொடர் போராட்டத்தில் சலிப்புற்றவளாய்த் தனிமையை விரும்புகிறாள். அதுவும் வாய்க்கப்பெறாமல், வாழ்க்கைப் பயணத்தின் சாலை நஞ்சேறிக் கருத்துக் கிடப்பதை வைதேகியின் *சௌகந்தியின் சுவகதங்கள்* கதை காட்டுகின்றது.

நாகவேணியின் *நான்காம் தண்ணீர்* கதையில் வரும் ‘... என்னைத் தொட்டுத் தடவி, நான் அரைச்சு, துருவிச் செய்து தந்ததையெல்லாம் தின்னுட்டு, குளிக்காமப் பட்டறைக்குள்ள நுழைஞ்சு கணபதிக்கு ஊதுவத்தி கொளுத்துனா மடி கெட்டுப்போகாதாமா? அதென்னா காலணா ஆச்சாரம்?...’

என்னும் கேள்விக் குரல் இன்னும் பல இடங்களில் கேட்டுக் கொண்டுதான் இருக்கிறது. மடி, தீட்டு, தூய்மை, தரித்திரம் என்னும் மதிப்பீடுகளினூடே பெண் தன் உடலியக்க உபாதைகளை ஏற்றுக்கொண்டாக வேண்டியுள்ளது.

பானு முஷ்தாக்கின் ஒருமுறை பெண்ணாகு பிரபுவேயில் வரும் பெண், '. . . நீ மீண்டும் ஒருமுறை பிரபஞ்சத்தை நிர்மாணிப்பதானால், ஆணையும் பெண்ணையும் சிருஷ்டிப்பதானால் அனுபவமற்ற குயவனைப் போலச் செய்யாதே. பூமிக்கு . . . வா . . . ஒருமுறை பெண்ணாகு பிரபுவே!' என்கிறாள். இது ஒரு பெண் இறைவனுக்கு விடுக்கும் கட்டளையா? அல்லது எதுவும் தனக்கு வந்தால்தான் தெரியும் என்னும் பாவனையில் ஆதிக்கச் சமுதாயத்துக்கு விடுக்கும் கட்டளையா?

அடிப்படையில் பெண்ணியம் என்பது பெண்களின் பிரச்சினைகளையும் அவர்களது உரிமைகளையும் பெண் நோக்கில் முன்வைப்பது. ஆகவே, அது முழுக்க முழுக்கப் பெண்களுக்கானது எனக் கருதுவது சரிதான். ஆனால், பெண் விடுதலைதான் மனிதகுல விடுதலையைத் தரும் என்பதையும் கருத்தில் கொள்ள வேண்டும். ஆணாதிக்கத்தை எதிர்ப்பது என்றாலே ஆண்களை எதிர்ப்பது என்னும் தவறான புரிதலினின்று விடுபட்டு ஆணாதிக்க மனோபாவத்தையும் ஆண்மையச் சமூகத்தையும் சித்தரிப்பனவாக இக்கதைகள் உள்ளன.

இதிலுள்ள முஸ்லிம் சிறுமி பள்ளியில் படித்தது, ஆலங்கட்டி, புதிய பிறப்பு, பிஞ்சுப் பாதத்தின் அடையாளம் போன்ற கதைகள் பெண்களைப் புரிந்துகொள்வதற்கான மாறுபட்ட சூழல்களைக் காட்டுகின்றன.

'என்னப் பொருத்தவரையில நீயே பெத்தாலும் உன்னோட ஒம்பது மாசக் கர்ப்பத்துலயிருந்து பிரசவிக்கிற வலியில எனக்குப் பங்கில்ல. அந்த அர்த்தத்துல ஒவ்வோர் ஆம்புளயும் மலடுதான் . . .' (புதிய பிறப்பு – நேமிசந்திரா). இதில் பெண்ணின் வலி உணரும் ஆண் குரலைக் கேட்க முடிகிறது.

ஓர் ஆணின் பார்வையில் பெண்ணுலகை நுட்பமாகச் சித்தரிக்கிறது சுமங்கலாவின் ஆலங்கட்டி கதை.

இத்தொகுப்பின் சிறுகதைகள் அனைத்தும் கடினமாக இல்லாமல் அதே சமயம் மலிவான நடையும் அற்று அனைத்துத் தளத்தில் உள்ளவர்களையும் படிக்கத் தூண்டும் வகையிலான மொழிநடையில் அமைந்துள்ளன. மொழிபெயர்ப்பு நூலைப் போலத் தெரியாமல், தமிழிலேயே எழுதப்பட்ட சிறுகதைத் தொகுப்பு என்னும் உணர்வை இந்நூல் ஏற்படுத்துகிறது.

நஞ்சுண்டன் ஏற்கனவே கன்னடத்திலிருந்து ஒரு நாவல், பல சிறுகதைகள், கவிதைகள், கட்டுரைகள் என ஏராள மாகத் தமிழுக்கு மொழிபெயர்த்துத் தந்துள்ளார். கன்னடப் பெண் எழுத்தாளர்களின் கதைகளைத் தேர்ந்து அவர் கொண்டுவந்துள்ள இத்தொகுப்பும் தமிழுக்கு மற்றுமொரு சிறப்பான பங்களிப்பு.

பெண்ணை மிகவும் உயர்த்திப் பேசுவது ஒரு புறம். அவளை மெல்லியள் எனவும் எதற்கும் இலாயக்கற்றவள் எனவும் இழித்துப் பேசுவது மறுபுறம். மேலும், பெண்களுக்கான துன்பங்கள் ஒரு புறம் மிகையாகவும் (அதீத மாதவிலக்கு, அதீதக் குழந்தைப் பேறு, குடும்பச் சுமைகள் போன்றன) மறுபுறம் அவர்களுக்கான தேவைகள் ஏதும் நிறைவடையாமல் சூன்யமாகவும் அவற்றுக்குள்ளேயே அவர்களை அமிழ்த்து வதாகவும் உள்ளன. ஆக, இதுபோன்ற மிகைப்பாட்டையும் இடைவெளிகளையும் நிரவ முயல்வதே இன்றைய பெண்களின் பிரையாசைகளாக உள்ளன. இங்கு மேலெடுத்துக் கீழே வீசும் மிகையையும் ஒன்றுமற்றுப் போகும் சூன்யத்தையும் புறந்தள்ளிச் சாதனைகளால் நிரப்ப இன்றைய பெண்கள் புறப்பட்டுள்ளனர்.

பெண்கள் நவீன உலகில் தங்களைப் பொருத்திக்கொள்ளவும் மரபான வாழ்வினின்று மீண்டு வரவும் எந்த அளவு போராட வேண்டியுள்ளது என்பதை இத்தொகுப்பு பெரிதும் உணர்த்து கிறது. இதன் தமிழ்ச் சூழலுக்கான வருகை வாழிடம் கடந்து, மொழி கடந்து பெண்ணின் உணர்வுகளை இணைக்கும் நல் முயற்சியாக உள்ளது. அம்பை போன்றோரின் கதைகளின் மூலம் தாக்கம் பெற்ற தமிழ்ச் சூழலுக்கு மேலும் வலு சேர்க்கும் விதமாக இத்தொகுப்பு அமையும்.

நஞ்சுண்டனின் மொழிபெயர்ப்பு நூலான இத்தொகுப்பில் கதையம்சம், சொல்லவரும் விஷயங்கள் எனப் பார்க்கும் போது, திரும்பிப் போனாள், முஸ்லிம் சிறுமி பள்ளியில் படித்தது, ஒருமுறை பெண்ணாகு பிரபுவே, ஆலங்கட்டி, பாகம் போன்ற கதைகளை ஒரு நிலையில் வைத்துக் காணலாம். இவை பரவலான தளத்தில் செயல்படுகின்றன. பல சிக்கல் களுடன் மனித மனங்களில் இயங்குகின்றன. புதிய பிறப்பு, விபச்சாரம், நான்காம் தண்ணீர், பிஞ்சுப் பாதத்தின் அடை யாளம், சௌகந்தியின் சுவகதங்கள் ஆகிய கதைகள் ஒவ்வொன்றும் ஒரு குறிப்பிட்ட தளத்தில் இயங்குவதைப் பார்க்கலாம். பிரச்சினைகளில் முடங்கிப் போகாமல், அவற்றைப் புறந்தள்ளி மேற்செல்லும் பெண்களை இவை காட்டுகின்றன.

பேசப்படும் விஷயங்கள், கதையம்சம் போன்றவை தமிழ்ச் சூழலை ஒத்திருந்தாலும், சொல்லும் முறைகள், கதை

வடிவங்கள் போன்றவை மாறுபட்ட சூழலை உணர்த்துகின்றன. தமிழ்ச் சொற்களாக இருந்தும் தமிழ்ச் சூழலில் பரவலாக அறியப்படாத சொற்கள் சிலவற்றை நஞ்சுண்டன் இக்கதைகளில் பொருத்தமாகப் பயன்படுத்தியுள்ளார். குதிர்க்கட்டில், சுவகதம், வட்டக்கண்ணி மரம் போன்றவை அவை. கிங்காப்புத் துணி போன்ற புதிய சொற்களும் நமக்கு அறிமுகமாகின்றன. பாத்திரங்களின் உரையாடல்களில் நஞ்சுண்டன் எடுத்தாண்டுள்ள பேச்சு நடையும் பாகம் கதையில் பொருத்தமாக அவர் பயன்படுத்தியுள்ள சேலம் வட்டார மொழியும் குறிப்பிட்டுச் சொல்லத்தக்கவை. இவ்வகையில் இத்தொகுப்பின் பயன் பாடுகள் பலவாகும்.

கதாசிரியைகள் அனைவரையும் சந்தித்துக் கதைச் சூழல், சொற்பொருள், நயங்கள் என ஒவ்வொன்றிற்கும் ஈடு கொடுத்து மிகுந்த பொறுப்புணர்வோடு இத்தொகுப்பை நஞ்சுண்டன் உருவாக்கியுள்ளார். அவரது அசாதாரணமான இம்முயற்சி பெரிதும் வரவேற்கப்பட வேண்டிய ஒன்று.

இத்தொகுப்பைப் படித்து முடித்தபோது, மனத்தில் இப்படித் தோன்றியது:

எல்லாவிதக் கட்டுகளினின்றும் விடுபட்டுப் பெண்கள் வாழத் தயாராய் இருக்கின்றனர். அதை வரவேற்கும் சமுதாயத்தை நோக்கி அவர்கள் கைகோத்து நடக்கின்றனர். அவர்கள் பற்றியுள்ள கரம் இனிய மல்லிகார்ஜுனனுடையதோ திருவரங்கப் பெருமாளுடையதோ அல்லது அவரவர் மனவரியில் செதுக்கிய தாகவோ இருக்கலாம். அவ்விசையால் ஈர்க்கப்பட்டு இறுதியில் அதோடு ஒன்றி உலகை அளக்கின்றனர் என்பதே உண்மை.

எழிலரசி

○ ○ ○

உருவகங்களின் மறுவிவரிப்பு

1

மேலோட்டமான அர்த்தத்தில் இது முன் னுரையே! கன்னடத்தின் முக்கியமான பெண் எழுத்தாளர்களை, அவர்களைப் பிரதிநிதித்துவப்படுத்தும் கதைகளின் மூலம், சக தமிழ் வாசகர்களிடம் 'கொண்டு சேர்க்கும்' மதிப்பு வாய்ந்த இந்த மொழிபெயர்ப்புத் தொகுப்புக்குப் பொதுவான ஒரு தத்துவார்த்த வடிவத் தையும் பின்னணியையும் அளிக்கும் நோக்கமும் இந்தக் கட்டுரைக்கு இருப்பதனால் இது முன்னுரையே!

இந்தத் தொகுப்பு இரண்டு காரணங்களால் மிகவும் முக்கியமானது என்று நான் கருதுகிறேன். ஒன்று, கன்னடத்தின் குறிப்பிடத்தகுந்த பெண் எழுத்தாளர் களை அவர்களது 'மிகச் சிறந்தவை' எனச் சொல்லத்தக்க கதைகளின் மூலமே இது தமிழ் வாசகர்களுக்கு அறிமுகப் படுத்துகிறது. இதிலுள்ள கதைகளின் கலாபூர்வமான வெற்றி, அவற்றின் வேறுபட்ட பரிமாணங்கள், இந்தப் பெண் எழுத்தாளர்கள் பிரநிதித்துவப்படுத்தும் வெவ்வேறு வர்க்கங்கள், சிறுகதையில் இவர்கள் நடத்தியுள்ள சோதனைகள் என எல்லாமும் இந்தத் தொகுப்புக்கு நிச்சயமாகப் படைப்புரீதியான விரிவை அளிக்கின்றன.

இன்னொன்று, நம் காலத்தின் சமூக நிகழ்வுகளில் ஒன்றான பெண்ணியக் கருத்தாடலின் வகைமைகளைக் கட்டமைத்துக்கொள்ளுவதில் இப்படிப்பட்ட தொகுப்பு களின் அவசியத்தை, தவிர்க்க முடியாத தன்மையை, மற்றும் முக்கியத்துவத்தை இந்தத் தொகுப்பு சரியாக நிறுவுகிறது; அதோடு அக்கருத்தாடல்களைப் பிரதி நிதித்துவப்படுத்தவும் செய்கிறது. வரலாற்றுரீதியாக அவசியமான காரியம் ஒன்றை மிகுந்த சிரத்தையோடும் விருப்பத்தோடும் நிறைவேற்றியிருக்கும் நஞ்சுண்டன்

அவர்களைத் தொடக்கத்திலேயே பாராட்டுவதோடு கன்னட இலக்கிய உலகின் சார்பில் நன்றியையும் தெரிவித்துக்கொள் கிறேன்.

2

இன்றைய உலகளாவிய சூழலில் ‘ஒதுக்கப்பட்ட சமூகங்கள்’ இதுவரையில்லாத முக்கியத்துவத்தைச் சரியான காரணங் களுக்காகப் பெற்றிருக்கின்றன. அதுமட்டுமல்ல, இது பேரளவில் தாக்கத்தை ஏற்படுத்தக்கூடிய, தீர்மானகரமான, குறிப்பிடத் தகுந்த நடப்பாகிறது. வர்க்கம் – நிறம் – பாலினப் பின்னணியில் ஒதுக்கப்பட்ட சமூகங்களைப் பற்றிய ஆய்வுகள் மையநீரோட்டப் பரிமாணங்களில் தம்மை விரிவடையச்செய்துகொள்கின்றன. சமகால அரசியல், சமூக, மற்றும் பண்பாட்டு ஆக்கம், மறு ஆக்கத்தின் சிந்தனைப் பிரகடனத்தை உருவாக்குவதில் இந்த ஆய்வுகள் வகிக்கும் பாத்திரத்துக்குப் பல முகங்கள் இருக்கின்றன. இந்தியாவைப் பொருத்த அளவில், தலித்துகள் மற்றும் பெண்களின் கருத்தாடல்கள் சில பொதுப் பண்பு களையும் சில விசேஷமானதும் நிகரற்றதுமான பண்புகளையும் கொண்டுள்ளன. எனவே, ஒதுக்கப்பட்ட கருத்தாடலை விவரிப்பதும் முக்கியம். கண்ணுக்குப் புலப்படாத, ஒடுக்கப்பட்ட மற்றும் ஒதுக்கப்பட்ட அனுபவ உலகத்தை முன்னிறுத்தும் செயல்பாடு என்னும் அர்த்தத்தின் அடிப்படையில் நாம் ஒதுக்கப்பட்ட கருத்தாடலை அணுக வேண்டும். அதாவது, ஒதுக்கப்பட்ட அனுபவ உலகத்துக்கு அங்கீகாரத்தையும் மைய நீரோட்டத்தில் இடம் பெற்றுத் தருவதையும் இந்த ஆய்வுகளும் கருத்தாடல்களும் நோக்கமாகக்கொண்டிருக்கின்றன.

இப்போது, தனியாக வகைப்படுத்திப் பெண்ணியக் கருத் தாடல் மரபைப் பற்றி விவாதிக்கலாம். அதன் வசதிக்காக நான்கு பருண்மையான கட்டங்களில் இம்மரபை விவரிக்க முயல்கிறேன்.

பெண்ணியக் கருத்தாடல் எழுத்தின் முதல் கட்டம் இயலாமை பற்றிய பிரக்ஞையின் கட்டம். இரண்டாவது, தன் இருப்பு குறித்துப் பெண் கேள்வி எழுப்பிக்கொண்ட கட்டம். மூன்றாவது, அந்தப் பெண்ணுடைய தேடலின் கட்டமானால், நான்காவது தற்சார்பை நோக்கிய பயணத்தின் கட்டம். எங்களுடைய முக்கியமான பல பெண் எழுத்தாளர்களிடம் இவை தனித் தனியாகப் பிரிவுபடாமல், ஒன்றுக்குள் ஒன்றாக ஊடுபாவி யிருக்கின்றன. ஆனால், ஒவ்வொரு கட்ட எழுத்தின் பொருளடக் கத்தையும் ஆதாரமாகக் கொண்டு இப்படியாக வகைப் படுத்துகிறேன். கதைக் கரு திரும்ப வருதல், அனுபவங்களின்

ஒத்த தன்மை ஆகியவற்றின் பின்னணியில் இக்கட்டங்களை அடையாளம் காண்கிறேன். பெண்ணியக் கருத்தாடலின் கால்தடங்களை அர்த்தப்படுத்திக்கொள்ள இது உதவும். 'எல்லோருக்கும் பொதுவானது' என்று அழைக்கத் தகுந்த பொதுமைப்படுத்தப்பட்ட அனுபவ உலகம் ஒன்று உலகின் எந்தப் பகுதியைச் சேர்ந்த பெண்ணுக்கும் பொருந்தும் என்பதை வெளிக்கொண்டுவரும் முயற்சி இப்போது வெற்றிபெற்றிருக் கிறது.

இந்த ஒதுக்கப்பட்ட சமூகத்து அனுபவ உலகத்தின் மறு கதையாடல் மிகுந்த ஆர்வத்தைத் தூண்டக்கூடிய முடிவுகளை உள்ளடக்கியிருக்கிறது. இந்த மொழிபெயர்ப்புத் தொகுப்பையும் சேர்த்து மொத்தப் பெண் எழுத்தைக் கிரகிக்கும், விவாதிக்கும் புதிய புதிய வழிகள் இப்போது துலங்குகின்றன. அதுமட்டுமல்ல, பெண் எழுத்தாளர்களின் எழுத்தை மதிப்பிடும் மற்ற அளவு கோல்களும் இப்போது அதிகாரபூர்வமாகின்றன. பெண்ணிய இலக்கியக் கோட்பாட்டை நிறுவும் சிறந்த செயல்பாட்டில் இன்றைய எல்லா முக்கியமான பெண்ணியச் சிந்தனை யாளர்களும் தலைப்பட்டுள்ளார்கள். இந்தச் செயல்பாடு முழுவதையும் 'உருவகங்களின் மறுவிவரிப்பு' என்றும் அழைக்கலாம்.

மேலோட்டமாகப் பார்ப்பதற்கு, ஆதிக்கம் செலுத்தும் சமூக அமைப்பின் ஒடுக்கும் தந்திரங்களை எதிர்ப்பின்றி ஒப்புக் கொள்வதாகத் தோன்றும் அமைதியின் தீவிரம் கொண்ட சமுத்திரம்போலக் கன்னடத்தின் தொடக்ககாலப் பெண் எழுத்தாளர்களின் எழுத்து தெரிகிறது. அதை வேறொரு கோணத்திலிருந்து பார்க்கும்போது, அந்த அமைதியான சமுத்திரத்திற்குள்ளான அமைதியற்ற கர்ப்பம், சமூக அமைப்பைக் குறித்துப் பரிகசிப்பு, உள்ளார்ந்த வழிகளின் தேடல், இயலாமையை மீறும் நிரந்தர வேட்கை, அதற்கான போராட்டத்தின் மூர்த்த – அமூர்த்த *(concrete - abstract)* அடையாளங்கள், இந்த எல்லா அமளிக்கு இடையிலும் வாழ்க்கை மீதான குன்றாத விருப்பம், சிரத்தை ஆகியவை நமக்கு அனுபவமாகின்றன. அதாவது, எல்லைக்குட்பட்டது, துச்சமானது, தினசரி அனுபவ உலகம் மட்டுமே என்னும் காரணங்களால் இதுவரை விளிம்புக்குத் தள்ளப்பட்டிருந்த 'பெண்ணுலகத்தை' மையநீரோட்ட இலக்கியத்தோடு வைத்து விவாதிக்கும் முயற்சிகள் நடக்கின்றன. பெண்ணிய இலக்கியக் கோட்பாட்டுக்குக் கிடைத்துள்ள முதல் வெற்றி என்றே இதனை நாம் கருத வேண்டும். அதாவது, மைய நீரோட்டம் இதுவரை வடிவமைத்து வந்துள்ள கலைக் கோட்பாட்டின் அடிப்படையில் பெண் எழுத்தாளர்களை வைத்துப் பார்ப்பதோடு பெண்ணிய

இலக்கியக் கோட்பாட்டின் 'இணையற்ற இருப்பை' அடையாளம் காண்பதற்கு அதிகாரபூர்வமான இயக்கத்தை ஏற்படுத்தும் முயற்சிகளும் இப்போது நடைபெறுகின்றன.

3

நஞ்சுண்டன் தொகுத்து மொழிபெயர்த்துள்ள இந்த நூலின் அவசியத்தையும் முக்கியத்துவத்தையும் அடையாளப்படுத்திக் கொள்வதற்காகவே இவ்வளவு நீண்ட பீடிகை அவசியமாயிற்று. சமகால இந்திய இலக்கியத்தில் சிறப்பானவர்களாக நிலை கொண்டுள்ள சில முக்கியமான பெண் எழுத்தாளர்கள் கன்னடத்தில் இருக்கிறார்கள். இந்திய இலக்கியத்திலேயே நிகரற்றவர்கள் எனத்தக்க தொடக்ககாலப் பெண் எழுத்தாளர்கள் சிலரும் கன்னடத்தில் இருந்தார்கள். முக்கியமான எழுத்தாளர் களாக வருவார்கள் என்னும் நம்பிக்கையை ஏற்படுத்தும் பல பெண்களும் இப்போது எழுதத் தொடங்கியிருக்கிறார்கள்.

இயல்பாகவே நஞ்சுண்டன் அவர்களின் தேர்வு மிகக் கடின மானது. பத்துக் கதைகளை மட்டும் தேர்ந்தெடுக்க வேண்டிய போது, தேர்வுக்கு அதனுடையதேயான வரம்புகள் கண்டிப்பாக இருக்கும். தேர்வு, முன்னுரிமை ஆகிய இரண்டு அளவுகோல் களும் இந்தத் தொகுப்பை வடிவமைத்திருக்கின்றன. எந்தத் தேர்வும் முழுமையானதல்ல. பத்துச் சக வாசகர்களைக் கேட்டால் அவர்கள் தேர்வில் ஆகாயத்துக்கும் பூமிக்குமான இடைவெளி இருப்பது சாத்தியம். என்னையே கேட்டிருந்தாலும், இந்தத் தொகுப்பில் இரண்டு அல்லது மூன்று கதைகளை மாற்றியிருக்கலாம் எனச் சொல்லியிருப்பேன். ஆனால், ஒரு தொகுப்பு பிரதிநிதித்துவப்படுத்துவதாக அமைய வேண்டும் என்னும்போது, அது பல கட்டுப்பாடுகளுக்கு உள்ளாவதும் தவிர்க்க முடியாதது. இவ்வளவிருந்தாலும், இந்தத் தொகுப் பிலுள்ள கதைகளின் தேர்வு மிகச் சிறப்பானது என்றே நான் கருதுகிறேன். ஏனென்றால், கன்னடத்தின் முக்கியமான பெண் எழுத்தாளர்கள் யார் யார் என எந்த முன்தயாரிப்பும் இல்லாமல் கண்மூடி யோசித்தால் நினைவுக்கு வரும் எல்லா எழுத் தாளர்களும் இந்தத் தொகுப்பில் சேர்ந்திருக்கிறார்கள்.

இந்தத் தொகுப்பில் இடம்பெற்றுள்ள எழுத்தாளர்களை விவாதிப்பதற்கு முன்னால் கன்னடச் சிறுகதை இலக்கியத்தின் தொடக்ககாலத்தைச் சேர்ந்த முக்கியமான எழுத்தாளரான குடகுக் கவுரம்மாவைப் பற்றிச் சிலவற்றைச் சொல்வது என் கடமையென நான் கருதுகிறேன். நஞ்சன்கூடு திருமலாம்பா, கல்யாணம்மா, சரஸ்வதிபாய் ராஜவாடெ, சியாமளா பெளகாம்கர ஆகிய எல்லோரும் கன்னடத்தின் முதல்

தலைமுறையைச் சேர்ந்த முக்கியமான பெண் எழுத்தாளர்கள். சீர்திருத்தக்காலத்து இந்தியாவின் சமூகப் போராட்டப் பின்புலத்தில் இவர்கள் எழுதினார்கள் என்பது உண்மை. ஆனால், இவர்களுடைய எல்லாப் படைப்புகளிலும் காணக் கிடைக்கும் அமூர்த்த எதிர்ப்பு நிலைகள் நமக்கு ஆச்சரியம் உண்டாக்குகின்றன. இவர்களெல்லோரிலும் தன்னுடைய கதையாடல்கலை, கருப்பொருளின் பன்முகத்தன்மை போன்ற வற்றால் நம் கவனத்தை ஈர்ப்பவர் குடகுக் கவுரம்மா.

குடகுக் கவுரம்மாவின் கதைகளுக்கு ஒரு சிறப்பான கான்வாஸ் இருக்கிறது. கன்னடக் கதை மரபையும் பெண்ணியவாத மாதிரிகளையும் சேராத இன்னொரு நிலையில் இவருடைய கதைகளைப் பார்க்கலாம் என்னும் அம்சமே இவரைச் சிறந்த எழுத்தாளராக்கியுள்ளது.

இவருடைய கதை வளர்ச்சியைத் தீர்மானிப்பதும் இயக்குவதும் காந்தியச் சிந்தனை. இந்த அம்சத்தை எளிமையாகச் சூத்திர வடிவத்தில் சொல்வதானால், காந்தியக் கருத்தாக்கத்தின் ‘நல்லாட்சி’க்கான எதிர்பார்ப்பும் அதிலிருக்கும் சிக்கல்களுமே இவர் கதைகளின் மூலப்பொருள். இவர் கதைகளைப் படிக்கும் எவருடைய கவனத்துக்கும் உடனடியாக வருவது *She is a convinced Gandhian* என்பது. ஜாதி, மதச் சட்டகத்திலிருந்து சமூகம் வெளிவர வேண்டும், விதவைத் திருமணம், பெண்ணுக்குப் பொருளாதார, சமூக, மற்றும் கல்விச் சுதந்திரம், மத ரீதியான பிரச்சினை என எல்லாவற்றையும் காந்தி சொன்ன நல்லாட்சிக்கான விருப்பம் மற்றும் நிபந்தனைகளின் பின்னணியிலேயே கவுரம்மா விவாதிக்கிறார். ஒழுக்கத்தின் வற்புறுத்தல் அவர் கதைகளின் மற்றொரு முக்கியமான மையம்.

சமூகத்தைப் பற்றிய பன்முகப் புரிதல், தன் காலத்தின் எல்லா எதிர்பார்ப்புகளுக்கும் சூட்சுமமாக எதிர்வினை யாற்றியது, தன் காலத்தை மீறிய இலட்சியம், இந்த எதிர்பார்ப்பும் இலட்சியமும் இன்றைக்குமானவையாக இருக்கின்றன என்னும் காரணங்களால் கவுரம்மாவின் கதைகள் பொருத்தப்பாடு உடையனவாக இருக்கின்றன.

4

இந்தத் தொகுப்பிலுள்ள கதைகள் பெண் உலகத்தின் சூட்சுமங்களை, பெண்ணின் எதிர்பார்ப்பை, ஏமாற்றத்தை, பலம் மற்றும் பலவீனங்களைச் சொல்லும்போதே, அதைத் தாண்டி வாழ்க்கையின் ரகசியமான தேடலில் ஈடுபடுவதும்

இவற்றின் மேலான தன்மையாக உள்ளது. இத்தொகுப்பின் பெரும்பாலான கதைகள் வாழ்க்கையையும் நபர்களையும் அதன் தவிர்க்க முடியாத தன்மையில், தீர்வுகளை முன் வைக்காத நிலையில் கவனிக்கின்றன. மனிதனின் இச்சா சக்தியை மீறி வாழ்க்கை தன்னுடையதேயான கதியில் இயங்குவதைப் புரிந்துகொள்ளும் முயற்சியில் இதிலுள்ள கதைகள் இயங்குகின்றன.

பெண், பாலின அரசியல், சமூகத்துக்கும் பெண்ணுக்கு முள்ள உறவு ஆகியவை பற்றி இந்தப் பெண் எழுத்தாளர் களுக்கு இருக்கக்கூடிய நிலைப்பாடுகள் இந்தக் கதைகளின் வடிவத்தைத் தீர்மானிக்கவில்லை என்பதை உறுதியாகச் சொல்லலாம். அதனாலேயே இவை கதை என்பதன் உண்மை யான அர்த்தத்தில் கலைப்படைப்புகளாகின்றன. பெண்ணியக் கதைகள் என்னும் சட்டகத்தை இவை வெற்றிகரமாகத் தாண்டிவிட்டன.

சில கதைகளை எடுத்துக்கொண்டு இந்த அம்சத்தை விவாதிக் கலாம். வைதேகியின் *சௌகந்தியின் சுவகதங்கள்* கதையைப் பாருங்கள். வைதேகி கண்ணீர் துளிர்க்கும் கர்வமும் பெண்ணியச் சிறப்பியல்பும் கொண்ட எழுத்தாளர். பிரக்ஞை பூர்வமான, சித்தாந்த அடிப்படையிலான பெண்ணியவாதப் பின்புலத்தை இவர் கதைகளில் அடையாளங்காண முடியாது. இவர் எழுத்தில் பெண்ணிய வாதம் என்பது வாழ்க்கைப் போராட்டத்தில் தானாக வெளிப்படும் இயல்பான எதிர்வினை. வாழ்க்கையின் மீது பெண் வைத்துள்ள அடக்க முடியாத அன்பே பெண்ணியவாதத்தின் அடிப்படையாக வைதேகியின் கதைகளில் காணப்படுகிறது.

இவர் கதைகளின் மூல வடிவமைப்பு பெண் வலிமையின் வெவ்வேறு முகங்களின் வெளிப்பாடு. வாழ்க்கைச் சிக்கல் களாலும் நெருக்கடியான சம்பவங்களாலும் சுருங்கிப்போகாமல், தோற்றுப்போகாமல், வாழ்க்கைக்குப் புறமுதுகு காட்டாமல் பெண் நடத்தும் நிரந்தரப் போராட்டத்திலும் அவள் சார்ந்துள்ள வாழ்க்கைக்குள்ளிருக்கும் சுகத்தின் நிலைகளைத் தேடுவதிலும் வைதேகிக்கு ஈடுபாடுள்ளது.

சௌகந்தியின் சுவகதங்கள் வைதேகியினுடையது மட்டுமல்ல நம் சூழலின் மிகச் சிறந்த கதைகளிலும் ஒன்று. இது மேல் பார்வைக்கு முழுவதும் 'சுவகத'மாகவே தங்கிவிடும் பெண்ணின் அகவாழ்வைக் குறித்த கதையாகவே தோன்றுகிறது. தேர்ந்து கொண்ட வாழ்க்கையைப் பற்றிப் பெண்ணின் தீவிரமான, துன்பப்படும், ஏக்கமே சௌகந்தியின் இயல்பற்ற விருப்பங்களின் வடிவத்தில் வெளிப்படுகின்றன.

'பாதுகாப்பானது' எனச் சொல்லப்படும் வாழ்க்கையின் கட்டமைப்பைச் சமுதாயம் அவள்மேல் ஏற்றுகிறது. அந்த வாழ்க்கை அதன் நிஜத்தில் எப்படிப்பட்ட மூச்சடைக்கவைக்கும், வாழ்வுக்கு எதிரான நிலைமை என்பதை, அவளது சிறைப்பட்ட வாழ்க்கையின் குரல் வளையையுங்கூடக் கத்தரிக்கும் உண்மைகளை – கையாள்வதற்குக் கடினமானதும் உத்வேக மற்றதுமான நடையில் – வைதேகி எடுத்துரைக்கிறார். இந்த உத்வேகமற்ற தன்மையே கதைக்கு அசாதாரணமான வலிமையைத் தந்துள்ளது. தன் வாழ்க்கையில் பெண் நிரந்தரமாகத் தேடும் அக மற்றும் புற வெளிகளை, சூட்சும விவரங்களை இக்கதை சித்தரிக்கிறது. ஆனால், இறுதியாகக் கதை எதைச் சொல்கிறது? இந்த வெளியின் தேடல் என்பது எல்லா மனிதர்களுக்கும் தவிர்க்க முடியாதது என்பதையே. சமூக வாழ்வின் தவிர்க்க முடியாத தன்மையிலேயே, ஜனக் கடலில் எல்லா மனிதர்களும் இருப்பதையெல்லாம் விட்டு இல்லாததற்குப் பறக்கிறார்கள்.

வீணா சாந்தேஷ்வராவின் திரும்பிப் போனாள் கதை வாழ்க்கையின் அஸ்திவாரத்துக்கான வாய்ப்பே (இங்கும் வாய்ப்பு என்பதை நான் வெளி என்னும் அர்த்தத்திலேயே பயன்படுத்துகிறேன்) பெண்ணுக்குக் கிடைக்காமல் போகிறது என்பதை மிகுந்த நாடகப் பாணியில் சித்தரிக்கிறது. சமாதானம் – ஒற்றுமையின் பெயரில் எப்படிப் பெண்ணுக்கான வாய்ப்பே சுருங்கிப்போய்விடுகிறது என்பதை இக்கதை எதிர்வுகளில் பிடிக்க முயல்கிறது. அப்படிப் பார்த்தால் இந்தக் கதை 'அறிவின் தொல்லை'யைச் சொல்வது. பெண்ணின் உரிமைகள், அவற்றுக்காகத் தான் நடத்த வேண்டிய போராட்டம் என எதுவும் தெரிந்திராத படிக்காத பெண்ணுக்கு எதிர்நிலையில் இவை எல்லாவற்றையும் பற்றிய அறிவுள்ள படித்த பெண் இருக்கிறாள். படிக்காத அந்தப் பெண் எதற்காக எல்லாச் சரண்டல்களையும் சகித்துக்கொள்கிறாள் என்பதைப் பற்றிய கோபம் 'அறிவார்ந்த' பெண்ணுக்கு இருக்கிறது. ஆனால், அதே நிலைமை தனக்கு ஏற்படும்போது, அவளுக்கு அப்படிப் பட்ட கோபம் வருவதேயில்லை. கணவன் தனக்கு இழைக்கும் அநியாயத்தைப் பற்றிய தெளிவான புரிதலுக்குப் பிறகும் அவனுடனான தாம்பத்தியத்தை மீண்டும் தொடரும் தீர்மானம் எதைக் காட்டுகிறது? தன் உரிமைகள் நிராகரிக்கப்படுவதைத் தெரிந்து கொண்டாலும், அறிவு அந்நிலைமையை மாற்றாது என்னும் ஞானோதயமே பெண் வாழ்க்கையின் துயரத்தை மேலும் ஆழப்படுத்துகிறது. இறுதியில் கல்விகற்ற நாயகி எடுக்கும் தீர்மானங்கூட எளியதும் இயல்பானதும் என்பதைவிட அது எவ்வளவு தவிர்க்க முடியாதது என்பதை இக்கதை

முடிவாகச் சொல்கிறது. அது 'அவளது' தீர்மானமல்ல, தேர்வுமல்ல. மாறாகச் சூழ்நிலை அவள் வாழ்க்கைக்குத் தந்த தீர்மானம்.

சாரா அபூபக்கரின் முஸ்லிம் சிறுமி பள்ளியில் படித்தது கலாபூர்வமாக மிகச் சிறப்பான கதையாக இல்லாமல் இருக்கலாம். ஆனால், அது சொல்லவரும் உண்மையின் கனமே அதைக் கன்னடத்தின் முக்கியக் கதைகளில் ஒன்றாக்கி யுள்ளது. அதுவரைக்கும் நமக்கு ரகசியமாகவும் பரிச்சயமற்று மிருந்த முஸ்லிம் பெண்ணுலகத்தின் அதிர்ச்சியூட்டும் உண்மைகளை முதலாவதாகப் பதிவுசெய்தவர் சாரா.

பள்ளிக்குச் செல்லும் சாதாரணமான காரியம் முஸ்லிம் சிறுமியொருத்தியைப் பொருத்த அளவில் அசாதாரணமான செயல்பாடாவதைக் கதை சித்தரிக்கிறது. தன் சமூகத்தவர் களின் எதிர்ப்புக்கு இடையிலும் மகளைப் பள்ளிக்கு அனுப்பும் தந்தையின் தீர்மானம், குடும்பத்தவர்களின் ஆதங்கம், சிறுமியின் மகிழ்ச்சி, பெருமை எல்லாம் கதையில் கண்ணைக் கட்டிப்போடும்படியாகச் சித்தரிக்கப்பட்டுள்ளன.

மனிதனின் அடிப்படை உரிமைகளில் ஒன்றென இன்று நாம் புரிந்துள்ள கல்வி முஸ்லிம் சமூகத்தில் பெண் குழந்தை களுக்குத் தடைசெய்யப்பட்டிருந்தது என்னும் அப்பட்டமான உண்மை நம்மைத் தாக்குகிறது. ஆக்ரோசப்படாமல் கசப்பான உண்மையைக் கவலையற்றுச் சொல்லும் கதை பெண் வாழ்க்கையின் முடிவற்ற துயரங்களுக்கு முகங்காட்டி நிற்கிறது. இயல்பான ஒன்றுக்காகவுங்கூடப் பெண் நடத்த வேண்டிய போராட்டத்தின் துயரத்தைச் சாரா இதில் சொல்லியிருக்கிறார்.

கன்னடத்தின் மற்றொரு முக்கியமான பெண் எழுத்தாளர் பானு முஷ்தாக். ஒருமுறை பெண்ணாகு பிரபுவே கதையின் காரணமாக அவர் தன் சமூகத்தின் அடிப்படைவாதிகளால் பகிஷ்காரத்தை எதிர்கொள்ள வேண்டியிருந்தது. கதையின் தலைப்பே அவர் தொடுக்கும் கேள்வியின் தீவிரத்தைச் சொல்கிறது. தன் வாழ்க்கையையும் ஆளுமையையும் குறித்துச் சமூக அமைப்பில் மாற்றங்கள் ஏற்படலாம் என்பதைப் பற்றி எந்த உறுதியும் இல்லாதவள் கடவுளையே இப்படி வேண்டுவது பரிகாசத்தின் உச்சமாகத் தெரிகிறது. பெண்ணின் வலியை, துன்பத்தை, ஆதங்கத்தை இறுதியில் கடவுளாவது புரிந்து கொள்ளும் சாத்தியமிருப்பது பெண்ணாவதன் மூலம் மட்டுமே என்னும் பானுவின் நிலைப்பாட்டுக்குப் பல பரிமாணங்களிருக் கின்றன. ஆணானவன் – தந்தை, கணவன், மகன் என – முடிவெடுக்கும் எந்தப் பாத்திரத்திலும் பெண்ணைப் புரிந்து

கொள்ள முயல்வதே இல்லை. அவற்றிலெல்லாம் தான் 'ஆண்' என்னும் மமதையே பெண்ணைக் குறித்த தோரணையைத் தீர்மானிக்கிறது. இக்கதையின் பிரார்த்தனைத் தொனியில் அமூர்த்தம் எனச் சொல்லத் தக்க போராட்டமும் இருக்கிறது.

சாரா, பானு இருவரது கதைகளும் பெண்ணியக் கருத்தாடலின் இரண்டாம் கட்டத்தைப் பிரதானமாகப் பிரதிநிதித்துவப் படுத்தினால், நேமிசந்திரா மூன்று மற்றும் நான்காம் கட்ட உணர்வுக்கூறுகளின் பிரதிநிதி. அவருடைய புதிய பிறப்பு கதை சந்தேகமில்லாமல் புதிய பெண்ணைக் கட்டமைக்க முயலும் கதை. பெண்ணுக்கென நிறுவப்பட்டுள்ள வாழ்க்கையைவிடத் தான் தேர்ந்தெடுக்கும் வாழ்க்கையை இக்கதையின் நாயகி விரும்புகிறாள். எந்தத் தாய்மை பெண்ணுக்கு இறுதியான ஈடேறும் நிலை என்று நம்ப வைக்கப்பட்டிருக்கிறதோ அதையே இது எதிர்த்து நிராகரிக்கிறது. ஆனால், புதிய பெண்ணின் போகும்போதும் வரும்போதும் அறுக்கும் கணங்களை நேமிசந்திரா அடுக்கடுக்காகப் படம் பிடிக்கிறார். பெண் வாழ்க்கையின் புதிய மாற்றங்கள் உடனிருப் பவர்களைவிடத் தனக்கே ஏற்படுத்தக்கூடிய துவந்தங்களையும் அதிலிருந்து விடுபடப் பெண் நடத்த வேண்டிய போராட் டத்தையும் நேமிசந்திரா நேருக்கு நேர் சந்திக்கிறார். நாகவேணி, அப்படிப் பார்த்தால், பெண் எழுத்தாளர்களின் புதிய திசைப் பிரதிநிதி. சுயபச்சாதாபமில்லாத, துக்கத்தையும் துன்பத்தையும் பெருமிதமாக எதிர்கொள்ளும் பெண்ணின் வாழ்க்கையைக் குறித்த பார்வையொன்று இவர் எழுத்தில் தொடர்ந்து இடம் பெறுகிறது. இவரது நான்காம் தண்ணீர் இப்படிப்பட்ட கதை. இயற்கையும் சமூக அமைப்பும் இணைந்து பெண் வாழ்க்கையைக் கட்டுப்படுத்தக் கைக்கொள்ளும் தந்திரங் களையும் அவள் இப்படித்தான் இருக்க வேண்டும் என்பதை ஆண் அவள்மேல் திணிக்க நடத்தும் முயற்சிகளையும் கதை ஓவியமாகத் தீட்டுகிறது. மனைவியின் மீதான அன்பும் ஆணை அவ்வாறான முயற்சிகளிலிருந்து விலக்கிவைப்பதில்லையே என்னும் ஆதங்கம் கதையில் அடர்த்தியாகப் பரவியிருக்கிறது. ஆண் – பெண் உறவின் கட்டமைப்பு, ஏற்ற இறக்கங்கள், கணத்துக்குக் கணம் மாறும் உறவின் பரிமாணங்கள் ஆகியவை கதையை ஆழப்படுத்துகின்றன.

பி. டி. ஜானவி நிச்சயமாகக் கன்னடத்தின் தைரியமான பெண் எழுத்தாளர். இங்குத் தைரியம் என்பது வழக்கமான அர்த்தத்தில் அல்ல. வாழ்க்கையின் முடிவுறும் கணங்கள் என்று நம்பும் பல சந்தர்ப்பங்களில் பெண்ணையும் அவள் வலிமையையும் அழித்துக் கத்தும் சமூக அமைப்பின்

குரூரங்களை எதிர்க்கும் வேறொரு தடத்தை ஜானவி எப்போதும் தேடுகிறார். அந்தக் குரூரங்களைக் குறித்த தன் பார்வையை மாற்றிக்கொள்வதே இறுதியில் மீந்திருக்கும் வழியாகவும் அதுவே வாழ்க்கையின் எதார்த்தமோ என்னவோ என்றும் இவருக்குத் தோன்றுகிறது. ஒழுக்கக்கேடு எனச் சொல்லப் படுவதைப் பற்றிய ஜானவியின் பார்வையில் இது தெளிவாக உள்ளது. எது ஆணைப் பொருத்தமட்டில் இயல்பானதென்றும் பெண்ணைப் பொருத்த அளவில் குற்றம் எனவும் நம்பப் படுகிறதோ அதன் அடிப்படையையே இக்கதை கேள்விக்குட் படுத்துகிறது. வாழ்க்கையின் இயல்பான இன்பங்களுக்கான தன் உரிமையைப் பெண் தேடுவதோ அடைவதோ அடைந்து துய்ப்பதோ எப்படித் தவறு என்னும் கேள்வியை இந்தக் கதை தொடுக்கிறது. அதுமட்டுமல்ல, அதை அடையாம லிருப்பதே தவறோ என்னும் நிலைப்பாட்டையும் இந்தக் கதை வந்தடைகிறது. உலகம் அதை விபச்சாரம் என அழைக்கட்டும், பார்வையாலேயே கொன்றுவிட முயலட்டும், இறுதியில் தள்ளிவைக்கட்டும். ஆனால், வாழ்க்கையின் அடிப்படை இன்பத்திற்கு முன் அவையெல்லாம் துச்சம் எனத் தோன்றிவிடுகின்றன கதையின் நாயகிக்கு.

சுநந்தா கடெமயின் *பிஞ்சுப் பாதத்தின் அடையாளம்* பெண்ணின் வாழ்வுடன் இணைந்த உரையாடலின் வேறு தடங்களைத் தேடும் முயற்சி. மேலோட்டமாகப் பெண்ணின் வாழ்க்கையைப் பொருத்த அளவில் இவருக்கு எந்த இலட்சியமும் இல்லை எனத் தோன்றுகிறது. ஆனால், வாழ்க்கையின்பத்தின் மூலங்களை இவர் தேடும் தீவிரமே கதைகளுக்கு வலிமை யையும் அழகையும் தருகின்றன. இவர் கதைகளுக்குச் சமகாலச் சூழலில் அதிக முக்கியத்துவம் கிடைத்திருப்பதே இதன் காரணமாகத்தான். *பிஞ்சுப் பாதத்தின் அடையாளம்* இப்படியான ஒதுக்கப்பட்ட, துச்சமாகக் கருதப்பட்ட இன்பத்தின் மூலங்களைத் தேர்ந்து ஆராதிப்பதில் ஈடுபாடுகொண்டுள்ளது. வாழ்க்கையை அதன் சூட்சுமங்களில், விவரங்களில் பிடிப்பதன் மூலமே பெண்ணின் ஆளுமையின் வலிமையை அதிகரித்துக் கொள்ளும், வாழ்க்கையைத் தன் கட்டுப்பாட்டுக்குள் கொண்டு வரும் வேட்கை இவர் கதைகளுக்கு உள்ளது.

சுமங்கலா வாழ்க்கையின் பின்னல்களைச் சூட்சுமமாகக் கவனிக்கும் எழுத்தாளர். நெகிழ்வு இவர் கதைகளின் மூலப் பண்பு. வாழ்க்கையோடு சேர்த்து இவர் நடத்தும் சோதனைகளை ஆக்ரோசமில்லாத மென்மையான குரலில் சொல்கிறார். *ஆலங்கட்டி* கதையில் சுமங்கலா மனித உறவுகளின் மூலமே வாழ்வு மலர்வதையும் சுருங்குவதையும் அடையாளப்படுத்திக் கொண்டே செல்கிறார். எப்படிப்பட்ட ஏற்ற இறக்கங்களுக்கு

இடையிலும் வாழ்க்கையை ஈடேற்றும் உறவுகளுக்கான தேடல் என்பது நிரந்தரமாக இருந்தே தீரும் என்பதை இக்கதை சித்தரிக்கிறது. நிதானம் சுமங்கலாவின் நிரந்தரப் பண்பு.

எம். எஸ். வேதா அடிப்படையில் கிராமிய வேர்களைக் கொண்ட எழுத்தாளர். பெண்ணின் திடத்தனத்தின் மூலத்தையும் அவள் வாழ்க்கையைக் கட்டமைக்கும் வலிமையையும் திரும்பத் திரும்ப மனத்தில் பதிந்துகொள்ள முயல்பவர். பெண்ணின் பெருமையை எந்தச் சுரண்டலும் குறைத்துவிடாது என்னும் நம்பிக்கையின் மையத்தில் இவர் எழுத்து இயங்குகிறது.

இந்தப் பத்துக் கதைகளின் மூலம் கட்டமைக்கக்கூடியது சுயபச்சாதாபமற்ற, 'பெருமித' வாழ்க்கையை நம்பும், சுய அடையாளத்தைத் தேடும், இயலாமையிலும் உதட்டைக்கடித்து அழுகையை விழுங்கித் தைரியமாக வாழ்க்கையை எதிர் கொள்ளும் பெண்ணின் உலகமாக இருக்கிறது. இந்தப் பெண் சமூக அமைப்பின் மீது அளவற்ற பரிகாசம் மற்றும் நிராகரிப்பு, புதிய தேர்ந்தெடுப்புகளைப் பற்றிய மகிழ்ச்சி, வாழ்க்கையை எதிர் கொள்ளும் மனோதிடம் ஆகியவற்றையும் கொண் டிருக்கிறாள். இறுதியாக இந்தத் தொகுப்பு சாதிப்பது வாழ்க்கை பெரிது என்னும் அடிப்படை உண்மையை.

முக்கியமான செயல்பாடு ஒன்றில் என்னையும் பங்கு கொள்ளவைத்த நஞ்சுண்டன் அவர்களுக்கு என் நன்றி. தமிழ் வாசகர்கள் இந்தத் தொகுப்பை அன்போடு ஏற்றுக்கொள்வார்கள் என்னும் உறுதி எனக்கிருக்கிறது.

ஜூலை *2007*
சிவமொக்கா

ஆஷாதேவி

○ ○ ○

அக்கா

அக்கமகாதேவி அல்லது அக்கா என்னும் சொல் கன்னட மனத்தைப் புல்லரிக்கவைக்கிறது. இந்தப் புல்லரிப்புக்குக் காரணம், சுமார் 700 ஆண்டுகளுக்கு முன்னால் கர்நாடகத்தில் பிறந்து, மரபை நிராகரித்து, சிவபெருமானைத் தன் காதல னாக்கிக்கொண்டு அற்புதமான கவிதைகளை, அதாவது வசனங்களை, படைத்த பெண் அக்கமகாதேவி. கன்னட மனசுக்குப் பிடித்தமானது இவளது தைரியமா அல்லது கவிதையா என்பதைச் சொல்வது கடினம்.

12ஆம் நூற்றாண்டில் சிவமொக்காவுக்கு அருகிலுள்ள உடுத்தடியில் பிறந்த அக்கமகாதேவி பிள்ளைப் பருவத்தி லிருந்தே ஜகதீஸ்வரனாகிய சிவபெருமானைப் புகழ்ந்தாள், ஆராதித்தாள். தன் பால்யத்தைச் சிவ வழிபாட்டிலேயே கழித்தாள். கௌசிகன் என்னும் அரசனுடன் பலவந்தமாகத் திருமணம் நடந்தபோது அந்த உறவை ஏற்றுக் கொள்ளாமல் தன் ஆடையைக் கிழித்தெறிந்துவிட்டு நடந்தாள். ஸ்ரீசைலத்தின் வாழைத் தோட்டத்துக்குப் பயணப்பட்டு அந்தப் பயணம் முழுவதும் இனிய மல்லிகார்ஜுனன் என்று தான் அழைத்த சிவனைக் குறித்துப் பாடியவாறு இறுதியில் அவனிடம் ஐக்கியமானாள். இது அக்காவின் கதை. இந்தக் கதையில் உண்மை எவ்வளவு? பொய் எவ்வளவு? அக்கமகாதேவி உண்மையிலேயே தன் ஆடையைக் கிழித்தெறிந்தாளா? வரலாற்றுப் பார்வையில் இவை எல்லாம் உண்மையா? இப்படிப்பட்ட வினாக்கள் அறிவுஜீவிகளுக்கே இருக்கட்டும்!

இங்கு நான் அக்கமகாதேவி பிரதிநிதித்துவப்படுத்தும் ஆற்றலையும் இன்றைக்கும் இலக்கியம் படைக்கும் பெண்களின் மேல் அவள் ஏற்படுத்தும் பாதிப்பையும் பற்றிச் சில விஷயங்களைச் சொல்ல விரும்புகிறேன்.

அண்ணா நான் பெண்ணல்ல
அண்ணா நான் வேசியல்ல!
மலப் பானை, மூத்திரக் குடுவை

எலும்புப் படல், சீழ் நாற்றம்
எரியட்டும் தேகம்
உடலைப் பற்றிக்கொண்டு பாழாகாதே
இனிய மல்லிகார்ஜுனனை அறியாத அசடே!

இப்படிச் சொல்லித் தன்னைக் கேவலம் பெண்ணாகப் பார்த்த சமூகத்துக்கு அக்கா சவால்விட்டாள். ஆண்களை நிராகரித்து, இனிய மல்லிகார்ஜுனனைக் கணவனாக வரித்துச் சரணசதி – லிங்கபதி உணர்வில் தீவிரமான நிலையை விரும்பினாள். ஆணாதிக்கச் சமூகம் ஒன்றில் பெண் ஒருத்தி இப்படி வாழும் தைரியத்தை வெளிப்படுத்தினாள் என்பதே அவளுக்குப் பிறகு வந்த பல பெண்களுக்கு முன்னுதாரணம். அவள் ஆளுமை வெளிப்படுத்தும் தைரியமும் அவள் வசனங்கள் வெளிக்காட்டும் உணர்வுகளின் சாரமும் அவளை அமரத்துவப்படுத்தியிருக் கின்றன.

அக்கமகாதேவி இனிய மல்லிகார்ஜுனனைக் காதலித்த நிலை எந்த ஒரு பெண்ணும் தன் கணவனைத் தீவிரமாகக் காதலிக்கும் நிலைக்குக் குறியீடு.

பசியெடுத்தால் பிச்சைச் சோறுண்டு
தாகமெடுத்தால் ஏரி கிணறுகளுண்டு
தூக்கத்துக்கு பாழடைந்த கோயில்களுண்டு
ஆன்ம உறவுக்கு நீயெனக்குண்டு

என அக்கா சொல்லும் இந்த ஆன்ம உறவுக் கற்பனை அற்புதமானது. ஆன்ம உறவு என்பது ஒரு ஜீவன் மற்றொன்றுக்குத் தரும் மிக உயர்ந்த அவஸ்தை. மனிதன் உடல் இச்சை கொண்ட மிருகம். ஆனால், ஆன்மா இன்னொரு ஆன்மாவுடன் இணைய உடல் இச்சையை மீறிய காதல் தேவை. உடல் இச்சையையே காதல் எனக் கருதி விலங்கு களைப்போல அழியும் மனங்களுக்கு ஆன்ம உறவை அறிமுகப் படுத்தியவள் அக்கமகாதேவி. அவளது இந்த நிலைப்பாடு ஒரே சமயத்தில் ஆணுக்கு எதிரானதும் காதல்வயப்பட்டதும் ஆகும். அவள் எதிர்ப்பைக் காட்டியது பெண்ணை விலங்கைப் போல நடத்தும் ஆணாதிக்கச் சமூகத்துக்கு. காதலைக் காட்டியது ஆன்ம உறவு என்னும் கனவின் இனிய மல்லிகார்ஜுன னிடம். மனத்தில் அபாரமான காதலும் எழுத்தில் அபாரமான தைரியமும் சேர்ந்து அக்கமகாதேவி என்னும் ஆளுமையை வடிவமைத்தன. இதனால்தான், அக்காவுக்குப் பிறகு வந்த எல்லாக் கவிதாயினிகளும் ஒருமுறையேனும் அவளை நினைத்துக்கொள்கிறார்கள். அக்காவின் தைரியம் தங்களுக்குச் சாத்தியமில்லை எனக் கருதுகிறார்கள். கன்னடத்தின் சிறந்த எழுத்தாளர்களில் ஒருவரான வைதேகி தங்கையின் சொற்கள் என்னும் கவிதையில்

தினந்தோறும் கொள்ளு வேகவைக்க வேண்டும்
அடுப்புக்கு முன்னால் இருக்க வேண்டும்
நந்தா தீபத்தைப் போல . . .
. . . வாழைத் தோட்டத்தின் கதையைக் கேட்டிருந்தாலும்
பொறுத்துக்கொள்ள வேண்டும் . . .

என்கிறார்.

அக்காவைப் போல ஆடை களைந்து வாழைத் தோட்டத்துக்குச் செல்வது எல்லாப் பெண்களுக்கும் சாத்தியமா? அதனால்தான், நாலைந்து வாழைக் கன்றுகளை வளர்ப்பதன் மூலம் அக்காவின் நினைவையும் ஆற்றலையும் பசுமையாகத் தக்கவைத்துக் கொள்கிறோம் என்று வைதேகி சொல்கிறார். எல்லாப் பெண் களின் அடிமனசிலிருக்கும் விடுதலைக்கும் காதலுக்குமான வேட்கைக்கு அக்கா ஒரு வகையில் குறியீடு. அதாவது அக்கா பெண்ணின் ஜீவநாடியையே பாதித்திருக்கிறாள் என்று பொருள்.

தீவிரமான காதல் அல்லது ஆன்ம உறவை விரும்பியது அவளது ஆளுமையின் ஒரு பக்கமென்றால், பசவண்ணர், அல்லம பிரபு முதலான தன் சமகாலத்து முன்னணி வசனக் காரர்களுடன் சரிசமமாக நின்று வாதிட்டு வென்றது இன்னொரு பக்கம். இனிய மல்லிகார்ஜுனன் மேல் தான் கொண்ட பக்தி மெய்யென்று நிரூபிக்க வேண்டிய சோதனையை எதிர்கொண்டபோது, அதில் வென்றவள் அக்கமகாதேவி. காமத்தைச் சுட்டெரித்து உடல் இச்சையைக் கடந்த ஐக்கியத்தைத் தான் விரும்பியது உண்மை என்று அவள் நிரூபித்தாள். கின்னரி பொம்மையா என்பவன் அவள் யோனியில் கைவிட்டு அங்கே பஸ்மம் இருந்ததேயல்லாமல் ஆணைக் கூடும் விருப்பம் இல்லை என உறுதிப்படுத்திக் கொண்டான் என்னும் கதை சொல்லப்படுகிறது. கதை நிஜமா? பொய்யா? அது வேறு விஷயம்! ஆனால், பெண்ணொருத்தி பக்தி மார்க்கத்தைப் பின்பற்றும்போதுங்கூட எப்படிப்பட்ட சோதனைகளை எதிர்கொள்ள வேண்டியிருக்கிறது என்பதை இக்கதை தெளிவுபடுத்துகிறது.

அக்கமகாதேவியின் வாழ்வில் எதிர்ப்பட்ட சோதனைகள், தைரியம், நல்லொழுக்கம் ஆகியன அவள் ஆளுமையைப் பிரகாசிக்கவைத்திருக்கின்றன. அவள் இறந்து 700 வருடங் களானாலும் அவளைப் பற்றிய ஆர்வம் குறையவில்லை. ஆணாதிக்கச் சமூகத்தில் குரலில்லாதிருந்த பெண்ணின் குரலாக, முகமில்லாதிருந்த பெண்ணின் முகமாக, ஆளுமையற் றிருந்த பெண்ணின் ஆளுமையாக, பெண்ணின் பெரும் சாத்தியப்பாட்டின் குறியீடாக அக்கமகாதேவி விளங்கினாள். இன்றும் பிரகாசிக்கும் அவளது இந்த ஆளுமைக்கு வசன

இலக்கியத்தின் எழுச்சி போதிய பின்புலத்தைத் தந்திருக்கலாம். சிந்தனை முறையையும் அது அவளுக்குக் கற்பித்திருக்கலாம். தேய்ந்துபோன சொற்களைக் கைவிட்டுப் புதிய கவிதை உருவாகுமாறு அக்கமகாதேவி புது ஆளுமையாக வடிவம் கொண்டாள். குடும்ப உறவைத் துறந்து தீவிரமான தவத்துக்குப் புறப்பட்ட அவளது வழி எல்லாப் பெண்களுக்கும் சாத்தியப் படாமலிருக்கலாம். ஆனால், இப்படி ஒரு பெண் இருந்தாள், அவளிடம் இப்படிப்பட்ட ஆற்றல் இருந்தது என்பதே இனிவரும் ஏராளமான பெண்களுக்குத் தூண்டுதலாக இருக்கும்.

சாவற்ற, கேடற்ற, வடிவமற்ற
அழகனுக்கு நானொப்பினேன்
எல்லையற்ற உன்னதனுக்கொப்பினேன்

என்னும் அக்கா, பெண் வாழ்வின் எல்லையை விஸ்தரித்தது உண்மை. பெரிய அக்காவின் நடவடிக்கை வீட்டிலுள்ள எல்லோருக்கும் முன் மாதிரி என்னும் சொல் வழக்குக்கு எடுத்துக்காட்டாக அக்கமகாதேவியைக் கூறலாம். எழுதத் தொடங்கும், அதன்மூலம் வாழத் தலைப்படும், எல்லாப் பெண்களுக்கும் அக்கமகாதேவி உண்மையாகவே அக்கா தான்.

எல். ஜி. மீரா

திரும்பிப் போனாள்

வீணா சாந்தேஷ்வரா

மிகவும் சின்னவளாயிருந்த தினங்களிலிருந்தே லட்சுமிக்கு இமாம்பீயின்[1] நினைவு பசுமையாயிருக்கிறது. லட்சுமி பிறப்பதற்கு முன்பே, அவளுடைய அம்மா திருமணமாகி வந்ததிலிருந்தே இமாம்பீ இந்த வீட்டில் பெருக்குவது, துணிமணி துவைப்பது, தானியங்கள் புடைப்பது முதலான எல்லா மேல்வேலைகளையும் செய்துகொண்டு, வேலைக்காரியாயில்லாமல் குடும்பத்தில் ஒருத்தியாகி எல்லோருக்கும் நெருக்கமாயிருக்கிறாள். லட்சுமி நர்ஸரி ஸ்கூலுக்குப் போய்க்கொண்டிருந்த காலத்தில் அவளைத் தூக்கிக்கொண்டுபோய் ஸ்கூலில் விடுவதும் திரும்ப அழைத்துவருவதும் இமாம்பீயின் வேலைகளாகவே இருந்தன. எவ்வளவோமுறை அப்பாவும் அம்மாவும் சண்டைபோட்டபோது, அப்பா வெளியே போன பிறகு, அம்மா முறையிட்டு அழுது சமாதானம் அடைந்துகொண்டிருந்ததும், இமாம்பீயிடம். அம்மாவுக்கு மூன்றாம் பிரசவமானபோதும், மலேரியாக் காய்ச்சல் வந்து நிலைமை மிகவும் கவலைக்கிடமானபோதும் இரவு பகலாக அவளது படுக்கைக்குப் பக்கத்தில் உட்கார்ந்து பணிவிடை செய்தவள் இமாம்பீயே. வயலை விற்ற பணத்தில் அப்பா மிகுந்த உற்சாகத்தோடு நகரத்தில் வீடு கட்டியபோது மாதக்கணக்கில் இரும்பு, சிமெண்ட், கல் போன்றவற்றுக்குக் காவலிருந்து, ஆள்களை மேற்பார்வையிட்டு, தளத்துக்குத் தண்ணீர்விட்டதுங்கூட இந்த இமாம்பீயே. இப்படியெல்லாம் அந்த வீட்டின் சிறியவர், பெரியவர் அனைவர் வாழ்விலும் தவிர்க்க முடியாத பகுதியாகிவிட்டிருந்தன இமாம்பீயின் வாழ்வும் அவளது சுகதுக்கங்களும்.

அப்படியாக அந்த வீட்டில் இருந்தவர்களுக்கெல்லாம் இமாம்பீயின் மீது அனுதாபம். தொட்டிலுக்குப் பாஸிங்கம்[2] கட்டிக்கொண்டிருந்த இமாம்பீ பெரியவளாகி, கணவனின் வீட்டிற்கு வாழ்வதற்காக முதலில் வந்தபோது, அவளுக்குப் பதினான்கு வயதாம். பதினைந்தாம் வயதில் அவளுக்கு ஒரு மகள் பிறந்தாளாம். அதே வருடம் நாட்டையே நடுங்கவைத்த பிளேக்குக்கு இரையாகி அவளுடைய கணவன், அத்தை, மாமா எல்லோரும் இறந்துபோனார்களாம். அங்கே இங்கே வீட்டு வேலை, கூலி வேலை செய்து மகளை வளர்த்துத் தன் சகோதரன் வீட்டில் திருமணம் செய்து கொடுத்தாள் இமாம்பீ. அந்த மகள் பதினாறு, பதினேழு வயதில் ஒரு பெண்ணைப் பெற்று மகப்பேற்றுக் காய்ச்சல் வந்து கண்ணை மூடினாள். அவளல்லாமல் இன்னும் இரண்டு மனைவிகள், நாலைந்து குழந்தைகளிருந்த அந்த மருமகனின் வீட்டில் அந்தக் கைக்குழந்தையை விட முடியாமல் இமாம்பீ எடுத்துவந்து வளர்த்தாள். இப்படிப் பிழைத்து வளர்ந்த அவளுடைய பேத்தி ஹமீதாபானு மிகவும் அழகான சிறுமி. பண்டிகை, விசேஷ தினங்களில் பாட்டியுடன் அவள் வீட்டுக்கு வரும்போது லட்சுமி ஆச்சரியத்தோடு அவளைப் பார்த்துக்கொண்டிருப்பாள். ஹமீதாபானுவின் வில்லைப் போன்ற புருவங்கள், அகலமான பெரிய கண்கள், நேரான மூக்கு, அழகான உடற்கட்டு, வெள்ளை நிறம் எல்லாம் சேர்ந்து லட்சுமிக்கு அவள் வரலாற்றுப் புத்தகத்தின் சித்தூர் ராணி பத்மினியைப் போலத் தெரிந்தாள். இந்தச் செல்லப் பேத்தியின் வாழ்வை ஒரு நல்ல நிலைக்குக் கொண்டுவருவது இப்போது கிழவி இமாம்பீக்கிருக்கும் ஒரே குறிக்கோள், ஆசை.

பலமுறை தன் அம்மாவிடம் இமாம்பீ சொன்னதை லட்சுமி கேட்டிருந்தாள். 'பாக்கறதுக்குப் பேட்டி அழகா இருக்கறா. படிச்ச ஒழுக்கமான பையனாப் பாத்துக் கல்யாணம் பண்ணி வையிங்க அம்மா. ஒரே பொண்டாட்டிய நம்பியிருக்கற பையனாப் பாருங்க அம்மா. ஐயாகிட்டயும் சொல்லுங்க. ஒங்க காலவுளுந்து கும்புடறேன்.' இந்த விஷயத்தில் உதவுவதாக லட்சுமியின் அம்மாவும் உறுதியளித்திருந்தாள்.

ஆனால் ஹமீதாபானுவின் விதி வேறாக இருந்தது. ஒருமுறை இமாம்பீயின் தம்பி வீட்டில் அவன் பேரப்பிள்ளைகளின் திருமணமென்று ஹமீதாபானு பதினைந்து தினங்களுக்கு முன்பே பெள்காமுக்குச் சென்றாள். திருமணத்தின்போது போனால் போதும் என்று இமாம்பீ பின்தங்கினாள். ஆனால் அந்தத் திருமணத்திற்கு இரண்டு தினங்களிருந்தபோது, துணி துவைக்கும் கல்லுக்குப் பக்கத்தில் விழுந்து இமாம்பீக்கு இடது கால் எலும்பு முறிந்துபோனது. அப்போது அவளுக்கு

வயதாகியிருந்ததால் லட்சுமியின் வீட்டு வேலைக்கு வேறொருத்தி வந்துகொண்டிருந்தாள். ஆனாலும் இமாம்பீயின் கால் முறிந்த செய்தியைக் கேட்டு லட்சுமியின் அப்பா அவளது வீட்டிற்குச் சென்று மருத்துவமனைக்கு அழைத்துப்போய்ப் பிளாஸ்டர் போட்டு, அவளது மருத்துவச் செலவையெல்லாம் பார்த்துக் கொண்டார். திடமான உடலோடிருந்த கிழவியால் ஒரு மாதத்திற்குள்ளாகவே சுதாரித்துக்கொண்டு நொண்டியபடி நடமாட முடிந்தது. பேத்தியை ஒருபோதும் அத்தனை நாள் பிரிந்திராத இமாம்பீ தனக்குக் கொஞ்சம் சரியானவுடனே, முதலில் பேத்தியை அழைத்துவரப் பெள்காமுக்கு ஓடினாள்.

போகும்போது அவள் அம்மாவிடமிருந்து பஸ் செலவுக் காகப் பணம் பெற்றது லட்சுமிக்கு நினைவிருக்கிறது. இரண்டு தினங்களுக்குப் பிறகு நெஞ்சில் அடித்துக்கொண்டு இமாம்பீ திரும்பி வந்தபோதிருந்த கோலத்தை லட்சுமியால் என்றைக்கும் மறக்க முடியாது. இமாம்பீயின் புலம்பலைக் கேட்டு என்ன வாயிற்றோ என்னும் கலவரத்தில் வெளியே வந்த குடும்பத் தாருக்கெல்லாம் அவள் அல்லாவின் பேரால் யாருக்கோ சாபம் கொடுத்துக்கொண்டு, பலமாக அழுதபடி சொன்ன கதையிலிருந்து புரிந்தது இப்படி: அவளுடைய தம்பி ஹுசேன் சாயபுவின் பேரப்பிள்ளைகள் திருமணத்திற்கு எங்கிருந் தெல்லாமோ நிறைய உறவினர்கள் வந்திருந்தார்கள். அவர்களில் ஒருவன்தான் லக்னோவில் துணி வியாபாரியாயிருந்த மகம்மது கௌஸ் என்னும் நடு வயதைத் தாண்டத் தொடங்கியிருந்த சோக்குப் பேர்வழி. பெள்காமில் துணி வியாபாரியாயிருந்த இமாம்பீயின் தம்பிக்கும் மகம்மது கௌஸுக்கும் தூரத்துச் சொந்தம் மட்டுமல்லாது வியாபாரச் சினேகிதம் வேறு. திருமண வீட்டில் எல்லார் கண்களையும் விரியச் செய்தபடி நடமாடிக்கொண்டிருந்த ஹமீதாபானுவின் மேல் மகம்மது கௌஸின் கண் விழுந்தது. கஞ்சனாயிருந்த கிழவன் ஹுசேன் சாயபுவுடன் வியாபாரம் குதிரச்செய்வதற்குக் கில்லாடியான கௌஸுக்கு அதிக நேரம் பிடிக்கவில்லை. ஐநூறோ அறு நூறோ ரூபாய் கைமாறியது. அதே முகூர்த்தத்தில் மகம்மது கௌஸுடன் ஹமீதாபானுவின் நிக்காஹ் நடந்துவிட்டது. இமாம்பீ, பாவம் கிழவி, இந்தப் பேத்தியின் திருமணத்தை நடத்த அவளால் முடியாது; ஹுசேன் சாயபு புண்ணியம் தேடிக்கொண்டான், அல்லா மெச்சும் காரியத்தைச் செய்தான் என்றார்கள் எல்லோரும். இன்னும் பதினெட்டைத் தாண்டாத அழகி ஹமீதா ஐம்பதின் எல்லையிலிருந்த கௌஸின் பீபியானாள். கூடியிருந்த ஜனங்களின் முன்னால் அழுது ஆர்ப்பாட்டம் செய்தாள் இமாம்பீ. மோசம் செய்து விட்டான் என்று தம்பிக்குச் சாபமிட்டாள். வேறென்ன,

அவள் பேத்திக்கு ஆபீசர் கணவனா கிடைப்பான்? உண்ண, உடுக்கப் போதுமான அளவு இருக்கிறது கௌஸ் சாயபுவுக்கு. லக்னோவில் இரண்டு கடைகள் இருக்கின்றன. வியாபரத்துக் காக இந்தியா முழுவதும் சுற்றுகிறான். திருமணத்துக்கு இரண்டு பட்டுப் புடவைகள் கொண்டுவந்திருக்கிறான். அரைப் பவுன் தங்கத் தாலி போட்டிருக்கிறான். எல்லாச் செலவையும் தானே செய்திருக்கிறான். இமாம்பீக்கும் ஹுசேன் சாயபுவின் மனைவிக்குங்கூட ஒவ்வொரு இளுக்கல்[3] புடவை சீர் செய் திருக்கிறான். வேறென்ன வேண்டும்? இப்படி உறவினர்களெல்லாம் இமாம்பீயின் ஆர்ப்பாட்டத்துக்குப் பதில் சொன்னார்கள். நிக்காஹ் முடிந்த பிறகு வேறென்ன செய்ய முடியும்? சங்கடத்தைப் பொறுத்துக்கொள்ள முடியாமல் இமாம்பீ பேத்தியின் மீது கோபக் கனலை வீசினாள். 'சண்டாளி, உனக்கென்ன கேடு வந்துச்சி? பாட்டி வர்றவரைக்கும் கல்யாணத்துக்கு ஒத்துக்க மாட்டேன்னு சொல்ல முடியலியா உன்னால? இதுக்கா உன்னை இத்தனை வருசம் கண்ணுல எண்ணெய்விட்டுக் காப்பாத்துனேன்? ஐயோ, கிளியை வளர்த்துப் பூனைகிட்டக் குடுத்தா மாதிரி ஆயிடுச்சே . . . .' பாவம், திருமணமான பிறகு பதினைந்து பதினாறு தினங்களில், முரட்டுக் கணவனின் கையில் சிக்கி, மிகவும் மெலிந்துபோயிருந்த ஹமீதா அழுத படியே சொன்னாள், 'எனக்கொன்னும் புரியல. அம்மிஜான், அப்பாஜான் இழுத்துட்டு வந்து உட்காரவைச்சாங்க. சரின்னு சொல்லுன்னாங்க. அம்மிஜான் வரட்டுன்னேன். அம்மிஜான் தான் சொல்லியனுப்பிச்சது, சரின்னு சொல்லுன்னாங்க. சொன்னேன். எனக்குக் கொஞ்சம் விஷம் கொண்டாந்து கொடுத்துடு அம்மிஜான், நான் செத்துப்போறேன் . . .' கிழவியின் இதயம் கரைந்தது. பேத்தியை அணைத்துக்கொண்டு, 'அல்லா நம்ம ரண்டு பேரையும் மோசம் பண்ணிட்டானே' எனக் கோவென்று அழுதாள். அழுது அமைதியானாள். வேறென்ன செய்வது? ஆனால் அவள் கோபம் தணியவில்லை. பேத்தியை அவள் கணவனோடு அனுப்புவதில்லை என்று திரும்ப ஹுப்ளிக்கே அழைத்துவந்துவிட்டாள்.

லட்சுமியின் அம்மாவும் அப்பாவும், 'ஐயோ பாவம், இப்படி நடந்திருக்கக் கூடாது' என்றார்கள். ஆனால் நடந்த பிற்பாடு என்ன செய்வது? அவளைக் கணவன் வீட்டிற்கு அனுப்புவதே நல்லது என்றார்கள். அக்கம்பக்கத்திலிருந்த நலம் விரும்பிகளும் அதையே சொன்னார்கள். இதற்குள் இமாம்பீயின் கோபம் இறங்கி விவேகத்தோடிருந்ததால் கௌஸை அனுப்பிவைக்குமாறு ஹுசேன் சாயபுவுக்குக் கடிதம் எழுதிப்போட்டாள். பேத்தியை லக்னோவுக்கு அனுப்பத் தயார்செய்தாள். அதுவரைக்கும் பெள்காமிலேயே இருந்த

கௌஸ் கடிதம் கிடைத்த உடனே ஓடிவந்தான். புதுமனைவியோடு ஒரு மாத காலம் அத்தையின்[4] வீட்டில் தங்கிச் சுகம் அனுபவித்தான். இனி வியாபாரத்துக்காகப் பம்பாய், புனா பக்கம் போகவேண்டுமென்றும் பிறகு லக்னோவிற்குப்போய் எல்லா ஏற்பாடும் செய்துவிட்டுத் திரும்பி வந்து மனைவியை அழைத்துப் போவதாகவும் சொல்லி ஒரு நாள் சூட்கேஸை எடுத்துக் கொண்டு போய்விட்டான்.

பின்னர் ஆறு மாதமாகியும் அவனைப் பற்றிய செய்தியே இல்லை. இமாம்பீ கலவரமடைந்து பெள்காமுக்குப் போய் ஹுசேன் சாயபுவைச் சண்டைக்குப் பிடித்துக்கொண்டாள். கௌஸ் தன்னுடைய நீண்ட கால நண்பன்; லக்னோவில் இருந்தது உண்மை; ஆனால் அவன் முகவரி தனக்கும் தெரியாது; ஆனால் பயப்படத் தேவையில்லை; அவன் இன்றில்லையேல் நாளை திரும்பி வரத்தான் போகிறான் என்றெல்லாம் அக்காவைச் சமாதானப்படுத்தினான் ஹுசேன் சாயபு. இமாம்பீ வாடிய முகத்தோடு ஹுப்ளிக்குத் திரும்பி வந்தாள். சொன்னபடியே, மகம்மது கௌஸ் திரும்பி வந்தான். ஆனால் ஆறு மாதம் கழித்து. அதாவது அவன் திருமணமாகிச் சென்று ஒரு வருடம் கழிந்த பிறகு. அந்த நேரம் ஹமீதாபானு மூன்று மாதப் பெண் குழந்தைக்குத் தாயாகியிருந்தாள். மனைவிக்குப் புடவையும் குழந்தைக்குத் துணிமணியும் வீட்டுக்கு இனிப்பும் கொண்டு வந்தான் கௌஸ். இமாம்பீக்கு ஒரு கம்பளி கொண்டுவந்தான். மீண்டும் ஒரு மாதம் சுகம் அனுபவித்தான். பிறகு பெள்காமுக்குப் போய்த் திரும்பி வருவதாகவும் அப்போது மனைவி, குழந்தையை அழைத்துப்போவதாகவும் சொல்லிக் கிழவியின் கையில் ஐம்பது ரூபாயைத் திணித்துவிட்டு மறுபடியும் போய்விட்டான்.

கிழவியும் பேத்தியும் காத்துக்கொண்டிருந்தார்கள். குழந்தை வளர்ந்தது. வயதாயிற்றென்று வேலைக்குப் போவதை நிறுத்தியிருந்த இமாம்பீ வயிற்றுப்பாட்டுக்காக மறுபடியும் வேலை தேடிக்கொண்டு போக வேண்டியதாயிற்று. காடுகளுக்கு அருகேயிருந்த ஊர்களுக்குப் பாசஞ்சர் ட்ரெயின்களில் சென்று கள்ளத்தனமாக விறகுச் சுமை கொண்டுவந்து விற்பது அவளது தினசரி வேலையாயிருந்தது. நாள் முழுக்க உழைத்ததற்குக் கிடைத்த பிரதிபலன் ஒன்றரை அல்லது இரண்டு ரூபாய். அதிகம்போனால் மூன்று ரூபாய். அதில் மாவைக் கிண்டிப் பாட்டி, பேத்தி இருவரும் அரை வயிறு உண்டு, லக்னோவின் பக்கம் பார்த்தபடி எப்படியோ நாளைக் கழித்து வந்தார்கள்.

அடுத்த வருடம் ஏறக்குறைய அதே சீசனுக்குக் கௌஸ் மறுபடியும் வந்தான். பிறந்து அப்போதுதான் மூன்று மாதமாகியிருந்த இரண்டாம் குழந்தையை முத்தமிட்டு, தான் கொண்டு

வந்திருந்த ஜரிகைச் சட்டையை அணிவித்தான். மீண்டும் ஒரு மாத காலம் சுகம் அனுபவித்தான். இமாம்பீ கடன் உடன் பட்டு மருமகனுக்குச் சப்பாத்தி, கச்சாயம், பிரியாணி, மீன் குழம்பு எல்லாம் செய்துபோட்டாள். ஆனால் அவன் புறப்பட்டு நின்றபோது மட்டும் மனைவியை ஏன் அழைத்துப்போகவில்லை என்று கறாராகக் கேட்டாள். முதலில் மேம்போக்கான பதில் சொல்லித் தப்பித்துக்கொள்ளப் பார்த்த கௌஸ், வேறு வழியில்லாமல் உண்மையைச் சொன்னான். லக்னோவில் அவனுடைய முதல் மனைவியும் ஒன்பது பிள்ளைகளும் இருக்கிறார்கள். இரண்டாம் மனைவியை அந்த வீட்டிற்கு அழைத்துவந்தால் அவனையும் இரண்டாம் மனைவியையும் சேர்த்து வெட்டிப் போடுவோமென்று அவள் அண்ணன்மார்கள் சொல்லியிருக்கிறார்கள். அதனால்தான், ஹமீதா இங்கேயே இருக்கட்டும் எனச் சொல்கிறானாம். அவனே வந்து போய்க் கொண்டிருப்பானாம். பின்னர் எல்லா நிலைமையும் அமைதி யாகி அனுகூலமான பிறகு அழைத்துப்போகிறானாம். செலவுக்குப் பணம் வேண்டுமல்லவா? ஆகட்டும், கொடுத்தனுப்புகிறானாம்.

இமாம்பீ மறுபடியும் ஆர்ப்பாட்டம் செய்தாள். அவன் மூதாதையர்களையெல்லாம் திட்டித் தீர்த்தாள். ஆனால் இந்த இரண்டு வருடங்களில் மிகவும் மூப்படைந்துவிட்டவளாகத் தோன்றிய ஹமீதா தன் பாட்டியைச் சமாதானப்படுத்தினாள். ‘பேசாமயிரு அம்மிஜான். என் தலையெழுத்தை அல்லா இப்படி எழுதியிருந்தா வேறென்னா செய்ய முடியும்?’ நிராதரவான அந்தப் பாட்டியாலும் பேத்தியாலும் வேறெதுவும் செய்ய முடியவில்லை. அதிலிருந்து அந்தக் குடும்பத்தின் வாழ்வு ஒரேயடியாகக் கீழிறங்கி வந்ததை லட்சுமி கண்டிருக்கிறாள். ஒவ்வொரு வருடமும் அவளுக்குக் கோடை விடுமுறைவிட்ட போது, ஹமீதாபானுவின் கணவன் ஊருக்கு வருவான். அப்போது அவளுக்கு மூன்று மாதக் குழந்தை இருக்கும். அவன் இங்கேயிருக்கும் பதினைந்து அல்லது இருபது தினங்களில் கிழவி, பேத்தி இருவரும் அங்கங்கே கடன் வாங்கிவந்தாவது அவனுக்குச் சமைத்துப்போட்டு அவர்கள் பட்டினியிருப்பார்கள். அவன் ஓய்வாக உண்டு, பீடி குடித்து, வெற்றிலைபாக்குப் போட்டுக்கொண்டு, சரக்சரக்கென்று செருப்புச் சத்தமெழ ஊரெல்லாம் சுற்றுவான். ஹிந்திப் படம் பார்ப்பான். நாட்டுச் சாராயம் குடிப்பான். லட்சுமியின் வீட்டிற்கும் வந்து அவளுடைய அப்பா அம்மாவுக்குச் சலாம் சொல்லி ஊருக்குத் திரும்பிச் செல்வான். ஹமீதாபானு மீண்டும் கர்ப்பமாவாள்.

இப்போது குழந்தைகள் அதிகமாகிவிட்டதால் ஹமீதா பானுவும் அவர்கள் இனத்து முதலாளிமார்களின் வீடுகளுக்குச் சமையல் வேலைக்குப் போகிறாள். ஆறு வயதுப் பெரிய

மகளை அவர்கள் இனத்தவரேயான ஓரு டாக்டர் வீட்டில் எடுபிடி வேலைக்குவிட்டிருக்கிறாள். அவள் கணவன் இப்போ தெல்லாம் வருடத்திற்கொருமுறை வரும்போது வெறுங்கையோடு வருகிறான். போகும்போது பணமும் கொடுப்பதில்லை. ஆனால் ஒவ்வொரு வருடமும் வந்து சில தினங்கள் தங்கிப்போகும் போதும் மனைவியைக் கர்ப்பமாக்க அவன் தவறுவதேயில்லை.

லட்சுமிக்கு இப்போது இவையெல்லாம் புரிகிற வயது. கல்லூரியின் விவாதமன்றங்களில் பெண்களுக்குச் சம உரிமை, விடுதலை தொடர்பாகப் பேசிப் பரிசு வாங்கும் அவளுக்கு இமாம்பீயினுடைய பேத்தியின் வாழ்க்கையைக் கண்டு பைத்தியம் பிடிக்கிறது. 'நீ ஏன் அவனைச் சேர்த்துக்கற ஹமீதா? பொண்டாட்டி பிள்ளைங்களுக்குத் தான் செய்ய வேண்டிய கடமையை உணராத புருஷனை நெருப்புல போட்டு எரிக்கக் கூடாதா? அவன் வரும்போது அடிச்சி விரட்டக் கூடாதா? அவனால உனக்கு எந்த உதவியோ பயனோ இல்லை. பின்ன எதுக்கு அவன் வரும்போது இவ்வளவு சந்தோசப்படனும்? மூஞ்சியில் காறித் துப்பி வெளியே தள்ளக் கூடாதா அவனை?'

லட்சுமி ஒவ்வொருமுறையும் அப்படிச் சொல்கிறாள். அதைக் கேட்டு ஹமீதாபானு தலைகுனிந்து நிற்கிறாள். அவள் முகத்தில் வலியின் ரேகைகள் தோன்றுகின்றன. யார் என்ன சொன்னாலும் பாவப்பட்ட அந்தப் பெண்ணுக்குக் கணவனை விலக்குவது சாத்தியமில்லையென்று இப்போது லட்சுமிக்கும் நன்றாகத் தெரியும். ஆனாலும் ஹமீதாபானு வாடிய முகத்தோடு லட்சுமியினுடைய அம்மாவின் பழைய புடவையையோ குழந்தைகளின் பழைய துணிகளையோ லட்சுமியின் பாட்டி பிள்ளைத்தாய்ச்சிகளுக்குச் செய்துதரும் கஷாயத்தையோ கேட்டுக்கொண்டு வரும்போது, மறுபடியும் லட்சுமி சொல்லியே தீர்வாள். 'நீ ஏன் அவனை அடிச்சி விரட்டக் கூடாது ஹமீதா?' ஹமீதா வெறுமனே தலைகுனிவாள். அவள் முகத்தில் வலியின் ரேகைகள் ஆழமாகும்.

○ ○ ○

லட்சுமி முதல் வகுப்பில் எம்காம் தேறிய சில தினங் களிலேயே அவளுக்குப் பம்பாயிலுள்ள ஸ்டேட் பாங்கின் முதன்மை அலுவலகத்தில் ஃப்புரபேஷனரி ஆபீசர் வேலை கிடைத்தது. அவ்வளவு தொலைவு மகளை அனுப்ப அம்மா வுக்கு விருப்பமில்லை. அங்கே சித்தப்பாவின் வீடிருக்கிறது, இந்தக் காலத்தில் கிடைத்த நல்ல வேலையை விடக் கூடாது என்றாள் லட்சுமி. அப்பா அனுமதித்தார். வளர்ந்த மகளுக்குத் திருமணம் செய்யாமல் வேறு ஊருக்கு அனுப்புவது அழகல்ல என்று அம்மா முனகினாள். அவள் தலையெழுத்து நன்றா

யிருந்தால் அங்கேயே நல்ல மாப்பிள்ளை கிடைக்கலாம் என்று அப்பா சமாதானம் செய்தார்.

அப்படியே நடந்தது. பாங்க் வேலைக்குச் சேர்ந்து ஒரே ஆண்டில் லட்சுமிக்குத் தன்னுடைய சக ஊழியனான சுரேஷ் குல்கர்னியோடு அறிமுகம் ஏற்பட்டு, சினேகிதமாகி, காதல் உண்டாகித் திருமணமும் நடந்துவிட்டது. உயரமாக ஸ்மார்ட்டாக இருந்த லட்சுமியின் கணவனைப் பார்த்து நெட்டி முறித்து இமாம்பீ, 'அல்லா உன்னைச் சுகமாக வைக்கட்டும் மகளே' என்றாள். தன்னம்பிக்கை நிறைந்த குரலில் லட்சுமி சொன்னாள், 'நம்மோட சுகம் நம்ம கையிலயிருக்குது இமாம்பீ. நம்மோட தவறாலயும் முட்டாள்தனத்தாலயும் நம்ம தல மேல நாமே கல்லைப் போட்டுட்டு அல்லாவைத் திட்டுனா, அல்லா என்ன செய்வான்?' அந்தப் பேச்சின் உள் அர்த்தம் சூட்சும மதியுடைய கிழவிக்குப் புரிந்தது. அவள் என்றும்போல நிராதரவாகவும் துக்கத்தோடும் பேத்தியைக் குற்றம்சாட்டினாள், 'ஹமீதாவுக்கு எவ்வளவு சொன்னாலும் அந்தக் கேடுகெட்டவனை வராதேன்னு சொல்ல முடியறதில்லை. ரொம்பவும் இளகின மனசு. சும்மா கண்ணீர்விட்டுத் தனக்குத்தானே உள்ளுக்குள்ள அழுறா. என்ன செய்யிறது?' வழக்கமான கோபத்துடன் லட்சுமி சொன்னாள், 'அவனை ஏன் ஹமீதா அடிச்சி விரட்டறதில்லை?' ஹமீதா என்றும் போலத் தலைகுனிந்து நின்றிருந்தாள்.

பம்பாய்க்குக் கணவனோடு குடித்தனம் நடத்திய முதல் மாதம் சம்பளப் பணம் வந்த உடனே அவன் அதை முழுவதும் தன் கையில் கொடுப்பான்; அதில் வீட்டுச் செலவுக்கு எவ்வளவு தேவைப்படலாம்; மிச்சமாவதை எந்த எந்த வைப்புத்தொகைகளில் இடலாம் என்று புத்திசாலியான லட்சுமி கணக்குப் போட்டுக் கொண்டிருந்தாள். ஆனால் அவள் நினைத்ததைப் போல சுரேஷ் சம்பளப் பணத்தை அவளிடம் கொடுக்கவே இல்லை. 'ஏன், சம்பளம் எல்லாத்தையும் பாங்கிலியே போட்டுட்டீங்களா?' என்று லட்சுமி கேட்டபோது, சந்தேகப்பட்டுப் பதில் சொன்னான். இங்கே வோர்லியிலேயே அவன் அக்காவின் வீடிருக்கிறது. அக்கா விதவை. அவளுக்கு ஐந்து குழந்தைகள். அவள் மிகவும் ஏழை. அவள் வீட்டு வாடகை, பிள்ளைகளின் ஸ்கூல் ஃபீஸ் போன்றவற்றைக் கொடுக்க வேண்டியிருந்தது. விதவை அக்காவின் குடும்பத்துக்கு அவ்வப்போது கொஞ்சம் உதவுவது தம்பியின் கடமை. இந்தக் குடும்பத்துச் செலவுக்கு எப்படியும் லட்சுமியின் சம்பளமிருக்கிறதே.

இந்த விதவை அக்காவையும் அவள் குடும்பத்தையும் பற்றி சுரேஷ் திருமணத்துக்கு முன்பே சொல்லியிருந்தான். அவள் சுரேஷின் திருமணத்துக்கு ஹுப்ளிக்கு வரவில்லை. இங்கே புதிதாகக் குடும்பம் நடத்தத் தொடங்கிய பிறகு ஒருமுறை

பிள்ளைகளோடு வீட்டுக்கு வந்திருந்தாள். அவளது அகங்கார மான நடத்தை, பேச்சு, பிள்ளைகளின் மூர்க்க நடத்தை, எல்லாவற்றுக்கும் மேலாகக் கொழுப்புப் பிடித்த எருமையைப் போலக் காணப்பட்ட அவளுடைய மூத்த மகளின் அலட்டல் முதலானவையெல்லாம் ஏனோ லட்சுமிக்குப் பிடிக்கவில்லை. விதவை அக்காவின் குடும்பத்துக்குக் கணவன் உதவுவதில் லட்சுமிக்குத் தவறு எதுவும் தெரியவில்லை. ஆனால் ஒவ்வொரு மாதமும் சம்பளத்தின் பெரும்பகுதியை அவன் அக்காவின் வீட்டுக்காகவே செலவழிப்பது, ஒவ்வொரு ஞாயிற்றுக்கிழமையும் அக்காவின் குடும்பத்தை நலம் விசாரிக்க அந்த வீட்டுக்குச் செல்வது, அநேகமுறை இரவுகளைக்கூட அங்கேயே கழிப்பது, எல்லாவற்றுக்கும் ஏதாவதொரு காரணம் கூறி அந்த விஷயத்தைப் பற்றிய பேச்சை அங்கேயே விட்டுவிட்டு எழுந்து வெளியே போய்விடுவது இவைபோன்றவையெல்லாம் வரவர லட்சுமியால் ஜீரணிக்க முடியாத விஷயங்களாகத் தொடங்கின.

இதற்கிடையில் தன் தம்பிக்குத் திருமணம் நிச்சயமாகி யிருந்ததால், லட்சுமி பதினைந்து நாள் விடுமுறை எடுத்துக் கொண்டு பிறந்தகம் வந்தாள். ஏன் தனியாக வந்தாள் எனக் கேட்டவர்களுக்குக் கணவன் திருமணத்துக்கு வருவானென்று சொன்னாள். இப்போது அவன் அஸிஸ்டன்ட் மானேஜர், அதிக வேலை, விடுமுறை கிடைப்பது சுலபமல்ல என்று உண்மையையே கூறினாள். வரும்போது தம்பிக்கு ஏதாவது நல்ல பிரஸன்டேஷன் வாங்கி வாருங்கள் என்று கணவனிடம் சொல்லிவிட்டு வந்திருந்தாள்.

கண் சரியாகத் தெரியாவிட்டாலும் பம்பாயிலிருந்து வந்த லட்சுமியைப் பார்ப்பதற்காக இமாம்பீ கோலூன்றிக் கொண்டு வந்தாள். ‘எவ்வளவு கொழுக்மொழுக்குன்னு ஆகியிருக்கற பேட்டீ’ என்றாள். நெட்டி முறித்தாள். பத்தாம் முறை கர்ப்பிணியாகியிருந்த ஹமீதாபானு ரத்தச்சோகையால் வெளுத்துப்போய் உயிருள்ள பிணத்தைப் போலக் காணப் பட்டாள். மீண்டும் கர்ப்பமடைந்தால் அவள் உயிருக்கே ஆபத்தென்று சென்றமுறையே டாக்டர் சொல்லியிருந்தாராம். அப்படியென்று அவளுடைய ஒன்பதாம் குழந்தை பிறந்த பிறகு வந்திருந்த அவள் கணவனிடம் இமாம்பீ சொன்னபோது, ‘உயிரைக் கொடுக்கறது, காப்பாத்துறது, எடுத்துக்கிட்டுப் போறது அல்லா. நம் கையில் என்ன இருக்குது?’ என்று அவன் கைவிரித்திருந்தான். வழக்கம்போல அவன் திரும்பிப் போன போது, அல்லாவின் கருணையால் மீண்டும் விதை விதைத்தே போயிருந்தான். அந்தப் படவாவை வீட்டிற்குள்ளே விடக் கூடாதென்று இப்போது பெரியவர்களாகத் தொடங்கியுள்ள பிள்ளைகளும் சொல்கின்றன. இந்த ஒன்பது பிள்ளைகளில்

மூத்த மூவரும் யார் யார் வீடுகளிலோ வேலை செய்கிறார்கள். மீதமுள்ள ஆறு பிள்ளைகளும் அம்மா, பாட்டியுடன் அரை வயிறு உண்டு குச்சி போன்ற கைகால், ஒடுங்கிய வயிறுடன் உயிர்ப்பற்ற கண்களால் உலகைப் பார்த்தவாறு எப்படியோ பிழைத்திருக்கின்றன.

இந்தச் சந்ததிக்கு விரைவிலேயே பாவப்பட்ட மற்றொரு புதிய ஜீவன் சேர இருக்கிறது. இப்போதாவது ஹமீதாபானுவுக்குப் புத்தி வரக் கூடாதா? அவளுடையவும் பிள்ளைகளுடையவும் நல்லது கெட்டது, நோய்நொடி, துணிமணி எதைப் பற்றிய கவலையும் இல்லாமல் வருடத்திற்கொருமுறை வந்து சில நாள் தங்கி இருந்து மீண்டும் தன் ஆண்மையை நிலைநாட்டிச் செல்லும் நாயை ஹமீதாபானு ஏன் வீட்டில் சேர்த்துக்கொள்ள வேண்டும்? எந்தச் சுகத்துக்காக? இது கிழவி இமாம்பீயின் மனவேதனை.

ஹமீதாபானு எதிர்பார்த்தபடியே லட்சுமி கேட்டாள், 'நீ ஏன் அவனை அடிச்சி விரட்டுறதில்லை ஹமீதா? இப்படிப் பட்ட புருஷனக் கட்டிக்கிட்டு என்ன சுகத்தைக் காண முடியும்? இவனும் ஒரு ஆம்பிள்ளையா?'

ஹமீதாபானு என்றும்போல வாடிய முகத்தோடு எதுவும் பேசாமல் தலைகுனிந்திருந்தாள்.

○ ○ ○

பம்பாய்க்குத் திரும்பி வந்தபோது, கணவனைப் பற்றிய மனக்குறை லட்சுமிக்குப் பெருகியிருந்தது. அவன் அவளுடைய தம்பியின் திருமணத்துக்கு வெறுங்கையோடு வந்திருந்தான். 'ஏன் இப்படிச் செஞ்சீங்க?' என்று தனிமையில் கேட்டபோது பணக்கஷ்டம் என்றான். 'எப்படியும் நீ ஏதாவது வாங்கிக் கொடுப்பல்ல? நானும் நீயும் வேறவேறயா?' என்றான். உதட்டைக் கடித்துக்கொண்டு லட்சுமி தானே கடைவீதிக்குச் சென்று அம்மாவுக்கொரு பட்டுப் புடவை, அப்பாவுக்குச் சால்வை, தம்பிக்கு ஒரு பவுன் தங்கம் வாங்கிவந்தாள். 'எல்லாம் என் வீட்டுக்காரர் பம்பாயிலிருந்து வாங்கிவந்தவை' எனச் சொல்லி உறவினர்களுக்கு 'லட்சுமியின் புருஷன் எவ்வளவு தாராளம்!' எனத் தோன்றவைத்துக் கர்வப்பட்டாள். பம்பாய்க்கு வந்த ஒரு வாரத்தில் கணவனின் தாராளம் அவளுக்கு முழுமை யாகத் தெரிந்தது. ஒரு நாள் மாலை, அவள் வங்கியிலிருந்து வீட்டுக்கு வந்தாள். சுரேஷ் டூரில் டெல்லிக்குப் போயிருந்தான். அப்போது 'சுரேஷ் மாமா டெல்லியிலிருந்து திரும்பி வந்துட்டாரான்னு ரேகா அக்கா கேட்டுட்டு வரச் சொன்னா' எனச் சொல்லிக்கொண்டு சுரேஷின் அக்கா மகன் ரவி

வந்திருந்தான். ரேகா அந்த அக்காவின் மூத்த மகள். சமீபத்தில் சுரேஷின் சிபாரிசினால் அவளுக்கு ஏதோ ஓர் அலுவலகத்தில் டைப்பிஸ்ட் வேலை கிடைத்திருந்தது. முப்பது வயதான அந்தப் பெண்ணுக்கு இன்னும் ஏன் திருமணமாகவில்லை என்று லட்சுமி கேட்டபோது, 'அவ இன்னும் சின்னப் பொண்ணு. அவளுக்கென்ன அவ்வளவு வயசாயிடுச்சி?' என்றிருந்தான் சுரேஷ். அவளுக்கு அப்படியென்ன அவசர வேலையோ சுரேஷ் மாமாவிடம்? அவன் இன்னும் வரவில்லையென்று புருவத்தை நெறித்துக்கொண்டு பதிலளித்தாள் லட்சுமி. ரவி உற்சாகத்தோடு சொன்னான், 'மாமி, என் புது சுவேகா பார்த்திருக்கிறீங்களா? சுரேஷ் மாமா வாங்கிக்கொடுத்தாரு. மூணரை ஆயிரம் கொடுத்தாராம். வாங்க, வெளியே நிறுத்தியிருக்கறேன். அது ரொம்பப் பிரமாதம்.' தனக்கேற்பட்ட துக்கத்தை வெளியே காட்டிக்கொள்ளாமலிருப்பது லட்சுமிக்கு உண்மையிலேயே கடினமாகத் தோன்றியது.

டில்லியிலிருந்து திரும்பி வந்த சுரேஷ் நல்ல மூடிலிருந்தான். மனைவியைக் கட்டித் தழுவி உன்னை விட்டுப் பிரிந்திருப்பது மிகவும் கஷ்டம் லட்சுமி என்றான். லட்சுமி நெகிழ்ந்துவிட்டாள். வேண்டியவர்களுக்கு அவன் தேவையானளவு செலவழிக்கட்டும். அவளொன்றும் மற்ற பெண்களைப் போலக் கஞ்சத்தனமாகக் கணவனைக் காபந்து செய்ய வேண்டியதில்லை. தனக்கு எது வேண்டுமென்றாலும் தன் சம்பாத்தியத்திலிருந்து வாங்கிக் கொள்ளலாம். கணவனின் பணம் தனக்குத் தேவையில்லை. அவன் அன்பு மட்டும் தனக்குக் கிடைத்தால் போதும் எனத் தோன்றியது. மனநிறைவோடு கணவனின் அன்புக்கு மெய்மறந்து மனந்திறந்து அவள் உடன்பட்டாள். ஆனால் எத்தனையோ முறை அவளுக்கு மீண்டும் ஆசை எழுந்தது. கணவன் தனக்காக ஏதாவது வாங்கிவர வேண்டும்; தான் அதைப் பெற்றுக் கண்கள் விரிப்பதைப் பார்த்து அவன் கண்மலர வேண்டும். இவை யெல்லாம் சாதாரணப் பெண்களுக்கிருக்கும் ஆசைகள். ஆனால் வாய்விட்டுக் கேட்கும் அளவுக்கு அவள் இறங்கமாட்டாள். ஆசையையும் விடமாட்டாள். முன்பு ஒருமுறை அவர்களது முதல் திருமணநாள் வந்தபோது, மிகுந்த உற்சாகத்தோடு பிற்பகல் விடுமுறை எடுத்துகொண்டு அவனுக்கு முன்பாகவே வீட்டுக்கு வந்து இனிப்புத் தயாரித்து, வீட்டை அலங்கரித்து நகைகளை அணிந்துகொண்டு புதுப்புடவை உடுத்திச் சிங்காரித்துக் கொண்டு ஆவலோடு அவனுக்காகக் காத்திருந்தாள், அவன் தனக்காக ஏதாவது வாங்கிவரலாம் என்று.

அவன் ஒன்றும் வாங்கிவராதபோது, தன் அலங்காரத்தைக் கவனிக்காதபோது, இயல்பாக நொந்துகொண்டாள். கடைசியில் தோற்றுப்போய், 'இன்னக்கி நம்ம திருமணநாள் இல்லிங்களா?'

என்று ஞாபகப்படுத்தினாள். ‘ஆமாம், மறந்தே போச்சி. உனக்குத் தான் என்னோட சுபாவம் தெரியுமில்ல லட்சுமி. நான் தேதிங்களுக்கு முக்கியத்துவம் தர்றதில்ல’ என்றான் சுரேஷ். ஆமாம் அது அவளுக்குத் தெரியும். ஆனால் அவளிடம் இன்னமும் ஆசை பெருமூச்சுவிட்டுக்கொண்டிருந்தது. ‘கடை வீதிப் பக்கம் போயிட்டு வரலாமா?’ என்றாள். அவன் ஸ்கூட்டரை எடுத்தான். அவள் விரும்பியபடி கோவிலுக்கு அழைத்துப் போனான். காய்கறிகள், பழங்கள் முதலானவை வாங்கினார்கள். இன்னும் தெளிவாகப் புரியட்டுமென்று லட்சுமி கேட்டாள், ‘அந்த ஷோ கேஸ்ல இருக்கற புடவை அழகா இருக்குதில்லீங்களா?’ அவனது வெற்று ‘ஹூம்’ கேட்டு அவளது உற்சாகம் சர்ரென்று இறங்கியது. மேற்கொண்டு அவள் பேசவில்லை. ஆமாம், சுரேஷின் சுபாவமே அப்படி. இப்படிப்பட்ட தேதிகளை நினைவில் கொள்வது, பரிசு வாங்கிவருவது, வாழ்த்துச் சொல்வது போன்றவையெல்லாம் அவனளவில் வெற்றுச் சடங்குகள். தான் அதைப் புரிந்துகொள்ள வேண்டும். சண்டைபோடவும் தொந்தரவு செய்யவும் தானென்ன அநாகரிகமான பெண்ணா? அன்று இரவு ‘நம்மைப் பொருத்தவரைக்கும் ஒவ்வொரு ராத்திரியும் முதல் ராத்திரிதானே, லட்சுமி?’ அவன் அவளைப் பக்கத்தில் இழுத்துக்கொண்டபோது, அவளும் தேதி, பரிசு போன்றவற்றை மறந்துவிட்டாள்.

அடுத்தவாரம் ஒரு நாள் அவன் அலுவலகத்திலிருந்து வந்தவுடனே, அவளைத் தயாராகும்படி சொல்லி டீகூடக் குடிக்காமல் அவளை அழைத்துக்கொண்டு புறப்பட்டான். டாக்சி வொர்லி செல்லும் பாதையைத் தொட்டவுடனே புறப் பட்டது அவனுடைய அக்காவின் வீட்டிற்கென்று லட்சுமிக்குப் புரிந்தது. மனக்குறையை வெளியே காட்டிக்கொள்ளாமல் மரியாதைக்காக அவள் சிரித்தமுகத்தோடு எல்லோருடனும் பேசினாள். சிற்றுண்டி, டீ சாப்பிட்டபோது, ‘இன்னிக்கென்ன விசேஷம்?’ என்று கேட்டாள். பளபளவென்று மின்னிய புதுப் புடவையுடுத்து அங்குமிங்கும் நடமாடிக்கொண்டிருந்த ரேகா ஒய்யாரமாகச் சிரித்துச் சொன்னாள், ‘அதென்னா மாமி இப்பிடிக் கேக்கறீங்க? சுரேஷ் மாமா உங்களுக்குச் சொல்லலியா என்ன? இன்னக்கி என்னோட பர்த்டே. சுரேஷ் மாமா நேத்திக்கே என்னை அழச்சிட்டுப்போயி இந்தப் புடவை வாங்கித்தந்தாரு. எப்பிடியிருக்குது? இந்தப் புடவை உங்களுக்குப் புடிச்சிருக்குதா?’ கூடவே அவளுடைய அம்மாவின் சிபாரிசு, ‘நம்ம சுரேஷ் இப்படிப்பட்டதையெல்லாம் என்னிக்கும் மறக்கறதில்ல. ரொம்ப ஆழமான அன்புள்ளவன்.’ மேற்கொண்டு என்னென்ன பேசினார்களோ எப்போது அங்கிருந்து எழுந்து வந்தார்களோ லட்சுமிக்கு நினைவில்லை.

லட்சுமிக்கு மனம் கசந்தது உண்மை. அப்போது அவள் கர்ப்பிணி வேறு. அவளுக்கு எந்நேரமும் சுரேஷ் தன்னுடனேயே இருக்க வேண்டும் எனத் தோன்றியது. அது இயலாதபோது, அவள் துக்கமடைந்தாள். எவ்வளவோமுறை அவள் அவனுக்காக இரவில் காத்திருந்து காத்திருந்து சாப்பிடாமலேயே தூங்கிய போது, அவன் நேரங்கழித்துத் தள்ளாடியபடி வந்துகொண் டிருந்தான். அவளுக்காக அனுதாபமோ இரக்கமோ காட்டாமல் நேராகப் படுக்கைக்குச் சென்றுகொண்டிருந்தான். எவ்வளவோ முறை அவள் விருப்பத்துக்கு மாறாகப் புணர்ந்தான். அவள் எதிர்ப்புத் தெரிவித்தபோது, அவன் பலாத்காரப்படுத்தினான். அல்லது கோபத்தில் இரண்டு மூன்று நாள் வீட்டுக்கே வராமலிருந்தான். டூரில் சென்றிருந்ததாகச் சொன்னான். சமீபத்தில் அவனுக்கு வேறு கிளைக்கு மாற்றலாகியிருந்ததால், அவன் டூர் புரோக்ராம்கள் அவளுக்குத் தெரிந்திருக்கவில்லை. வேண்டுமென்றால் அவள் அவனது கிளைக்கு ஃபோன்செய்து அவன் உண்மையாகவே டூர் சென்றிருந்தானா எனக் கேட்டுத் தெரிந்துகொண்டிருக்கலாம். அவள் என்றும் அப்படிச் செய்ய வில்லை. ஒருவேளை அவன் டூர் செல்லவில்லையெனத் தெரிய வந்தால் இரவு அவன் எங்கே தங்கியிருக்கலாம் என யோசிக்க வேண்டியிருக்கும். அந்தக் கேள்வியை எதிர்கொள்ளும் தைரியம் அவளுக்கில்லை. பலமுறை, 'இரவை அக்காவின் வீட்டில் கழித்தீர்களா?' என்று அவனைக் கேட்கும் எண்ணம் லட்சுமிக்கு எழுந்தது. அவள் என்றும் அப்படிக் கேட்டதில்லை. அவன் 'ஆமாம்' என்று சொல்லிவிட்டால்? அந்தப் பதிலை எதிர் கொள்ளும் தைரியம் அவளுக்கில்லை. ஆனாலும் பலமுறை கணவனோடு அவள் சண்டைபோட்டாள். தனது உரிமை, அவனது கடமை முதலானவை தொடர்பாக எடுத்துச் சொன்னாள். அவன் அவளைக் கர்வம் பிடித்த பெண்ணென்று திட்டினான். இருவரும் மனம் வெறுத்துப்போனார்கள்.

அவையெல்லாம் எப்படிப்போனாலும் லட்சுமி பிரசவத்துக் காகப் பிறந்தகம்போவதற்குப் பதினைந்து தினங்களுக்கு முன் பிருந்தே அவனைக் கெஞ்சத் தொடங்கினாள். 'எனக்கென்னமோ பயமாயிருக்குது. டாக்டர் பிரசவத்துக்கு நாள் குறிச்சிக் கொடுத்திருக்கிறாரல்ல. அப்பப் பத்து இல்ல பன்னெண்டு நாள் லீவு எடுத்துட்டு வாங்க. நீங்க பக்கத்திலிருந்தால்தான் எனக்குத் தைரியம். நான் என்னைக்கும் உங்ககிட்ட எதுவும் கேட்டதில்லை. இதுக்கு மட்டும் இல்லன்னு சொல்லக் கூடாது. ப்ளீஸ், நீங்க வந்தே ஆகணும் ப்ளீஸ்.' அவன் 'ஹூம்' என்றான்.

○ ○ ○

லட்சுமி ஹுப்ளிக்குப் பிரசவத்துக்காக வந்தபோது, அவளுடைய அம்மாவைப் போலவே மகிழ்ச்சியடைந்தார்கள் இமாம்பீயும் ஹமீதாபானுவும். ஹமீதாபானு தானே முன்வந்து லட்சுமிக்குப் பிறக்கவிருந்த குழந்தைக்கு எண்ணெய் தேய்த்துக் குளிப்பாட்டும் வேலையை முன்கூட்டியே எடுத்துக்கொண்டாள். 'என்னா சொல்றான் கௌஸ் சாயபு?' என்று லட்சுமி சிரித்தபடி கேட்டபோது மட்டும் பாட்டி, பேத்தி இருவர் முகங்களும் வாடின. இரு மாதங்களுக்கு முன்பு ஹமீதாபானுவின் கடைசி இரண்டு பிள்ளைகளுக்குக் கடுமையான டைஃபாய்ட் ஜுரம் வந்திருந்தது. வழக்கமாக வருடத்துக்கொருமுறை பார்க்க வருவதுபோல அதே சமயம் வந்திருந்த கௌஸ்சாயபு பிள்ளைகளின் தீவிர உடல் நிலையை அலட்சியப்படுத்தி, எட்டே நாளில் யதார்த்தத்தில் தன் விதை விதைக்கும் வேலையை முடித்துவிட்டு, ஊருக்குப்போய்விட்டிருந்தான். பின்னால் எட்டே நாளில் இரண்டு குழந்தைகளும் இறந்துபோயின. 'வோ ஆதமி நஹீ, சைத்தான் ஹை' என்று இமாம்பீ சபித்தபோது, 'இனிமேலாவது கத்துக்கோ ஹமீதா, இன்னொரு தடவெ வந்தால் கழுத்தப் பிடிச்சி வெளியே தள்ளி ஒதச்சி அனுப்பிடு அவன' என்று லட்சுமி கோபப்பட்ட போது, ஹமீதாபானுவின் கண்கள் மௌனமாக நிறைந்தன.

லட்சுமிக்கு வாக்களித்தபடி அவள் கணவன் பிரசவ சமயத்தில் வரவில்லை. 'அவருக்கு எவ்வளவு வேலையோ என்னவோ? நாங்கல்லாம் இருக்கமில்ல' என்றார்கள் லட்சுமியின் தாய், தந்தை, தம்பி. ஆனாலும் கணவனின் அலட்சியத்தால் அவளுக்குச் சொல்லித்தீராத கவலையேற்பட்டது. ஆண் குழந்தை பிறந்த சந்தோசத்தில் கவலை பெருமளவு மறந்தும் போயிற்று. பிறகு ஒரு மாதம் கழித்து வந்தவன், பிரசவத்தின் போது வரமுடியாததற்கு ஒரு காரணத்தையும் சொன்னான். ரேகாவுக்குச் சாலை விபத்தில் கால் சுளுக்கிக்கொண்டது. பிளாஸ்டர் போடுவது, மருந்து கொடுப்பது, எலும்பு வைத்தியரிடம் போவது என வேலையிருந்தது. அவள் செய்த புண்ணியத்தால் கால் முன்னைப் போலாகிவிட்டது. இப்போது ஒன்றும் கவலைப்படத் தேவையில்லை.

சிரிக்கும் பச்சிளம் குழந்தையின் பக்கம் பார்த்துக்கொண்டிருந்தபோது, இறுகியிருந்த லட்சுமியின் புருவங்கள் தளர்ந்தன.

○ ○ ○

என்னவோ ஏதோ சந்தேகம், கோபம், மனக்குறை தோன்றத் தொடங்கியதால் அவற்றையெல்லாம் பொறுத்துக்கொள்ளவே முடியாததால், மூன்று மாதங்களாவதற்கு முன்பே லட்சுமி பம்பாய்க்குப் புறப்பட்டு வந்தாள். தூசு படிந்த வீட்டைத்

தானே ஒட்டடையடித்துச் சுத்தம்செய்தாள். குழந்தையைப் பார்த்துக்கொள்ளவென்று உடன் அழைத்துவந்திருந்த ஹமீதா பானுவின் இரண்டாம் மகளுக்குச் சிரித்தபடியே தன் வீட்டைச் சுற்றியிருந்த கடை, பால் டெய்ரி, காய்கறி மார்க்கெட் முதலானவற்றைப் பரிச்சயப்படுத்தினாள். விதவிதமாகச் சமையல் செய்து, ‘உங்களுக்கு ஹோட்டல் சாப்பாடு பழக்க மாகியிருக்கணுமில்ல’ என்று உபசரித்தபடி கணவனுக்குப் பறிமாறினாள். ‘நான் எங்கெ தெனமும் ஹோட்டல்ல சாப்பிட்டேன்? ஹோட்டல் சலிச்சா அக்கா வீடு இருந்துச்சுல்ல’ என்றபோது திடுக்கிட்டாள். ஆனாலும் சுதாரித்துக்கொண்டு, இரவில் மல்லிகை சூடி வெளிநாட்டு பர்ஃப்யூம் போட்டுக் கொண்டு மோகத்தோடு சிரித்து அவனுக்குப் பக்கத்தில் போய் உட்கார்ந்தாள். அவன், ‘நேரமாச்சு, போய்ப் படுத்துக்கோ லட்சுமி, திரும்பவும் குழந்தை எழுந்திரிச்சா உன்னால தூங்க முடியாது’ என்று சொல்லிப் போர்த்துக்கொண்டு திரும்பிப் படுத்தபோது, மீண்டும் திடுக்கிட்டுக் குழந்தையின் பக்கம் போய்ப் படுத்துக்கொண்டாள்.

ஒரு மாதம், இரண்டு மாதம், தான் பம்பாய்க்கு வந்து நான்கு மாதமானாலும் ஒவ்வோர் இரவும் இதே கதையான போது, லட்சுமி உண்மையிலேயே நொந்துபோனாள். அது போதாதென்று பக்கத்துவீட்டுக்காரி வேறு, ‘நீங்க பொறந்த வீட்டுக்குப் போயிருந்தப்ப உங்க வீட்டுக்காரரோட அக்கா புள்ளங்க அப்பப்ப வந்துட்டிருந்தாங்க’ என்று குத்திக்காட்டி யிருந்தாள். என்ன செய்வதெனத் தோன்றாமல், கணவன் அதிகமாகக் குடித்துவிட்டு வீட்டுக்கு வந்த ஓர் இரவு, லட்சுமி தானே அவன் பக்கத்தில் படுத்து அணைத்துக்கொண்டாள். அந்த இரவு அவனது நடத்தையில் சிறிதும் மாற்றமோ பிரியமோ இல்லை. கடைசியில் அவன் தீர்க்கமாக மூச்சுவிட்டுக்கொண்டு அந்தப் பக்கம் திரும்பித் தூங்கியபோது, லட்சுமிக்கு உடம்பெல்லாம் கூசியதைப் போலாகி மிகுந்த அவமானமாக உணர்ந்து அதிகமான அருவருப்படைந்தாள்.

அப்படிப் பல மாதங்கள் கழிந்தன. திருமணத்திற்கு முன்பு எவ்வளவோ காதல் மொழி பேசியிருந்தான். வாக்குறுதிகளைத் தந்து, வாழ்க்கை ஓர் அழகான கனவென்னும் நம்பிக்கையூட்டி யிருந்தான். முழுக்க ரொமாண்டிக், முழுக்க ஜென்டிலாக இருந்த அவனா இப்போதிருப்பவன் என்னும் சந்தேகம் வந்துகொண் டிருந்தது லட்சுமிக்கு. இவ்வளவு சின்ன வயதிலேயே தனக்கு வாழ்க்கையைப் பற்றி விரக்தி ஏற்படும்படி, எதிலும் ஆர்வ மில்லாதபடி, எதைப் பற்றியும் உற்சாகமில்லாதபடி செய்து விட்டானே இவன் என்று அவளுக்கு இப்போதெல்லாம் கோபம் வரத் தொடங்கியிருந்தது. தான் எதற்கு இவ்வளவெல்லாம்

அலட்சியம், வலி, அவமானத்தைத் தாங்கிக்கொள்கிறாள் என்று தன் மீதே வெறுப்பேற்படத் தொடங்கியது.

அப்படியிருந்தபோது ஒருமுறை தொடர்ந்து ஒரு வாரம் சுரேஷ் வீட்டிற்கே வரவில்லை. லட்சுமி காத்திருந்து காத்திருந்து சலித்துப்போய்க் கடைசியாகக் கலவரமடைந்து, அவன் வங்கிக்கு ஃபோன் செய்தாள். 'யார் பேசுவது?' என்று அந்தப் பக்கத்திலிருந்து குரல் வந்தபோது, அவளுக்கு வார்த்தைகள் வரவில்லை. மனைவியிடம் சொல்லாமல் கணவன் காணாமல் போவதா! 'நான் அவரோட ஃப்ரெண்ட்' என்றாள். தான் அப்படிச் சொல்ல வேண்டிய சூழ்நிலையை ஏற்படுத்தியதற்காக எதிரிலில்லாத கணவனைச் சபித்தாள். அவன் பத்து நாள்கள் விடுமுறை எடுத்திருக்கிறானென்று தெரிந்தபோது, உண்மையிலேயே கலவரமடைந்தாள். அவன் அக்காவின் வீட்டுக்குப்போய் விசாரிக்கவும் மனம் வரவில்லை. அப்படியே பகல் நேர உணவைத் தவிர்த்து இரவுத் தூக்கம் கெட்டு யோசித்துக் கவலைகொண்டாள்.

ஒரு வாரத்திற்குப் பிறகு அவன் வந்தான். தாடி முளைத் திருந்தது. முடி கலைந்திருந்தது. கண் சிவந்திருந்தது. உடை யெல்லாம் கசங்கியிருந்தது. லட்சுமி தனக்கிருந்த கோபம், அதிருப்தி, கவலை எல்லாவற்றையும் மறந்து நிஜமான அக்கறை யோடு அவன் கழுத்தைச் சுற்றிக் கைகளால் கட்டிக்கொண்டு கேட்டாள், 'என்ன இது? ஏன் இப்படி? எங்க போனீங்க? என்ன செஞ்சிட்டிருந்தீங்க?' 'ரேகாவுக்கு மிக மோசமான மலேரியா வந்திருந்துச்சி. ஆஸ்பத்திரியில சேர்க்க வேண்டி யிருந்துச்சி. ராத்திரியில அவளுக்குத் துணையாக யாராவது இருக்க வேணுமல்ல? ரொம்பவும் சீரியஸா இருந்துச்சி. இன்னிக்குத்தான் காய்ச்சல் விட்டுச்சி. சொல்லிட்டுப் போலான்னு வந்தேன். கொஞ்சம் பணமும் தேவை' என அவன் இயல்பாகவே பதில் சொன்னான்.

பொறுமையிழந்து சீறும் குரலில் லட்சுமி கேட்டாள், 'நீ என்னக் கல்யாணம் செஞ்சிட்டதுக்குப் பதிலா, இப்படி என்னைத் தினமும் கொல்றதுக்குப் பதிலா, அந்த ரேகாவையே ஏன் கல்யாணம் பண்ணிக்கல?'

'ஷட் அப்' என்று சத்தம்போட்டு அவன் பலமாகக் கைவீசி அவள் கன்னத்தில் சப்பென்று அறைந்தான். கண்கள் இருண்டு அவள் அங்கேயே சரிந்து உட்கார்ந்தாள்.

பிறகு நடந்தது துன்பக் கதைதான். அவள் அவனைத் திட்டினாள். பதிலுக்கு அவன் ரேகா தன் தங்கைக்குச் சமம் என்றான். இப்படிப்பட்ட அசிங்கமான எண்ணம் அவளுக்கு எப்படி வந்தது என்றான். அதோடு நிற்காமல், அவள் அளவுக்குக்

காலேஜில் படித்த எந்தப் பெண்ணும் ஒழுக்கத்தோடிருப்பதில்லை. அவளும் ஒழுக்கத்தைக் காப்பாற்றிக்கொண்டிருக்கமாட்டாள். அதனால்தான் மற்றவர்களைப் பற்றி இப்படியெல்லாம் அசிங்கமாக எண்ணுகிறாள் என்று சொல்லிவிட்டான்.

மறுநாள் காலை லட்சுமி வங்கிக்குச் சென்று சிக்லீவ் போட்டுக் குழந்தையை எடுத்துக்கொண்டு கணவனின் வீட்டைவிட்டுப் புறப்பட்டுப்போய்விட்டாள்.

○ ○ ○

'வந்துட்டியா லட்சுமி? வா. கொளந்தையோட மொத பொறந்தநாளு வந்துருச்சி. இங்கியே கொண்டாடலாம் வான்னு நானே உனக்குக் காயிதம் போடறதுக்கு இருந்தேன். நீயே வந்துட்ட. நல்லதாப் போச்சி' என்றாள் லட்சுமியின் தாய். லட்சுமியைப் பொருத்தவரையில் மிகவும் வேதனையான நாள்கள் அவை. ஒரு மாதம் விடுமுறை எடுத்துக்கொண்டு வந்திருந்தாள். அதற்குப் பிறகு? அப்படிப்பட்ட கணவனோடு அந்த வீட்டிலிருப்பது எப்படி? கணவன் அங்கிருக்கும்போது அதே ஊரில் வேறு வீட்டிலிருப்பது எப்படி? வேறு ஊருக்கு மாறுதல் கேட்பது எப்படி? வேலையையே விட்டுவிட்டால்? பிறகு பிழைக்கும் வழி என்ன? இளகிய மனம் படைத்த அவளுடைய தாய் தந்தைக்கு வயதான காலத்தில் அது எப்படிப் பட்ட அதிர்ச்சியாக இருக்கும்? எங்கே போவது என்ன செய்வது?

நூறு கேள்விகள். ஒன்றுக்கும் பதிலில்லை. தாய் வீட்டில் எந்தக் கவலையுமில்லை. மாலையில் யாருக்காகவும் காத்திருக்க வேண்டியதில்லை. இரவில் தன்மீது தாக்குதல் இல்லை. ஏன் தாமதமாக வந்தாய் என்று கேட்டுச் சண்டைபோடுவாரில்லை. ஏன் வரவில்லை, எங்கே போயிருக்கலாம் என்றெல்லாம் யோசிக்க வேண்டியதில்லை. ஆனால் தனக்குக் கணவன் வேண்டாமா? இப்போதுதான் 'அப்பா' என்று சொல்லக் கற்றுள்ள தன் மகனுக்குத் தந்தை வேண்டாமா?

லட்சுமி யோசித்து யோசித்துக் களைத்துப்போனாள்.

'என்னா யோசிச்சிட்டிருக்கற லட்சுமி? என்னமோ ஒரு மாதிரியா இருக்கறியே?' என்று கேட்ட தாயையே ஒரு கணம் உற்றுப் பார்த்தாள் லட்சுமி. தன் கணவன், பிள்ளைகள், குடும்பத்துக்காக ஜீவன் தேய்ந்து பழுத்திருந்தாள் அந்தத் தாய். அவள் கண்ணில், முகத்தில், ஆளுமை முழுவதிலும் ஒரு வகை நிறைவான பாவம். பார்த்துக்கொண்டிருந்தபோதே, ஊசலாடிக்கொண்டிருந்த லட்சுமியின் மனம் திடமாயிற்று. தோற்றுப்போன, ஆனால் தீர்மானம் நிறைந்த குரலில் அவள் சொன்னாள், 'ஒன்னுமில்ல அம்மா, நான் வந்து ரொம்ப

நாளாச்சு. அடுத்த சனிக்கிழமை பம்பாய்க்குப் போறேன். ரிசர்வேஷன் செய்யத் தம்பிகிட்ட சொல்லிடு.' அம்மா சிரித்துக்கொண்டு ஆகட்டும் என்றாள்.

லட்சுமி ஊருக்குப்போகிறாள் என்று கேள்விப்பட்டுக் கிழவியும் பேத்தியும் அவளைப் பார்க்க வந்தார்கள். லட்சுமி அவர்களுக்குத் தாராளமாக நல்லதான தன் பழைய புடவைகள், குழந்தையின் துணிகள் போன்றவற்றைக் கொடுத்தாள். புத்தாண்டில் கௌஸ் சாயபுவின் சாகசக் கதையைக் கேட்டாள். எப்போதும்போல இமாம்பீ அவனையும் அவன் வம்சத்தையும் சபித்தபோது, பேசாமல் கேட்டுக்கொண்டாள். இப்போதெல்லாம் அவன் குடும்பத்துக்காகப் பணம் எதுவும் கொடுப்பதில்லை, பிள்ளைகள் செத்தாலும் கெட்டாலும் கண்டுகொள்வதில்லை என்று இமாம்பீ தூற்றியபோது, வேண்டாமென்று மறுத்தாலும் லட்சுமி கட்டாயப்படுத்தி நூறு ரூபாய் கொடுத்தாள். கடைசியாக, 'நான் ரண்டு நாள் கழிச்சி ஊருக்குப் போறேன் ஹமீதா, பாவம் உங்க பாட்டிக்கு வயசாயிடிச்சி. அவங்கள அக்கறையாக் கவனிச்சிக்க' என்று சொல்லி அவர்கள் இருவருக்கும் விடைகொடுத்தாள். திரும்பிப் புறப்பட்டபோது, இதென்ன, 'நீ ஏன் அவன அடிச்சி விரட்டுற தில்லை ஹமீதா?' என்று இந்தமுறை லட்சுமி கேட்கவே இல்லையே என்று ஹமீதாபானுவுக்கு ஆச்சரியமோ ஆச்சரியம்.

1972

குறிப்புகள்

1. இமாம்பீ: *Imaambee*
2. பாஸிங்கம்: திருமணத்தின்போது கட்டும் நெற்றிப்பட்டம். இது ஜாதி, பிரதேசம் இவைகளைப் பொருத்துப் பல விதங்களில் இருக்கும். தொட்டிலுக்குப் பாஸிங்கம் கட்டித் திருமணம் செய்துகொள்வது குழந்தை மணத்தைக் குறிக்கும்.
3. இளுக்கல்: நூல் புடவைகளுக்குப் பேர் பெற்ற ஊர். வடகர்நாடகத்தில் உள்ளது.
4. ஹமீதாபானு இமாம்பீயின் பேத்தி. பேத்தியின் கணவனுக்கு இமாம்பீ அத்தை அல்ல. ஆனாலும், மூல ஆசிரியர் இமாம்பீயைக் கௌஸின் அத்தை என்றும் கௌஸை இமாம்பீயின் மருமகன் என்றும் எழுதியுள்ளார்.
5. சுவேகா: இந்தியாவில் 1970களின் மத்தியில், அநேகமாக முதலில், அறிமுகமான மொபெட்.

○ ○ ○ ○ ○

முஸ்லிம் சிறுமி பள்ளியில் படித்தது

சாரா அபூபக்கர்

மேற்குக் கடற்கரையில் உடம்பை நீட்டிப் படுத் திருக்கும் ஒரு சின்ன ஊர் காசர்கோடு. ஊஹூம், இப்போது படுத்திருக்கவில்லை; எழுந்துள்ளது. கள்ளக்கடத்தல் காரர்களாலும் துபாய்ப் பணத்தாலும் கொழுத்து விழித்தெழுந்துள்ளது என்றே சொல்ல வேண்டும். விழித்தெழுந்து தலை உயர்த்தி நின்றுள்ளது. மந்தகதியில் ஓடிக்கொண்டிருக்கிற சந்திரகிரி ஆறு இந்த ஊரின் மூன்று பக்கங்களைச் சுற்றிவளைத்திருக்கிறாள். காசர் கோடின் தெற்குப் பகுதியான தளங்கரை கிராமம் முஸ்லிம் களால் நிறைந்திருக்க, மற்றப் பாகங்களில் இந்துக்களும் முஸ்லிம்களும் கலந்திருக்கிறார்கள். ஊரின் முக்கிய மசூதியான மாலிக்குத் தீனார் மசூதியும் மாலிக்குத் தீனார் தர்க்காவும் இருப்பது இந்தத் தளங்கரை கிராமத்தின் ஒரு குன்றின் மேல். ஆயிரம் வருடங்களுக்கு முன்பு கட்டியது என்று சொல்லத்தக்க இந்த மசூதியும் தர்க்காவும் உள்ளூர் மற்றும் வெளியூர் முஸ்லிம்களுக்குப் புனித மான இடங்களாக விளங்குகின்றன. இந்த மசூதிக்குப் பக்கத்திலிருந்து பார்த்தால் சந்திரகிரி ஆறு அரபிக்கடலைச் சேரும் காட்சி கண்ணையும் மனத்தையும் நிறைக்கும்.

ஊரின் இன்னொரு பக்கத்தில் இந்தச் சந்திரகிரியின் கரையிலேயே இருப்பது பிலிகுஞ்செ குன்று. பயணியர் மாளிகை இருப்பது இந்தக் குன்றின் மேல். இங்கிருந்து சந்திரகிரியின் பக்கம் ஒருமுறை பார்வையைச் செலுத் தினால், மொத்தத் தென்கன்னட மாவட்டத்தின் ரம்மியமான காட்சிகளில் ஒன்றெனப் பெயர்பெற்ற அழகான காட்சி நம் மனசைக் கொள்ளைகொள்ளும்.

இந்தப் பிலிகுஞ்செ குன்றில் ஏறி இறங்கிச் சந்திரகிரியைக் கடந்தால் கிடைப்பது செமநாடு கிராமம். இதுவே என் அப்பாவின் பிறந்த ஊர்.

இந்த ஊரின் புகழ்பெற்ற பரம்பரையில், பெண் குழந்தைக்காகப் பிரார்த்தித்துக் களைத்துப்போன, குடும்ப மொன்றில் ரப்பியுல் அவ்வல் (முஸ்லிம் மாதம்) 12ஆம் நாள் (முகம்மது நபியவர்கள் பிறந்த தினம்) சரியாகச் சூர்யோதயத்தில் நான் பிறந்தேனாம். அப்படியென்றால், நான் நபியவர்களைப் போல மகாத்மா என்று பொருளல்ல. சொல்லிக்கொள்கிறாற்போல உத்தமக் குணங்களெதுவும் என்னிடமில்லை. எல்லாப் பெண்களுக்குமிருக்கும் மன உணர்வுகள், விகாரங்களெல்லாம் எனக்கும் இருக்கின்றன. எங்கள் சமூகத்து ஆண்கள் எங்கள் பெண்களுக்கு இழைத்துக் கொண்டிருக்கும் மோசத்தையும் அநியாயங்களையும் கண்டு கோபத்தில் கண்சிவக்கிறேன். யாரேனும் புகழ்ந்தால் பூரித்து வானுயரம் ஏறினால், நிந்தனையைக் கேட்டு ஊசி குத்திய பலூனைப் போலச் சுருங்கிப்போகிறேன். பிறர் அதிர்ஷ்டத்தைக் கண்டு பொறாமைப்பட்டிருக்கிறேன் (இப்போதல்ல). எனக்கும் மேனகையைப் போல மகளொருத்தி இருந்திருந்தால் . . . ! என்று யோசித்து இந்த இருந்திருந்தால் என்னும் ராஜ்ஜியத்தில் நானும் மகிழ்ந்திருக்கிறேன். சஞ்சய் காந்தி இறந்தபோது, நானும் கண்ணீர் சொரிந்திருக்கிறேன். நாட்டின் உயர்ந்த பதவியில் இருப்பவருடைய ராஜகுமாரன் இறந்தானே என்றல்ல. மிக இளமையிலேயே வாழ்க்கைத் துணையை இழந்த அந்தப் பெண் இனி என்னென்ன கஷ்டங்களை அனுபவிக்க வேண்டுமோ என்று நினைத்து! இப்படி எல்லாப் பெண்களையும்போல எல்லாவிதமான உணர்வுகளுக்கும் விகாரங்களுக்கும் ஆட் படுகிறேன்.

எதையோ சொல்லப் புறப்பட்டு எங்கோ வந்துவிட்டேன். என் தாத்தாவுக்கு ஆறு ஆண் குழந்தைகள்; பெண் குழந்தைகள் இல்லை. என் அப்பாதான் மூத்த மகன். என் அப்பாவுக்கும் வரிசையாக மூன்று ஆண் குழந்தைகள் பிறந்தார்கள். 'இந்த முறை நம் மருமகள் பெண்குழந்தையைப் பெற்றால் குழந்தைக்குச் சாரா எனப் பெயர்வைக்கலாம். ஹஜ்ரத் இப்ராகிம் அவர் களுடைய அன்பு மனைவியின் பெயர்' என்று என் தாத்தா வேண்டிக்கொண்ட பிறகு நான் பிறந்தேனாம். 'தாத்தா இப்படி வேண்டிக்கொள்ளாதிருந்தால் எவ்வளவு நன்றா யிருந்திருக்கும்? நானும் மற்றவர்களைப் போல ஆணாக ஜாலியாக இருந்திருப்பேன்' என்று சின்னவளாயிருந்தபோது நான் எத்தனையோமுறை நினைத்துக்கொண்டேன்.

எப்படியோ என் தாத்தா பாட்டியின் செல்லப் பேத்தியாக, அப்பா அம்மாவின் அன்பான மகளாக, ஐந்து சித்தப்பாக்களின் கண்மணியாக, மூன்று அண்ணன்களின் குட்டித் தங்கையாக, இரண்டு தம்பிமார்களின் பாசத்துக்குரிய அக்காவாக வளர்ந்தேன். இப்போது நான்கு ஆண் குழந்தைகளின் மேல் வாத்சல்யம் கொண்ட தாயாகவும் ஆகியிருக்கிறேன். ஒரே ஒரு பெண் குழந்தையின் துணைகூட இல்லாமல் வாழ்நாள் முழுக்க இந்த ஆண்களுடனேயே கழிக்க வேண்டியதாயிற்றே என்று மனம் சில சமயம் வருத்தத்தில் வாட்டமுறுகிறது.

தன் கோர்ட் வேலைக்காகவும் குழந்தைகளின் கல்விக் காகவும் என் அப்பா காசர்கோடில் வீடு எடுத்திருந்தார். என் பாட்டியின் வீடிருந்தது ஆற்றுக்கு அந்தப் பக்கத்துச் செமநாட்டில். அதனால் எனக்கு விவரம் புரியத் தொடங்கிய திலிருந்து வாரத்திற்கு ஒன்றிரண்டுமுறை இந்தச் சந்திரகிரி ஆற்றைத் தோணியில் கடந்து அந்தப் பக்கமிருந்த பாட்டியின் வீட்டுக்குப் போவேன். என் பால்யத்தின் அதிக தினங்களை நான் இந்தச் சந்திரகிரிக் கரையிலிருக்கும் என் தாத்தாவின் வீட்டிலேயே கழித்தேன்.

என் தாத்தா சொல்லிக்கொள்கிறபடி ஒன்றும் பணக்காரர் அல்ல. நிம்மதியாகக் காலத்தைக் கழிக்கும் அளவுக்குச் சொத்து இருந்தது. அவர் எளிமையானவர். அந்தக் காலத்திலேயே (அதாவது சுமார் நூறு வருடங்களுக்கு முன்னால்) பத்திரிகை படிக்கிற அளவுக்குக் கல்வி கற்றிருந்தார். மாத்ருபூமி பத்திரிகையைப் படிக்க அவர் ஒரு நாளும் தவறியதில்லை. இஸ்லாம் மத நூல்களையெல்லாம் அவர் நன்றாக ஆராய்ந் திருந்தார். சாகும்வரைக்கும், பாட்டியாகட்டும் தாத்தாவாகட்டும் ஒரு பொழுது நமாஸையோ ஒரு நாள் உபவாசத்தையோ தவறவிட்டதில்லை. 'வாழ்வதற்காகச் சாப்பிட வேண்டுமே ஒழிய, சாப்பிடுவதற்காக வாழக் கூடாது', 'நம்மைவிட உயரத்திலிருப்பவர்களைப் பார்க்கக் கூடாது; கீழே இருப்பவர்களைப் பார்க்க வேண்டும்' என்றெல்லாம் அவ்வப்போது எங்களுக்கு உபதேசித்தார் என் தாத்தா.

அந்தக் காலத்தில் குழந்தைகளுக்குத் தடுப்பூசிபோட எந்த அம்மாவும் ஒப்புக்கொள்ளவில்லை. என் பாட்டியும் இதற்கு விதிவிலக்கல்ல. அபூர்வமாகப் பிறந்த பெண் குழந்தை! தடுப்பூசி போட்டு அதற்கு ஏதாவது ஏறுமாறாகப்போய்விட்டால்? அந்தக் காலத்தில் சுகாதாரத் துறையினர் குழந்தைகளைத் தேடிக்கொண்டு வீடுவீடாக வந்துகொண்டிருந்தாலும், அம்மாமார்கள் தங்கள் குழந்தைகளை உள்ளறைகளுக்குள் மூடிவைத்து, குழந்தைகள் தொலைவிலுள்ள பாட்டி வீட்டுக்குப்

போயிருக்கிறார்கள் என்றோ அல்லது தங்கள் வீட்டில் அப்படிப் பட்ட குழந்தைகளே இல்லை என்றோ சொல்லி, அவர்களைத் திருப்பி அனுப்பிவிடுவார்கள். இப்படியாக எனக்குச் சுமார் எட்டு வயதுவரை தடுப்பூசி போடவே இல்லை. அதன் பிறகு ஒரு நாள் நான் வீட்டிலிருந்தபோது, எனக்குத் தெரியாதவாறு தடுப்பூசி போடுபவரை வீட்டிற்கு அழைத்துவந்து என் தந்தையே என்னைப் பலவந்தமாகப் பிடித்து எனக்குத் தடுப்பூசி போட வைத்தார்.

அந்தக் காலத்தில் முஸ்லிம் பெண்பிள்ளைகள் ஒவ்வொரு காதின் மேல்பாகத்திலும் ஐந்தோ ஆறோ துளைகளைப் போட்டுக் கொண்டார்கள். புண்கள் குணமாகச் சுமார் இரண்டு மாதங்கள் பிடிக்கும். இரண்டு மாதங்களும் அந்தப் பெண் பிள்ளைகள் நரக வேதனையை அனுபவிப்பார்கள். ஆனாலும் அந்தத் துளைகளைப் போட்டுக்கொள்ளாமல் யாரும் இருந்தது இல்லை. அதைச் செய்யாவிட்டால் திருமணத்தில் தங்க அலிகத் (ஒருவகையான ஆபரணம்) போட்டுக்கொள்வது எப்படி? காதில் தங்கம் அணியாவிட்டால் எவன்தான் பெண்பிள்ளையைத் திருமணம் செய்துகொள்வான்? இப்படியாக, பார்க்காத கேள்விப் படாத என்றைக்கோ வரப்போகிற அந்தக் கணவனுக்காகச் சின்னப் பெண்பிள்ளைகள் இப்படிப்பட்ட தண்டனையை அனுபவித்துக்கொண்டிருந்தார்கள். எந்தக் கிருமி நாசினியிலும் நனைக்காமல் வெறும் ஊசிநூலால் துளைகளைப் போடும் போது, இந்தப் பிள்ளைகள் கிறீச்சிடுவது வானத்தைத் தொடும். குழந்தைகளுக்குத் தடுப்பூசிபோடத் தயங்கிக்கொண்டிருந்த தாய்மார்கள் இந்தக் காரியத்தை மகிழ்ச்சியோடு செய்துகொண் டிருந்தார்கள். நகரங்களில் இப்போது இந்த வழக்கம் நின்று போயிருந்தாலும், கிராமங்களில் இன்னமும் எந்தத் தடையு மில்லாமல் தொடர்ந்துகொண்டுதான் இருக்கிறது.

என் அம்மாவும் பாட்டிமார்களும் எனக்குக் காது குத்துவதற்குத் தயாரானார்கள். இப்போது மட்டும் என் அப்பா எச்சரிக்கையடைந்தார்.

‘அவ பெரியவளான பிறகு அவளுக்கு வேணும்னா அவளே குத்திக்கட்டும். இப்ப மட்டும் அவளுக்கு எந்த மாதிரியான தொந்தரவும் குடுக்க வேண்டாம்’ என்று என் அப்பா அடம் பிடித்தார். என் அப்பா இன்னொன்றையும் சொன்னார்.

‘அவளுக்குப் பதினாறு வயசாகாம, எஸ்.எஸ்.எல்.சி. வரைக்கும் படிக்கவைக்காம நான் அவளுக்குக் கல்யாணம் பண்ணப்போறதில்ல.’

என் அம்மாவுக்கும் பாட்டிக்கும் இடி இறங்கியதைப் போலானாலும், என் அப்பாவின் தீர்மானத்திற்கு எதிராக அவர்கள் எதுவும் செய்ய முடியவில்லை.

‘கொஞ்சம் பெரியவளானதும் அவளே பள்ளிக்கூடத்தை விட்டுருவா. நாம எதுக்குச் சும்மா கவலைப்படனும்?’ என்று அம்மாவும் பாட்டிகளும் பேசாமலிருந்தார்கள்.

ஞாபகத் திரையின் மீது தூசு படிந்திருக்கிறது. இந்தத் தூசைத் தட்டி, முயன்று ஒவ்வொன்றாக வலைகளைப் பிரித்தெடுக்கத் தொடங்கினேன்.

மங்கலாயிருந்த சித்திரங்கள் வரவரத் தெளிவாகத் தெரியத் தொடங்கின. எனக்குக் கொஞ்சம் விவரம் தெரிந்த நாளில் இரண்டு வயதுத் தம்பியொருவன் இருந்தான். எனக்கு ஆறு வயதானபோது, என் அம்மா மீண்டும் ஒருமுறை கர்ப்பிணியானார். ஒரு நாள் அம்மா என்னைக் கூப்பிட்டு, ‘உன்னோடு விளையாடத் தங்கை ஒருத்தி வரப்போகிறாள்’ என்றபோது, நான் மகிழ்ச்சியில் குதித்தது எனக்கு நன்றாக நினைவிருக்கிறது. கடைசியில் தம்பியே பிறந்தபோது எனக்கு மிகுந்த ஏமாற்றம் உண்டானாலும், தூக்கிக் கொஞ்சுவதற்கு வீட்டில் இன்னொரு குழந்தை பிறந்ததே என மகிழ்ச்சி உண்டாயிற்று. உயிரற்ற என் பொம்மைகளைவிட உயிருள்ள பொம்மை எவ்வளவோ மேல் என்னும் நிறைவு எனக்கு. என்னுடைய தம்பி தன் கீழ்வரிசைப் பல், மேல் வரிசையில் ஒரே அளவில்லாத மூன்று பற்களைக் காட்டி, ஜொள்ளு வழியவிட்டுக்கொண்டு தவழ்ந்து சிரித்தவாறு நான் உட்கார்ந்த இடத்திற்கு வந்து எனக்குப் பின்னாலிருந்து என்னைப் பிடித்துக்கொண்டு எழுந்து நின்று என் கூந்தலிலிருந்த பூவைப் பிடுங்கியபோது, எனக்கு அவன்மேல் கோபம் வரவேயில்லை. அந்தப் பூவைக் கையில் பிடித்துக் கசக்கி அவன் கெக்கெக்கே என்று சிரித்தால் நான் என் கையிலிருந்த தின்பண்டத்தை அவன் வாயில் போட்டு அவனைக் கட்டிக்கொண்டு கொஞ்சுவேன். என் தம்பிகளை நான் மிகவும் நேசித்தேன் என்பதால் பிறகு அவர்கள் ஏதாவது வழிதவறிப் போனால், அவர்களைத் தீவிரமாகக் கண்டிக்க, திட்டிப் புத்திசொல்ல முடியாதவளானேன்.

என் மூன்று அண்ணன்மார்களில் நான் பெரியண்ணனை அதிகமாக நேசித்தேன். என் முகம் சற்று வாடினாலும் அவன் என்னைத் தூக்கிச் சமாதானப்படுத்துவான். நான் அவனுக்கு உயிருக்குயிராக இருந்தேன். அவன் ஏதாவது தவறுசெய்து அப்பாவிடம் அவ்வப்போது அடி வாங்கிக்கொண்டிருந்தான். அப்போதெல்லாம் நான் அதைப் பொறுக்க முடியாமல் எங்கள் புழக்கடையிலிருந்த புன்னை மரத்தடியில் அமர்ந்து அழுதுகொண்டிருந்தது மங்காத நினைவு.

காசர்கோடில் இரட்டைப் பட்டம் பெற்ற முஸ்லிம்களில் என் அப்பாவே முதலாமவர் என்பது என் ஞாபகம். பி.எல்.

வகுப்பில் மகம்மதியச் சட்டத்தில் இவர் மதராஸ் பல்கலைக் கழகத்தில் தங்கப் பதக்கம் பெற்றிருந்தார். இதுவரை காசர்கோடில் தங்கப் பதக்கம் பெற்ற முஸ்லிம் இவர் ஒருவர்தான் என்பது என் எண்ணம். அந்தக் காலத்தில், இங்கிலாந்திலிருந்தும் அமெரிக்காவிலிருந்தும் வந்துகொண்டிருந்த வார, மாதப் பத்திரிகைகளில் பலவற்றை வீட்டுக்குத் தருவித்துக்கொண் டிருந்தார். புத்தகங்களை விலைக்கு வாங்கிப் படிப்பது அவருடைய பழக்கமாயிருந்தது. அப்போதெல்லாம் என் அம்மா, ‘உன் அப்பா உனக்கு நகை எதுவும் செய்வதில்லை. அவர் சம்பாதிப்பதை எல்லாம் புத்தகம், பத்திரிகைகளுக்கே ஒதுக்கிவிடுகிறார்’ என்று சொல்வார்.

என் அப்பா விரும்பியிருந்தால் எவ்வளவோ சம்பாதித் திருக்கலாம். ஆனால் பணம் சேர்ப்பது மட்டும் அவருக்கு விருப்பமான செயல்களில் ஒன்றாக இல்லை. தன் குழந்தை களை நன்றாகப் படிக்கவைத்து அவர்கள் காலிலேயே அவர்களை நிற்கவைத்துவிட்டால் தன் கடமை முடிந்தது என்று அவர் புரிந்திருந்தார். மிகுந்த நேர்மையோடு தன் தொழிலைச் செய்து, பணத்தின் மீதான பைத்தியம் மின்னி வழியும் நாட்டில்கூடத் தான் ஒரு செல்வந்தராக வேண்டும் என எண்ணாமல்போனார். இன்றைக்கும் இந்து முஸ்லிம் என்னும் பேதமில்லாமல், ஊரிலுள்ள எல்லோரது அன்புக்கும் மரியாதைக்கும் உரியவராயிருக்கிறார்.

சந்திரகிரி ஆற்றின் தெற்குப் பாகத்தில் மலையாளப் பள்ளிகள் இருந்தாலும், சந்திரகிரியின் வடக்குப் பாகமான காசர்கோடில் அதிகமான பள்ளிகள் கன்னடப் பள்ளிகளாக இருந்தன. எங்கள் தாய்மொழி மலையாளமாக இருந்தாலும், தாய்மொழியை மட்டுமே கற்று அதை வளர்க்க வேண்டும் என்று சொன்னவரல்ல என் அப்பா. கல்வி முக்கியம். படித்து அறிவுள்ளவராக, ஞானத்தை அடைய மொழி எதுவானால் என்ன? வீட்டுக்கு அருகில் இருப்பது கன்னடப் பள்ளி. என் அப்பாவும் இந்தப் பள்ளியின் முன்னாள் மாணவர். அதனால், அப்பா என் அண்ணன்மார்களை இந்தப் பள்ளியில் சேர்த்து, பக்கத்திலிருந்த பெண்கள் பள்ளியில் என்னையும் சேர்த்தார்.

முன்பெல்லாம் பள்ளிக்குச் செல்ல எனக்கு அப்படி யொன்றும் உற்சாகம் இருந்ததில்லை. கன்னட மொழி தெரியாத காரணத்தால், பள்ளியில் நான் தனியாக இருக்க வேண்டிய தாயிற்று. ஆனால் அப்பாவின் கண்ணெதிரே நான் பள்ளிக்குச் செல்லாமல் தப்ப முடியாது. அவரது ஒரே இலட்சியம் தன் மகள் எஸ்.எஸ்.எல்.சி. வரையான கல்விப் பயிற்சியையாவது அடைய வேண்டும் என்பது. என்னைப் பார்த்து எங்கள் சமூகத்தின் மற்ற பெண்பிள்ளைகளும் பள்ளிக்குச் சென்று

கல்வி பெற வேண்டும்; தங்கள் அஞ்ஞானத்தின் இருட்டுக் குகையிலிருந்து இந்தப் பெண்பிள்ளைகள் வெளியே வர வேண்டும் என்னும் பெருவிருப்பம் அவருக்கு. எனவே நான் பள்ளிக்குச் செல்லத் தயங்கினால் அதைச் சகித்துக் கொள்வாரா?

'ஐயே, முஸ்லிம் பொண்ணு. தொடாத' என்று சொல்லி, தூர நகரும் பிராமண மற்றும் கொங்கணிச் சிறுமிகள் அப்போதும் என் வகுப்பில் இருந்தார்கள். ஆனால் காந்திஜியின் பக்தை யான ஓர் ஆசிரியை யாரும் இப்படிப்பட்ட பேதம் காட்டாமல் பார்த்துக்கொண்டார். இந்த ஆசிரியை அந்தப் பள்ளியின் நிதிநிலைமைக்குக் காரணமானவராதலால், பள்ளி முழுவதிலும் செல்வாக்குள்ள நபராயிருந்தார். அதனால் இவர் பேச்சை யாரும் மீற முடியவில்லை. பிராமண மற்றும் கொங்கணிச் சிறுமிகள் இருவருக்கு இடையில் இவர் வேண்டுமென்றே என்னை உட்காரவைத்தார். படிப்படியாக இந்தச் சிறுமிகள் என் சினேகிதத்தைச் சம்பாதித்துக்கொண்டார்கள்.

ஒரு நாள் நான் இந்தச் சிறுமிகளோடு எங்கள் ஊரின் மல்லிகார்ஜுன சுவாமி கோவிலுக்குப் போனேன். அவர்களோடு சேர்ந்து அவர்கள் செய்ததைப் போலவே செய்து கர்ப்பக் கிருகத்தைச் சுற்றிவந்து அர்ச்சகரிடம் பிரசாதம் பெற்றுக் கொண்டதை என் அண்ணன்களிடம் சொன்னேன். எல்லோரும், 'நீ இன்னக்கிருந்து இந்துவாயிட்டே' என்று என்னைக் கேலி செய்து சிரிக்கத் தொடங்கினார்கள். என் தந்தை சத்தமாகச் சிரித்துவிட்டார்.

முதலில் நான் படிப்பில் அப்படியொன்றும் முன்னேற்றம் காண்பிக்கவில்லை. வீட்டில் யாரும் என்னை எழுத, படிக்கக் கட்டாயப்படுத்தவும் இல்லை. வீட்டுக்கு வந்தால், அண்ணன் களோடு விளையாடிக்கொண்டிருப்பேன் அல்லது சண்டை போட்டுக்கொண்டிருப்பேன். தம்பிகளை அணைத்துக்கொண்டு புழக்கடையெங்கும் சுற்றிக் கொய்யாப் பழம், சீத்தாப் பழம், ஆவக்காய் போன்றவற்றைப் பறித்துத் தருவேன். என் தம்பிகளை அணைத்தபடி அலைந்துகொண்டிருப்பேன். இந்தக் கதையை எழுதும்போது, எனக்கு என் பால்யத்தின் ஞாபகம் வருகிறது.

கோடை மற்றும் இதர விடுமுறை நாள்களை நான் என் பாட்டியின் வீட்டிலேயே கழித்துக்கொண்டிருந்தேன். அப்போது தான் குர்ஆனைக் கற்கத் தொடங்கினேன். வார விடுமுறை நாள்களிலும் என் பாட்டி வீட்டுக்குப் போகாமலும் சந்திரகிரியை வாரத்திற்கொருமுறை பார்க்காமலிருக்கவும் அதன் கரையில் விளையாடாமலிருக்கவும் என்னால் முடியவில்லை. அதனால் எப்படிப்பட்ட மழைக்காலத்திலும் எப்படிப்பட்ட வெள்ளத்திலும்

நான் பாட்டியுடன் இந்தச் சந்திரகிரியைத் தாண்டிக்கொண்டிருந்தேன்.

இப்படியொருமுறை மழைக்காலத்தில் நான் பாட்டியின் வீட்டுக்குப் போயிருந்தபோது, சந்திரகிரியில் மிகப் பெரிய வெள்ளம் வந்தது. அப்படிப்பட்ட வெள்ளம் இருபத்தைந்து அல்லது முப்பது வருடங்களுக்கு ஒருமுறை வருமாம். மூன்று தினங்களாக இடைவிடாமல் மழை பெய்யத் தொடங்கியபோதே பாட்டி, ‘இந்தத் தடவ வெள்ளம் வந்தே தீரும். நாங்க வீட்டைவிட்டுப் போக வேண்டியிருக்கும்’ என்று சொல்லத் தொடங்கியிருந்தார்.

மாலை நேரமானபோதே, நீரின் மட்டம் ஏறத் தொடங்கியது. மழை தாரைதாரையாகக் கொட்டிக்கொண்டே இருந்தது. பாட்டியின் வீடு அப்படியொன்றும் உயரத்திலில்லை. வீடுவரைக்கும் தண்ணீர் எந்த நேரம் வருமோ என்று பாட்டி காத்துக்கொண்டேயிருந்தார். எல்லோரும் தூங்கினாலும் பாட்டி விழித்துக்கொண்டிருந்தார். நடு இரவுக்கெல்லாம், தண்ணீர் வீட்டுச் சுவரில் மோதத் தொடங்கியபோது, எல்லோரும் விழித்துக்கொண்டார்கள். ஆனால் இயற்கையின் சீற்றத்தைத் தடுத்து நிறுத்துவது யாருக்கும் சாத்தியமாகவில்லை.

காலையில் சீக்கிரமே ஓர் அறையில் சிற்றுண்டி தயாரித்து எல்லோரும் சாப்பிட்டுக்கொண்டிருந்தபோதே, தண்ணீர் வீட்டுக்குள் நுழைந்தது. வீட்டைச் சுற்றியும் ஊர் முழுவதும் எங்கெங்கும் நீரைத் தவிர வேறெதுவும் தெரியவில்லை. நீருக்கு நடுவில் அங்கங்கே தென்னை, மா, பலா மரங்களும் வீட்டுக் கூரைகளும் மட்டும் தெரிந்தன.

வீட்டு வாசலுக்கே என் சித்தப்பா தோணியைக் கொண்டுவந்தார். மாடு, கன்றுகளைத் தோணியில் ஏற்றினார். தோணி கொள்ளுமளவு ஆள்களும் நிறைந்தார்கள். நாங்களெல்லோரும் தோணியில் ஏறிக் குன்றின் மேலிருந்த சித்தப்பாவின் வீட்டுக்குப் போனோம். நெற்பயிருக்கு மேலாக, தென்னை, மா மரங்களுக்கு அடியில் நாங்கள் மிதந்து சென்றுகொண்டிருந்தது வர்ணிக்க முடியாத ஓர் ஆனந்த அனுபூதியாக இருந்தது எனக்கு. சிலர் பயத்தினால் முகத்தைச் சுருக்கிக் கொண்டு உட்கார்ந்திருக்க, இன்னும் சிலர் தங்களுடைய ஆடு, கோழிகளை நினைத்து அழுதுகொண்டிருந்தார்கள்.

ஆற்றிலிருந்து சுமார் அரை மைல் தூரத்திலிருந்த குன்று வரைக்கும் தண்ணீர் வந்திருந்தது. இந்தக் குன்றின் மேல்தான் எங்கள் சித்தப்பாவின் வீடிருந்தது. எல்லோரும் தோணியிலிருந்து இறங்கி அவர் வீட்டுக்குப் போனோம். அங்கிருந்து

வர்ணனைக்கு அப்பாற்பட்ட ஒரு காட்சியைக் கண்டேன். அதன் பிறகு ஒரு நாளும் அப்படிப்பட்ட காட்சியை நான் காணவில்லை.

செமநாடு கிராமம் முழுவதும் தண்ணீரால் சூழப்பட்டிருந்தது. அங்கங்கே சில மரங்களின் உச்சிகளும் வீடுகளின் கூரைகளும் மட்டும் தெரிந்தன. சில வீடுகளின் பாதிப் பாகம் தண்ணீரில் முழுகியிருந்தது. இறந்து மிதந்துகொண்டிருந்த பிராணிகளுக்கோ கணக்கில்லை. பெரிய பெரிய மரங்களும் மரக்கட்டைகளும் மிதந்துகொண்டிருந்தன. சில குடிசைகளின் கூரைகள் மிதந்துகொண்டிருந்ததால், அந்தக் குடிசைகளே தண்ணீரில் மிதப்பதைப் போலத் தெரிந்தன. மழை இன்னமும் விடாது கொட்டிக்கொண்டிருந்தது. என்றைக்கும் அமைதியாக, மெல்லிய நடையில் கலகல நாதத்துடன் பாய்ந்து ஜனங்களின் மனசைக் குளிர்வித்துக் கொண்டிருந்த சந்திரகிரி, அன்றைக்கு மட்டும் மகாகாளியைப் போலப் பேரோசையிட்டுக்கொண்டு ஊரை நாசப்படுத்த அடியெடுத்துவைத்தாள்.

கடைசியில் இயற்கை அன்னை களைத்துப்போனாளோ என்னவோ! சாயங்காலமானபோது, மழை நின்று கீழ் வானத்தில் சூரியன் கார்மேகங்களின் மறைவிலிருந்து அவ்வப் போது எட்டிப் பார்க்கத் தொடங்கினான். எல்லோருடைய முகங்களும் கொஞ்சம் தெளிவடைந்தன. அந்த இரவை அங்கேயே கழித்தோம். மறுநாள் காலையில் எழுந்து பார்த்தால் தண்ணீரின் மட்டம் மிகவும் இறங்கியிருந்தது.

வேகவேகமாகத் தோணியில் உட்கார்ந்தோம். ஆனால் பாதி வழியில் தோணி தரைதட்டி நின்றுவிட்டது. ஏறிய வேகத்திலேயே வெள்ளம் வடிந்திருந்தது. தண்ணீர் முழுவது மாக வடிந்து வயலில் பயிர்களுக்கு இடையில் நாங்கள் நடந்து வீடு சேர வேண்டியிருந்தது. வீட்டில் இறந்து கிடந்திருந்த கோழிகளை, 'நீ செய்த பாவத்தை நீயே சாப்பிடு' என்பதைப் போலச் சந்திரகிரியில் எறிந்தார்கள். சந்திரகிரி இரண்டே நாளில் தன் முந்தைய தோற்றத்தை அடைந்தாள். வீட்டை முன்பிருந்த நிலைக்குக் கொண்டுவர எட்டுத் தினங்களே பிடித்தன. தான் செய்த பாதகத்தைப் பற்றிய உணர்வில்லாமல் சந்திரகிரி என்றைக்கும்போல அமைதியாகப் பாயத் தொடங்கினாள்.

○ ○ ○

இஸ்லாம் மத நூல்களையெல்லாம் அம்மாவே எனக்குக் கற்பித்தார். முஸ்லிம் புராணக் கதைகள் அரபி எழுத்தில்

மலையாள மொழியில் கேரளாவெங்கும் பரவியிருக்கின்றன. இப்படிப்பட்ட சில புத்தகங்களைத் தருவித்து அவற்றிலிருந்த கதைகளை எல்லாம் என்னைப் படிக்கவைத்தார். முகம்மது நபியவர்களின் வாழ்க்கை வரலாறு, அவரது எளிய வாழ்க்கை, அவருடைய மனைவி, மகளின் எளிய வாழ்க்கை எல்லாவற்றையும் விவரித்துக்கொண்டிருந்தார். அந்தக் காலத்தில் பெண்கள் வீட்டுக்குள் சிறைப்பட்டிருக்கவில்லை என்பதை இந்தக் கதைகளிலிருந்து நான் தெரிந்துகொண்டேன். முஸ்லிம் பெண்கள் கத்தியைப் பிடித்துக் குதிரை ஏறிப் போர்க்களங்களில் ஆண் களோடு போரிட்ட கதைகளை இந்தப் புத்தகங்களில் நான் படித்திருக்கிறேன்.

எனக்குச் சங்கீதம் கற்பிக்க வேண்டுமென்று அப்பா அம்மா முயன்றாலும் அந்தத் திசையில் என் விருப்பம் செல்லவே யில்லை. அதைவிட அம்மா பாடிக்கொண்டிருந்த நாட்டுப்புறப் பாடல்களே எனக்கு மிகவும் விருப்பமாயிருந்தன. 'மாப்பிள பாட்டு' மற்றும் 'ஒப்பனப் பாட்டு' என்று இன்று கேரளாவில் பிரபலமாகியுள்ள இந்த நாட்டுப்புறப் பாடல்கள் முஸ்லிம் புராணத்தின் பல ஆண், பெண் காதல் கதைகளைக் கொண் டுள்ளன. முஸ்லிம்கள் திருமணத்தில் பாடும் இந்தப் பாடல்கள் இன்றைக்கும் எனக்கு விருப்பம். துபாய்க்குப் போனவர்கள் திரும்பும்போது, அங்கிருந்து இந்தப் பாடல்கள் பதிவுசெய்த கேசட்டுகளைக் கொண்டுவருகிறார்கள் என்றால் இந்தப் பாடல்களின் மீது மக்கள் வைத்துள்ள விருப்பத்தை நீங்களே ஊகித்துக்கொள்ளலாம்.

அப்போது நாங்கள் வசித்துக்கொண்டிருந்தது நகரத்தின் மையப்பகுதியில். எங்கள் அக்கம்பக்கத்தவர்கள் எல்லோரும் இந்துக்கள். எங்கள் வீட்டுக்குச் சமீபத்தில் ஒன்றிரண்டு மலையாளக் குடும்பங்கள் வசித்தன. எங்கள் அம்மா இவர்களுடன் சினேகிதத்தை வளர்த்துக்கொண்டார். இஸ்லாம் மத நூல்களை நன்றாக ஆராய்ந்து இஸ்லாம் மதத்தின் தத்துவங்களை நியமத் தோடு பின்பற்றிய அம்மா, இந்துக்களை வெறுக்க வேண்டும் என்றோ அவர்களிடமிருந்து விலகியிருக்க வேண்டும் என்றோ ஒருமுறைகூடச் சொன்னவரல்ல. மாறாக அந்த நாயர் பெண் களுடன் அக்காதங்கையைப் போல ஒட்டிக்கொண்டார்.

இந்த நாயர் குடும்பம் ஒன்றின் ஒரே மகளுக்குப் பல ஆண்டுகளாகத் திருமணமாகாதிருந்தபோது, அந்தப் பெண்ணின் அம்மாவைவிட மிகுந்த வேதனையை அனுபவித்துக்கொண் டிருந்தவர் என் அம்மா. 'இவ்வளவு பெரியவளாகியும் இன்னும் கல்யாணமாகலியல்ல? இந்தப் பொண்ணு இப்படியே இருந்துட்டா என்ன கதியாவும்?' என்று அம்மா எப்போதும் வருத்தப்பட்டுக்கொண்டிருந்தார்.

ஒருவழியாக அவளுக்குத் திருமணமாயிற்று. அவள் கர்ப்பிணியாகப் பிரசவத்துக்குத் தன் அம்மாவின் வீட்டுக்கு வந்தபோது, என் அம்மாவும் சொந்த மகளே தன் வீட்டுக்கு வந்ததைப் போல மகிழ்ந்தார். அவளுக்குப் பிரசவ வலி தொடங்கியபோது, அந்தத் தாய்க்கும் மகளுக்கும் தைரியம் சொல்லிச் சமாதானப்படுத்த அங்கே என் அம்மாவைத் தவிர வேறு யாரும் இல்லை. தீட்டு உள்ள வீட்டுக்குச் சொந்த ஜாதியைச் சேர்ந்த உறவுக்காரர்கள் யாரும் போகமாட்டார்கள் அல்லவா? பிற்பகல் வீட்டுக்கு வந்த என் அம்மா உணவைக் கூடச் சாப்பிடாமல், நமாஸ் செய்துவிட்டுக் குர்ஆனின் சில சுலோகங்கள் அடங்கிய புத்தகம் ஒன்றை எடுத்துக்கொண்டு அந்த வீட்டுக்குப் போனார்.

‘அம்மா, நான் இத இங்க ஒக்காந்து படிக்கட்டுமா? இதைப் படிச்சா சீக்கிரம் பிரசவமாகுங்கறது எங்களோட நம்பிக்கை’ என்று என் அம்மா அக்கறையோடு கேட்டபோது அந்தத் தாயின் கண்களில் நீர் சொரிந்தது.

‘அம்மா, எனக்கு உங்களவிட்டா யாரிருக்காங்க? உங்க விருப்பம்போலச் செய்யுங்க’ என்றபோது, என் அம்மா அந்த இந்துக்களின் வீட்டில் அமர்ந்து குர்ஆன் படிக்கத் தொடங்கியதை நான் என்றைக்கும் மறக்கமாட்டேன்.

கடைசியில் சுகப்பிரசவமாகாமல், இரண்டு டாக்டர்கள் அறைக்குள் புகுந்து தாழிட்டுக்கொண்டபோது, அந்தத் தாய் என் அம்மாவின் தோளில் தலைவைத்து, ‘எம் மகளோட விதி இப்படியாயிடுச்சில்ல? எம் மக பிழைப்பாளா?’ என்று அழுதபோது, ‘அம்மா, உங்க மகளுக்கு ஒன்னும் ஆகாது. மேலேயிருக்கற அந்தச் சர்வவல்லமை படச்சவன் அவ்வளவு கருணையில்லாதவன் அல்ல’ என்று தானும் கண்ணீர் சொரிந்துகொண்டு அந்தத் தாயைச் சமாதானப்படுத்தியது என் நினைவின் ஆழத்தில் என்றென்றைக்கும் அழியாத சித்திரமாகத் தங்கியுள்ளது. கட்டுக்குள் சிக்கி, எதிரிகளாக, நாய் பூனைகளைப் போலச் சச்சரவிடும் ஆர்எஸ்எஸ் மற்றும் ஜமாயத் இஸ்லாம் உறுப்பினர்களான இந்து முஸ்லிம்களாக அங்கே அவர்கள் இல்லை. நிராதரவான ஒரு பெண் தன் துக்கத்தையும் வலியையும் இன்னொரு பெண்ணுடன் பகிர்ந்துகொள்ள, மற்றவர் அவற்றைப் புரிந்துகொண்டு தன்னாலான முறையில் தேற்றிக்கொண்டு, மனித இதயங்களைச் சுமந்த இரண்டு மானுட ஜீவிகளாயிருந்தார்கள்.

கடைசியில் அந்தப் பெண் ஒரு பெண் குழந்தையைப் பெற்றெடுத்தபோது, அந்தத் தாயைவிட மிகவும் மகிழ்ச்சி யடைந்தவர் என் அம்மா.

எங்கள் புழக்கடையில் வளர்ந்த பலாப்பழம், மாம்பழம், வாழைப்பழங்களை அம்மா இந்த வீடுகளுக்கெல்லாம் தாராள மாகப் பகிர்ந்துகொண்டிருந்தார். அவர்களுடைய எல்லாப் பண்டிகைகளின்போதும் எங்கள் வீட்டுக்கு இனிப்புப் பண்டங்கள் வந்துகொண்டிருந்தன. ஆனால் என் அம்மா ஒரு நாளும் எங்கள் வீட்டில் செய்த பலகாரங்களை இவர்களுக்குக் கொடுத்ததில்லை.

'அவங்க இந்துக்கள், அவங்க சாஸ்திரம் என்னவோ எப்படியோ? நாம கறி, மீன் திங்கறவங்க. நம்ம வீட்டுல செஞ்சதை அனுப்பி அவங்களுக்கு எதுக்குச் சங்கடத்தை உண்டாக்கனும்? அதுக்குப் பதிலாப் பழம் கிழம், தேங்காயி ஏதாவது அனுப்பலாம்' என்று சொல்லிக்கொண்டிருந்தார்.

என் அம்மா அனேக மாலை நேரங்களை இந்த இந்துக் குடும்பங்களுடன் கழித்தார். அம்மாவை நானும் பின்பற்றினேன். என் அம்மா எங்கள் புராணங்களின் அனேக விஷயங்களை இவர்களுக்குத் தெரிவித்திருந்தார். அதேபோல அவர்களிட மிருந்து ராமாயண, மகாபாரதக் கதைகளையும் கேட்டுக் கொண்டார். இஸ்லாம் மதத் தத்துவங்களையெல்லாம் நியமத்தோடு பின்பற்றிக்கொண்டிருந்த என் அம்மா, 'நம்ம குர்ஆன்ல இப்படிச் சொல்லியிருக்குது. உங்க கீதையில என்ன சொல்லியிருக்குது?' எனக் கேட்டுத் தெரிந்துகொண்டு, சில சமயம் இரண்டு சுலோகங்களின் பொருளும் ஒன்றே யானபோது, 'அப்படிச் சொன்ன பிறகு எங்க மதமும் உங்க மதமும் ஒண்ணா ஆயிடுச்சல்ல' என்று சிரித்துக்கொண்டே சொல்வார்.

○ ○ ○

ஞாபகத் திரைகள் ஒவ்வொன்றாக மேலெழத் தொடங்கு கின்றன. ஏழாண்டுப் படிப்பைப் பெண்கள் பள்ளியில் முடித்த பிறகு, எட்டாம் வகுப்பை என் அண்ணன்கள் படித்த உயர்நிலைப்பள்ளியில் நான் தொடர்ந்தேன். பள்ளி முழு வதற்கும் நான் ஒருத்தியே முஸ்லிம் சிறுமியானாலும், எனக்கு ஒரு நாளும் அந்த உணர்வு ஏற்படவே இல்லை. வகுப்பிலிருந்த மற்ற சிறுமிகளைப் போலவே நானும் இருந்தேன். ஆனால் ஊரிலிருந்த முஸ்லிம்களால் இதைச் சகித்துக்கொள்ள முடிய வில்லை. பத்து வயதான பிறகு எந்த முஸ்லிம் பெண்ணும் வீட்டின் முன்னறைக்குக்கூட வராதிருந்த அந்த நாள்களில், ஒரு முஸ்லிம் சிறுமி தனியாகப் பர்தா இல்லாமல், குறைந்த பட்சம் தலைக்கு மேல் முந்தானையைக்கூட இழுத்துவிட்டுக் கொள்ளாமல் இந்துச் சிறுமிகளைப் போலப் பள்ளிக்குச் சென்றதை அவர்களால் சகித்துக்கொள்ள முடியவில்லை.

ஆனால் அவர்களால் எதுவும் செய்ய முடியவில்லை. ஏனென்றால் என் அப்பா அம்மா இருவரும் ஊரில் இருந்தவர்களுக்கெல்லாம் வேண்டப்பட்டவர்களாக இருந்தார்கள். தங்களைச் சேர்ந்தவர்களின் கஷ்ட நஷ்டங்களில் என்றைக்கும் பங்குகொண்டார்கள். மேல், கீழ் என்னும் பேதமில்லாமல் ஊரிலிருந்தவர்களை எல்லாம் பரிச்சயப்படுத்திக்கொண்டு, என் அம்மா எத்தனையோ பெண்களுக்குத் திருமணம் குதிரவைத்து, 'மேரேஜ் பீரோ' என்று என் அண்ணன்களால் கேலிசெய்யப்பட்டார். பங்களாக்களைவிடக் குடிசைகளின் பக்கம் என் அம்மாவின் அன்பும் சிந்தனையும் அதிகம் பாய்ந்துகொண்டிருந்தன.

இதுவும் இல்லாமல் என்னை யாரும் தொந்தரவு செய்யாமலிருந்ததற்கு இன்னும் ஒரு காரணம் இருந்தது. வடமலபார் பகுதி முழுவதிலும் தென்கன்னட மாவட்டத்திலும் மிகப் பெரிய செல்வந்தொருவர் என் அம்மாவுக்குப் பெரிய அண்ணன். எனக்குக் கேடு விளைவித்துத் தொந்தரவு செய்து அந்த முதலாளியின் வெறுப்பைத் தேடிக்கொள்ளும் தைரியம் எங்கள் ஊர் முஸ்லிம்களுக்கு அப்போது இருக்கவில்லை என்பதாலேயே எஸ்.எஸ்.எல்.சி. வரையான என் படிப்பை எந்தத் தொந்தரவும் இல்லாமல் முடிக்கச் சாத்தியமாயிற்று. அதாவது இவர்கள் என் படிப்பை உற்சாகப்படுத்தினார்கள் என்று பொருளல்ல; ஆனால் தடுக்கவில்லை. ஆனாலும் என் அம்மாவிடம் அவ்வப்போது யாராவது வந்து நயமாக, 'உங்க பொண்ணு ரொம்ப வளர்ந்துட்டா. இனி அவளைப் பள்ளிக்கூடத்துக்கு அனுப்பறது சரியில்லை' என்று குத்திக்கொண்டே இருந்தார்கள்.

அப்போது என் தந்தை, 'பெண் குழந்தைங்களுக்குக் கல்வியறிவு கொடுக்கக் கூடாதுன்னு குர்ஆன்ல எங்கயும் சொல்லலியே? அடுத்த தலைமுறையைக் காப்பாத்தி நல்ல பிரஜைகளா முன்னுக்குக்கொண்டுவர வேண்டியது அம்மா என்பதால, ஆணைவிடப் பெண்ணுக்கே படிப்பு அவசியமாயிருக்குதுன்னு முகம்மது நபியே போதிச்சிருக்காரு. அதனால, எம் பொண்ணோட படிப்பப் பத்தி யாரும் எதுவும் சொல்ல வேண்டியதில்ல. எனக்குச் சரின்னு பட்டதைச் செய்யறேன்' என்று சொல்லிக்கொண்டிருந்தார். அப்பாவின் உறுதியான முடிவுக்கெதிராகவும் பெரியண்ணனின் நிரந்தர உற்சாகத்திற்கெதிராகவும் அம்மாவோ மற்றவர்களோ எதுவும் செய்ய முடியவில்லை.

தொடக்கத்தில் நான் படிப்பில் அப்படியொன்றும் முன்னேற்றம் காட்டாதிருந்தாலும், படிப்படியாக எனக்குப் படிப்பில் ஆர்வம் பெருகியது. அதற்கு என் பெரிய அண்ணனே பேரளவில் காரணம் என்று சொல்லலாம். இந்த என்

அண்ணனைப் பற்றி ஒன்றிரண்டு வார்த்தைகள் எழுதினால் நன்றாயிருக்குமோ என்னவோ.

பெரிய அண்ணன் இல்லாது போயிருந்தால், நான் இன்றைக்கு எப்படியிருப்பேனோ என்று சில சமயம் யோசிக்கிறேன். இவன் மகா பரோபகாரி. வீதியில் பிச்சையெடுக்கிறவன் தலை சுற்றி விழுந்திருந்தாலும் அவனைத் தூக்கிக்கொண்டு ஆஸ்பத்திரியில் சேர்க்கும் தயை உள்ளவனாக இருந்தான். மிகச் சிறந்த விளையாட்டு வீரன். கல்லூரிகளுக்கு இடையிலான விளையாட்டுப் போட்டிகளில் எப்போதும் தன் கல்லூரியைப் பிரதிநிதித்துவப்படுத்தினான். கல்லூரி ஆண்டுவிழாவில் ஒரு வருடம் பதின்மூன்று கோப்பைகளை வென்றான். மதறாஸின் பிரசிடென்சி காலேஜின் டென்னிஸ் வீரனாயிருந்தான்.

ஊர்க்காரர்களெல்லோரும் இவன் நண்பர்கள். மதறாசில் படித்துக்கொண்டிருந்தபோது, விடுமுறையில் ஊருக்கு வந்தால் பையன்கள் கூட்டம் இவனோடு இருக்கும். ஊர்க் கிரிகெட் டீமின் காப்டனாயிருந்தான். தன் தம்பிகளையும் அவர்களைப் போன்ற மற்ற பையன்களையும் சேர்த்துக்கொண்டு அவர்களுக்கு விளையாட்டும் நீச்சலும் கற்றுக்கொடுப்பான். இந்தப் பையன்களில் பிராமணர்கள், அரிசனங்கள், மொகவீரர்கள் (மீனவர்கள்) எல்லோரும் இருந்தார்கள். எல்லோருக்கும் இவன் குருவாக இருந்தான். சந்திரகிரி ஆற்றில் பத்து அல்லது பன்னிரண்டுமுறை கரைக்குக் கரை நீந்திக்கொண்டிருந்தார்கள். இந்தப் பையன்களுக்கெல்லாம் அக்கறையோடு நீச்சல் கற்றுக்கொடுத்தான். எல்லோரையும் தன் சொந்தத் தம்பிகளைப் போலவே நடத்தினான். எங்களைப் போலவே எல்லோரும் இவனை ‘பெரியண்ணா’ என்றே அழைத்தார்கள்.

‘நீ நன்றாகப் படிக்க வேண்டும். நல்ல மதிப்பெண் பெறவேண்டும். நல்ல விளையாட்டுக்காரியாகவும் ஆக வேண்டும்’ என்று அவன் வாரத்துக்கொரு கடிதம் எழுதிக்கொண்டிருந்தான். அப்பா கொடுத்த பாக்கெட் மணியில் மிச்சம் பிடித்து எனக்கு வேண்டிய மணிச்சங்கிலி, டிசைன் புத்தகங்களை வாங்கிவந்தான். ஒவ்வொரு வருடமும் ஜூன் மாதம் பள்ளியில் எனக்கு வேண்டிய புத்தகங்கள், உடைகள், மற்றப் பொருள்களை எல்லாம் வாங்கிவந்து கொடுத்து நான் பள்ளிக்குச் செல்லத் தொடங்கிய பிறகே இவன் மதறாசுக்குப் பயணப்படுவான். தான் முதலிலேயே புறப்பட்டுவிட்டால், அதன் பிறகு அம்மா என்னைப் பள்ளிக்கு அனுப்பாமல் போனால்? இந்தப் பயத்தினாலேயே அவன் அப்படிச் செய்தான்.

அவனென்னவோ என்னைப் பள்ளியில் சேர்த்துவிட்டுச் சந்தோசமாக மதறாசுக்குப் போவான். ஆனால் ஹைஸ்கூலுக்கு

வந்த பிறகு பள்ளிக்குப் போவது எனக்கு மிகக் கடினமாகத் தெரிந்தது. என்னோடு என் இந்துச் சினேகிதிகள் இருந்தாலும்கூட ஊர் முஸ்லிம்கள் நானொரு விசித்திரப் பிராணி என்பதைப் போல என்னைப் பார்த்தார்கள். ஊரின் பிரபலமான முஸ்லிம் ஒருவருடைய மகள் பர்தா இல்லாமல், புடவையின் முந்தானையைத் தலைக்கு மேல் போட்டுக்கொள்ளாமல் இந்துப் பெண்களைப் போல அவர்களோடு நடந்து போனதைப் பார்த்து அவர்களால் சகித்துக்கொள்ள முடியவில்லை. எனக்குப் பின்னாலிருந்து எனக்குக் கேட்கும்படி ஏதாவதொன்றைச் சொல்வார்கள்.

'இவ்வளவு பெரியவளாயும் இன்னமும் இந்தப் பொண்ணு பள்ளிக்கூடத்துக்குப் போறாளே?'

'பர்தா போட்டுக்குட்டாவது போகக் கூடாதா?'

'முஸ்லிம் பொண்ணுங்க எல்லாரும் இப்படிப் பர்தா இல்லாம வீதியில திரியறதுக்குக் கிளம்புனா இஸ்லாம் மதம் நிலைக்குமா?' என்றெல்லாம் அவர்கள் எனக்குக் கேட்கும்படி சொல்வார்கள்.

'உங்க பொண்ணைப் பர்தா போடச் சொல்லுங்க' என்று என் அம்மாவிடம் யாரோ சொன்னபோது, அதைக் கேட்ட என் அப்பாவும் அண்ணன்களும் பலமாகச் சிரித்து விட்டார்கள்.

'எம் பொண்ணு இப்படியிருந்தா யாருக்கும் நஷ்டமில்ல. அவ ஏதாவது தப்பு செய்யறப்ப பாத்துக்கலாம்' என்று அப்பா பதில் கொடுத்தார்.

ஆனால் என் அம்மா சில விஷயங்களில் மிகக் கண்டிப் பாகவே நடந்துகொண்டார். ஒரே மகளாயிருந்தாலும் எனக்கு ஒரு நாளும் விலையுயர்ந்த புடவைகளை அணிவிக்கவில்லை. அலங்காரச் சாதனங்களை நான் பயன்படுத்துவதிலும் அவருக்கு விருப்பமில்லை. 'கடவுள் கொடுத்த உருவம், நிறமே போதும். கல்யாணமாத பொண்ணுங்க அப்படியெல்லாம் அலங்காரம் செஞ்சிக்கக் கூடாது' என்று சொல்லிக்கொண்டிருந்தார். என் வகுப்பின் மற்றப் பெண்களுக்கிருந்த எந்தவிதமான வசதியும் சுதந்திரமும் எனக்கு இருக்கவில்லை.

முஸ்லிம் சிறுமியான எனக்கு மற்ற சிறுமிகளுடன் ஒரு சினிமாவுக்குப் போகும் சுதந்திரமும் இருக்கவில்லை. என் அண்ணன் ஊருக்கு வந்தபோது, அவனோடு ஒன்றோ இரண்டோ படம் பார்ப்பேனே ஒழிய மற்ற தினங்களில் சினேகிதிகளின் வாயிலிருந்து சினிமாக் கதை கேட்டுத் திருப்தியடைந்துகொள்ள வேண்டியிருந்தது. பிக்னிக் மற்றும்

எக்ஸ்கர்ஷனுக்கு நான் போனதே இல்லை. பள்ளியின் த்ரோபால் டீமின் மிகச் சிறந்த வீராங்கனையான எனக்கு, எங்கள் குழு வெளியூருக்குப் புறப்பட்டபோது, அவர்களுடன் போகும் வாய்ப்புக் கிடைக்கவில்லை.

'இவ்வளவு நல்லா விளையாடுறவள விட்டுட்டுப் போகணுமாயிடுச்சே!' என்று ஆசிரியை பரிதவித்தபோது, வீட்டுக்குப் போய் அழுது, சாப்பிடாமல் படுப்பது என் வழக்கமாயிருந்தது. ஆனால் என் அப்பா அம்மா எதற்கும் அசைந்துகொடுக்கவில்லை.

அப்பா என்னை அழைத்து, 'நீ நம்ம சமூகத்துல பள்ளிக் கூடத்துக்குப் போயிப் படிக்கிற முதல் முஸ்லிம் பொண்ணு. நீ பள்ளிக்கூடம் போறதையே ஊர்க்காரங்களுக்கு ஜீரணிச்சிக்க முடியாம இருக்கறப்ப, இனிமே நீ வெளியூருக்குப் போயி விளையாடுனா ஊர்க்காரங்க என்ன சொல்லுவாங்க? உன்னால எந்தத் தப்பும் நடக்கக் கூடாது. நீ ஏதாச்சும் தப்புப் பண்ணுனா அதுக்கப்பறம் நம்ம ஊரு முஸ்லிம் பொண்ணுங்க பள்ளிக்கூடத்தையே பாக்க முடியாது. உன்னப் பாத்து மத்தவங்களும் படிக்கட்டுன்னே உன்னப் பள்ளிக்கூடத்துக்கு அனுப்பறேன். நீ இப்படியல்லாம் அடம் பிடிச்சா உன்னப் பள்ளிக்கூடத்திலிருந்து நிறுத்திடுவேன்' என்று சொன்னபோது, மேற்கொண்டு நான் சொல்வதற்கு எதுவும் மிச்சம் இருக்கவில்லை.

இந்தக் கட்டுப்பாடுகளாலும் ஊர்க்காரர்களின் குத்தல் பேச்சாலும் பொறுமை இழந்த நான், 'நான் படித்துக் கடைத்தேற வேண்டியது அதே அளவிலேயே இருக்கிறது. நான் பள்ளியை விட்டுவிடலாம் என யோசித்துக்கொண்டிருக்கிறேன்' என்று என் அண்ணனுக்குக் கடிதம் எழுதினேன். உடனே அவனிடமிருந்து வந்தது நான்கு பக்கப் பதில்.

'நூற்றாண்டுகளாக நடந்துவரும் ஒரு சம்பிரதாயத்தை மீறி முன்னேறுவது அவ்வளவு சுலபமல்ல என்று நமக்கெல்லாம் தெரியும். நம் சமூகத்தில் யாரும் செய்யாத காரியத்தை நீ செய்துகொண்டிருக்கிறாய். மற்றவர்களும் உன்னைப் பின்பற்ற வேண்டியிருக்கிறது. பொறுமையாக இரு. இப்போது நீ தைரியம் இழந்தால் நம் எல்லோரது திட்டங்களும் தலைகீழாகும். யாராவது உன்னைத் தொந்தரவு செய்தால் எனக்கு எழுது. நான் ஊருக்கு வந்து சரிசெய்கிறேன். மூணு காசு பெறாத ஜனங்களின் பேச்சுக்கு மதிப்பு தரக் கூடாது. இத்தனை நாள் நீ என் தங்கை என்று பெருமைப்பட்டேன். இனிமேல் அப்படிச் சொல்ல வெட்கப்பட வேண்டியதாயிற்றே? நீ இவ்வளவு கோழையா? உனக்கு ரிங் வேண்டுமா? பாட்மிண்டன் பாட் வேண்டுமா? வீட்டில் விளையாடிப் பயிற்சிசெய்து வருகிற ஆண்டுவிழாவில் பரிசு வாங்க

வேண்டும்' என்று ஊக்கப்படுத்தியிருந்தான். விளையாட்டு மைதானம் என்னை எந்தளவு இழுத்தது என்று அவனுக்குத் தெரியும். ஒரே நிமிடத்தில் கார்மேகங்களெல்லாம் சிதறி வானம் தெளிவடைந்தது. அதற்குப் பிறகு என்றைக்கும் அவனிடம் பள்ளியை விட்டுவிடும் பேச்சை எடுக்கவில்லை.

பள்ளிக்கு உள்ளே மட்டும் எனக்கு எந்தத் தொந்தரவும் இல்லை. எங்கள் ஆசிரியர்களோ என் வகுப்பிலிருந்த பையன் களோ எனக்கு எந்தவிதமான தொந்தரவும் கொடுக்கவில்லை. அங்கு மட்டும் நான் முஸ்லிம் என்பதை மறந்து எல்லோரையும் போலவே நானும் மனுஷி என்று மட்டும் உணர்ந்தேன். என்னைச் சகோதரியைப் போல நடத்திய என் சக மாணவர்கள் இன்றைக்கும் என் நினைவில் மங்காமல் தங்கியிருக்கிறார்கள்.

கன்னடம் நான் விரும்பிய பாடமாயிருந்தது. நோய் வாய்ப்பட்டாலும் இந்தக் கன்னடப் பாடத்துக்காக நான் பள்ளிக்குப் போய்க்கொண்டிருந்தேன். எப்படிப்பட்ட முட்டாளுக்கும் புரியும்படி பாடங்களை விளக்கிய ஆசிரியர் திரு. கே. எஸ். சர்மா அவர்கள் இன்றைக்கும் என் நினைவில் அழியாமல் நிலைத்திருக்கிறார். குமார வியாஸனின் பாரதத்தை இவரிடம்தான் கேட்க வேண்டும். வகுப்பில் நெருங்கிய சினேகிதிகளுக்கு நடுவில் உட்கார்ந்து இன்னொருமுறை அந்தப் பாடல்களையும் அவற்றின் பொருளையும் இவர் வாயால் கேட்க முடியுமென்றால்? ஆனால் காலச் சக்கரத்தைப் பின் பக்கமாகச் சுழற்ற முடியாதல்லவா? அது முன் பக்க மாகத்தானே சுழலும்!

அப்போது ஆசிரியர் – மாணவர் உறவு எப்படிப்பட்ட உரசலுக்கும் உள்ளாகாமல் அங்கே ஒருவித மரியாதையான உறவு குடிகொண்டிருந்தது. எங்களுக்குப் புரியாத பாடங்களை ஓய்வு நேரத்தில் ஆசிரியரிடம் சென்று கேட்டால் அவருக்கு மகிழ்ச்சியாயிருக்கும்; மிகுந்த பொறுமையோடு எவ்வளவு நேரம் வேண்டுமானாலும் பாடங்களை விளக்குவார். இப்போதுள்ளதைப் போல நிமிடங்களைக் கணக்குப் போட்டு 'ட்யூஷன் ஃபீஸ் கொடுங்கள்' என்று கேட்கமாட்டார். இப்போது உள்ளதைப் போல எல்லாமே பண அடிப்படையில் இருக்க வில்லை. நாங்கள் கல்விக்காகப் படித்துக்கொண்டிருந்தால், நன்றாகக் கற்பித்து எங்களை நல்ல மதிப்பெண் பெறச் செய்வது தங்கள் கடமையென்று ஆசிரியர்கள் அறிந்திருந்தார்கள். பள்ளியின் தலைமையாசிரியருக்குத் தம் பள்ளியின் முன்னேற்றத்தில் அவ்வளவு ஆர்வம் இருந்தது!

எங்கள் பதினோராம் வகுப்பு அப்போதுதான் ஆரம்பமாகி யிருந்தது. முந்தின வருடத்து எஸ்எஸ்எல்சி தேர்வு முடிவும்

அப்போதுதான் வெளியாகியிருந்தது. முப்பது சதவீதத்தைத் தாண்டியிராத எங்கள் பள்ளியின் தேர்வு முடிவு அந்த வருடம் ஐம்பத்தாறு சதவீதமாக உயர்ந்தது. எங்கள் தலைமையாசிரியருக்கு ஆனந்தம் மழைக்காலத்துச் சந்திரகிரியைப் போலக் கரை கடந்து வழிந்தது. அவர் அன்று எங்களிடம் சொன்னதை அவர் வார்த்தைகளிலேயே கேளுங்கள்.

'ஒவ்வொரு வருடமும் நம் பள்ளியின் தேர்வு முடிவுகள் வெளியாகும்போது, நான் முகத்துக்குக் குறுக்காகக் குடையைப் பிடித்து, வீதியில் வேக வேகமாக நடந்துபோவேன். அப்போது கடைக்காரர்கள் அழைத்துப் பேசுவார்கள்: "என்ன வாத்தியாரே, நம்ம பள்ளிக்கூடத்தோட ரிசல்ட் வந்துச்சா? ரிசல்ட் எத்தனை பர்சென்ட்?" என்று கேட்பவர்களுக்கு நான் முகத்தைச் சுருக்கிக் கொண்டு இருபத்தெட்டு சதவீதம் என்றோ முப்பது சதவீதம் என்றோ சொல்லிவிட்டு வேகமாக அங்கிருந்து நடப்பேன். இந்த வருடம் வேண்டுமென்றே நான் குடையை மடித்துப் பிடித்துக்கொண்டு தலை உயர்த்தி வீதியில் இரண்டு மூன்று முறை திரிந்தேன். ஆனால் யாரும் எத்தனை பர்சென்ட் ரிசல்ட் என்று கேட்கவே இல்லை. அடுத்த வருடம் எழுபது சதவீதம் வர வேண்டும். அப்போது நானே நடுவீதியில் நின்று, நம் பள்ளியின் ரிசல்ட் எத்தனை பர்சென்ட் என்று எல்லோருக்கும் சத்தம்போட்டுச் சொல்வேன்' என்றபோது, நாங்களெல்லாம் சிரித்துவிட்டோம். எங்கள் பள்ளியின் முன்னேற்றத்திலும் தம் மாணவர்களின் முன்னேற்றத்திலும் அப்போதைய ஆசிரியர்கள் எவ்வளவு ஆர்வம் கொண்டிருந்தார்கள்! அப்போது கல்வி இப்போது உள்ளதைப் போல வெறும் வியாபாரமாயிருக்கவில்லை; தேசத்தின் உன்னதத்திற்கு இது ஒரு வழி என்று எல்லோரும் கருதினார்கள். தலைமையாசிரியர் என்னிடம் சொன்னார், 'தென்கன்னட மாவட்டத்திலேயே (அப்போது காசர்கோடு தென்கன்னட மாவட்டத்தின் பகுதியாயிருந்தது) எஸ்எஸ்எல்சி தேர்வுக்கு உட்காரப்போகிற முதல் முஸ்லிம் பெண் நீ. நல்ல மதிப்பெண்களைப் பெற்றுத் தேர்ச்சி பெற வேண்டும். நீ என் பள்ளியின் மாணவி என்று சொல்ல எனக்குப் பெருமையாக இருக்கிறது. நீ மேற்கொண்டு காலேஜுக்கும் போக வேண்டும்.'

இவர் என்னிடம் இப்படிப்பட்ட அபிமானம் கொண்டிருக்க மேலும் ஒரு காரணம் இருந்தது. என் அப்பா இந்தப் பள்ளியின் பழைய மாணவராக இருந்ததோடு அல்லாமல், நசிந்த நிதி நிலையால் இந்தப் பள்ளி மூடப்பட வேண்டிய நிலைமைக்கு வந்தபோது, என் அப்பா தம்மால் முடிந்த அளவு உதவி செய்ததோடு, ஊர்க்காரர்களிடமிருந்தும் பணம் திரட்டித் தந்திருந்தார்; இலங்கையிலிருக்கும் தம் உறவுக்காரர்களிடமிருந்தும்

இந்தப் பள்ளிக்கு நிதியுதவி பெற்றுத் தந்திருந்தார். அதைத் தலைமையாசிரியர் இன்றைக்கும் மறக்கவில்லை. பிற்பாடு என் தம்பியொருவன் படிப்பில் பின்னடைந்தபோது, என் அப்பாவே சொல்லி அவனை ஃபெயில் செய்ய வேண்டியதாயிற்று. 'என் மகன்னு பாஸ் செய்ய வேண்டாம். படிப்புல பின்தங்கி யிருக்கற அவனை ஃபெயில் பண்ணுங்க. அடுத்த வருசம் நல்லாப் படிப்பான்' என்றார். தம் பிள்ளைகள் ஃபெயிலாகும் போது, ஆசிரியர்களுடன் சண்டைக்குப்போகும் எத்தனையோ அப்பா அம்மாக்களை இன்று நான் பார்க்கிறேன்.

பள்ளியின் நூலகமும் விளையாட்டு மைதானமும் என்னைக் கவரும் மையங்களாக இருந்தன. ஒன்றிரண்டு ஆட்டம் த்ரோபால், டென்னிகாய்ட், அல்லது பாஸ்கெட்பால் ஆடாமல் நான் என்றைக்கும் வீட்டுக்குத் திரும்பியதில்லை. சினேகிதிகளின் நடுவே ஜாலியாக ஓடியாடிபடி விளையாடிய போது, வர்ணிக்க முடியாத ஒருவிதமான ஆனந்த லஹரியில் நான் மிதந்துகொண்டிருந்தேன். அந்த நாள்களில் எனக்கிருந்த ஒரே ஒரு பொழுதுபோக்கு இதுவாயிருந்தது. முஸ்லிம் ஆண்களின் கோணல் பார்வைகளையும் குதர்க்கப் பேச்சுகளையும் முஸ்லிம் பெண்கள் தங்கள் வீட்டு ஜன்னல் கதவுகளின் வழியாக எட்டிப் பார்த்து எனக்கு ஏற்படுத்திய சங்கோஜத்தையும் மறக்கும் இடம் விளையாட்டு மைதானமாயிருந்தது. நேரம் போகும் பிரக்ஞையே இல்லாமல் விளையாடுவேன்.

நான் அப்போது பதினொன்றாம் வகுப்பில் இருந்தேன். இப்படி ஒருமுறை விளையாடிவிட்டு வீட்டுக்குத் திரும்பி வந்தபோது, என்றைக்கும்விடத் தாமதமாகிவிட்டது. தம்பிகள் இருவர் எனக்குக் காவலாக இருந்தாலும், அப்பா அம்மா மிகவும் கோபமாக இருந்தார்கள். அப்பா நன்றாகத் திட்டி, 'இனிமே நீ விளையாடாம பள்ளிக்கூடம் விட்ட உடனே வீட்டுக்கு வரணும்' என்று சொல்லிக் கட்டுப்பாடு விதித்ததோடு பள்ளி நேரம் முடிந்தவுடனே என்னை வீட்டுக்கு அனுப்ப வேண்டும் என்று எங்கள் தலைமையாசிரியருக்கு ஒரு கடிதம் எழுதினார்.

பிக்னிக் போகக் கூடாது, சினிமாவுக்குப் போகக் கூடாது, பெண் பிள்ளைகளே பாத்திரமேற்கும் நாடகத்தில்கூட நடிக்கக் கூடாது, பள்ளி ஆண்டுவிழாவுக்கும் போகக் கூடாது, நல்ல உடையுடுத்தக் கூடாது, அப்படிச் செய்யக் கூடாது, இப்படிச் செய்யக் கூடாது. இந்தக் 'கூடாது' என்னும் எண்ணற்ற நூலிழைகளாலான வலையில் இரவும் பகலும் பெரியவர்கள் என்னைக் கட்டிப்போட்டார்கள். என் அண்ணன், தம்பிகளுக்கு எந்தவிதமான கட்டுப்பாடும் இல்லாதிருந்தாலும், நான் மட்டும் கூண்டில் சிறைப்பட்ட பறவையாயிருந்தேன். 'இந்த

ஐந்து பேருடன் நானும் ஓர் ஆணாகவே பிறந்திருந்திருக்கக் கூடாதா?' என்று அப்போதெல்லாம் நான் எண்ணிக்கொண்டிருந்தேன். மூச்சடைக்கும் சூழ்நிலையில் நான் நிம்மதியாகச் சுவாசிக்கும் ஒரே ஓர் இடமான விளையாட்டு மைதானத்துக்கும் தடைவிதிக்கப்பட்டபோது, இதயத்தில் பொறுமையற்றுக் கொதிக்கும் ஜுவாலாமுகியொன்று வெடித்தது. நான் யுத்த பேரிகையை முழங்கினேன்.

'இத்தனை நாளும் எல்லாவற்றுக்கும் தலை வணங்கினேன். நான் பள்ளிக்கூடத்துக்குப் போவதே விளையாடுவதற்குத்தான். நான் எல்லோருடைய ஆசாபாசங்களையும் நிறைவேற்ற வேண்டிய ஒரு பொம்மையாயிருக்கிறேனே ஒழிய என்னைப் புரிந்துகொள்ள ஒருவரும் இல்லாமல் போனார்களே? இனிமேல் பள்ளிக்கூடத்துக்குப் போகமாட்டேன். நான் படித்து ஒன்றும் ஆகப்போவதில்லை' என்று சொல்லி நகராமல் வீட்டிலேயே உட்கார்ந்து போராடினேன். அண்ணனுக்குக் கடிதம் எழுதவில்லை. நேரடி யுத்தத்துக்கு நானே தயாரானேன்.

இப்போது என் அப்பா அம்மா தோற்றார்கள். இத்தனை வருடம் கல்வி கற்று இந்தத் தேர்வில் வெற்றிபெறாமல் போனால் என் அப்பாவின் நீண்ட நாள் கனவு நனவாகாது. இவ்வளவுக்கும் விலை மதிப்பு மிக்க எதையும் கொண்டுவந்து கொடுக்க வேண்டுமென்றும் நான் கேட்கவில்லை. அல்லது எவனுடனாவது ஓடிப்போக வேண்டுமென்று ஆயத்தப்படவுமில்லை. இது என்னுடைய ஒரு நியாயமான வேண்டுகோள் என்று என் தந்தையின் மனத்துக்குப்பட்டதோ என்னவோ மறுநாள் அம்மா என்னிடம், 'நாங்க என்ன உனக்குக் கெட்டது நடக்கனுன்னா சொல்றோம்? உன் நல்லதுக்குத்தானே சொல்றோம்? ரொம்ப நேரம் நிக்காம, கொஞ்ச நேரம் விளையாடிட்டு வீட்டுக்கு வந்துடு. இப்ப நீ பள்ளிக்கூடத்தை விட்டா அப்பாவுக்கும் எரிச்சல். உன் பெரியண்ணனுக்கும் ரொம்ப ஏமாற்றமாயிருக்காதா? நாலு பேருகிட்ட நல்லவள்னு பேரு வாங்கறது ரொம்பக் கஷ்டம். கெட்டவள்னு ஒரு நொடியில பேரெடுத்துடலாம்' என்றெல்லாம் சொன்னார். என் கல்வியில் என் அம்மாவுக்கு எந்தவிதமான ஈடுபாடும் இல்லாதுபோனாலும் இப்போது இந்தக் கட்டத்தில் பள்ளியை விட்டுவிடுவது அவருக்கு வேண்டியிருக்கவில்லை.

'நான் நானா இல்லாம, நான் எதுவுமாகாம வெறும் மண்ணாங்கட்டியைப் போல எல்லோருகிட்டயும் நல்லவள்னு பேரு வாங்கறதவிட, எனக்குச் சரின்னு பட்டதை அப்படியே சொல்லி, எனக்குச் சரின்னு தோன்றதெச் செஞ்சி, எல்லாரு கிட்டயும் கெட்டவள்னு பேரெடுக்கறதே எனக்கு ரொம்பவும் இஷ்டம்' என்று பொறுமையிழந்து நான் சொல்லியிருந்தேன்.

இரண்டு நாள்கள் பள்ளிக்கூடத்தின் தரிசனமில்லாமல், நெருக்கமான சிநேகிதிகளின் சிரிப்பு, அரட்டையில்லாமல், கன்னடப் பாடமில்லாமல், லைப்ரரிப் புத்தகங்களின் சகவாச மில்லாமல், ரிங் பால்களின் தொடர்பில்லாமல் நான் அதற்குள்ளாகவே பரபரக்கத் தொடங்கியிருந்தேன். அம்மா பெரியண்ணாவின் பேச்செடுத்தபோது, கண் விளிம்பில் நீர் துளிர்த்தாலும், அமைதித் தூதுவனுக்கு உடன்படிக்கைக்காகக் கடிதம் எழுதும் பொறுமையும் இல்லாமல், ஆர்ப்பரித்துப் போராடி வெற்றி பெற்ற பெருமை எனக்கிருந்தது!

அப்பா ஊர்க்காரர்களிடமிருந்து எந்தப் பேச்சும் வரக் கூடாதென்று என்னை இப்படி நியமத்தோடு நடத்தினாரே ஒழிய அவர் அப்படிப்பட்ட தயவுதாட்சண்யம் அற்றவரல்ல என்று எனக்குத் தெரியும். தான் செய்த நல்ல காரியங்களை அவர் என்றைக்கும் யாரிடமும் பீற்றிக்கொண்டவரல்ல. என்றைக்கும் யாரையும் எதற்காகவும் வற்புறுத்தியவரல்ல. ஆனால் என்னை மட்டும் இப்படியெல்லாம் நிர்ப்பந்திக்க வேண்டியது தவிர்க்க முடியாததாக இருந்தது.

○ ○ ○

எஸ்.எஸ்.எல்.சி. தேர்வுக்காக எல்லோரும் தயாராகிக்கொண் டிருந்தார்கள். முதல் ராங்கைத் தாங்களே பெற வேண்டும் என்று மாணவிகளுக்கும் மாணவர்களுக்கும் இடையே போட்டி ஏற்பட்டிருந்தது. என் சிநேகிதியொருத்தி இரவு பகல் படித்துக்கொண்டிருந்தாள். அப்பா அம்மாவுக்கு ஒரே மகளான இவள் மெடிகல் காலேஜுக்குப் போகும் இலட்சியத்தைக் கொண்டிருந்தாள். 'நீயும் காலேஜுக்கு வந்தா நாம ரண்டு பேரும் சேர்ந்து படிக்கலாம்' என்று இவள் எப்போதும் சொல்லிக் கொண்டிருந்தாள். முஸ்லிமான நான் மெடிகல் காலேஜை அப்போது கனவிலும் நினைக்கும்படியில்லை. என் எதிர்காலம் என்றோ தீர்மானமாகியிருந்தது. அதை மாற்றுவது யாராலும் முடியாததாக இருந்தது. அதனால் எனக்கு மட்டும் தேர்வில் எந்தவிதமான உற்சாகமும் இருக்கவில்லை. இத்தனை வருடம் பள்ளிக்கூடத்துக்கு மண் சுமந்ததற்காகத் தேர்ச்சி பெற வேண்டும். இல்லாதுபோனால் தன் உயிருக்கும் மேலாக என்னை நேசித்த என் பெரியண்ணனுக்கு மிகவும் எமாற்றமாயிருக்கும் என்று மட்டும் கொஞ்சம் கவனம் செலுத்திப் படித்தேன்.

என் அம்மாவுக்கு என் கல்வியிலோ தேர்விலோ எந்த விதமான ஆர்வமும் இருக்கவில்லை. கண்டதையெல்லாம் கற்கும் வேட்கை கொண்டிருந்த நான், பள்ளியில் தையல், பின்னல் வேலை, க்ரோஷா முதலானவற்றைக் கற்றபோது மட்டும் என் அம்மாவுக்கு மகிழ்ச்சியாக இருந்தது. அவர்

பார்வையில், பெண் பிறப்பதே திருமணம் செய்துகொள்வதற்காக; வாழ்க்கை முழுவதும் கணவனுக்கு வேலைக்காரியாகக் கழிப்பதற்காக. இப்படியிருக்கும்போது தன் மகள் நாள் முழுவதும் அறையிலேயே அமர்ந்து புத்தகம் படித்தபடி காலம் கழித்தால் எவனாவது வாழவைப்பானா? திருமண மான இரண்டாம் நாளே, 'உங்க பொண்ணு வேண்டாம்' என்று திருப்பி அனுப்பிவிட்டு 'தலாக்' செய்துவிட்டால்? அதனால் என்னையும் வீட்டு வேலை செய்வதற்கு அவ்வப்போது கட்டாயப்படுத்தினார். தன் சொந்த வருமானம் இருந்த அம்மா வேலைக்காரர்களுடன் கூலியாளைப் போல உழைத்ததல்லாமல் என்னையும் 'அந்த வேலைசெய்', 'இந்த வேலை செய்' என்று எப்போதும் தொந்தரவு செய்தபடியே இருந்தார். முற்றத்தில் வேலைக் காரர்களுடன் நெல் குத்துவது மற்றும் தென்னங்கீற்றுகளைப் பின்னுவது அப்போது எனக்கு விருப்பமான பொழுது போக்காக இருந்தது.

என்னுடைய இந்த இறுதித் தேர்வுக்கு நான் படித்துக் கொண்டிருந்தபோது, எங்கள் வீட்டில் ஒரு சம்பவம் நிகழ்ந்தது. எங்கள் வீட்டில் வேலைக்கிருந்த என் வயதேயான பெண் ணொருத்திக்குப் பன்னிரண்டாம் வயதில் திருமணமாகிப் பதின்மூன்றாம் வயதில் அவள் கணவன் அவளுக்கு மூன்றாம் தலாக்கையும் சொல்லியிருந்தான். இப்போது முதியவனொருவன் அவளைத் திருமணம் செய்துகொள்ள முன்வந்தபோது, அவளுடைய முதல் கணவன் தானே அவளை வரித்துக் கொள்வேன் என்றான். அப்போது அவள் தன் அம்மாவுடன் எங்கள் ஊர்ப் பெரிய மசூதியின் காஜியாரிடம் சென்று அவருடைய ஆலோசனையைக் கேட்டாள். அவள் தன் முதல் கணவனை வரித்துக்கொள்ள வேண்டுமானால் ஒரு நாளைக்காவது வேறொருவனோடு வாழ வேண்டும் என்று அவர் ஆலோசனை சொன்னார். அதற்கொப்பாமல் அந்த முதியவனையே அவள் திருமணம் செய்துகொள்ளத் தீர்மானித்திருந்தாள்.

அந்தத் தினம் நான் என் அம்மாவின் நச்சரிப்பைத் தாங்க முடியாமல் புழக்கடையின் மூலையிலிருந்த முந்திரி மரக்கிளையில் உட்கார்ந்து படித்துக்கொண்டிருந்தேன். அங்கு எங்களுடைய இந்த வேலைக்காரி (என் சினேகிதி) வந்து என் பக்கத்தில் உட்கார்ந்துகொண்டு தன் கண்ணீர்க் கதையை என்னிடம் சொல்லிக் கண்ணீர் சொரிந்தாள். நான் அவளுக்கொரு யோசனை சொன்னேன்.

'ஒரு நாளைக்கிதானே? ஒப்புக்கோ. அதுக்கப்பறம் உன்னோட மொதல் புருஷனோட சுகமாயிருக்கலாமல்ல?' என்றேன்.

'இந்த ஒரு ராத்திரி அப்படின்னா என்னன்னு உனக்குத் தெரியுமா?' அவள் என்னை நேராக உற்றுப் பார்த்தபடி கேட்டாள். எனக்கு எப்படி எப்படியோ இருந்தது. தலை குனிந்து சிரித்துவிட்டேன். இந்த விஷயத்தில் அப்போது நான் அடியோடு விவரம் தெரியாதவளாக இருந்தேனல்லவா?

நான் அவளுக்கு இன்னுமொரு யோசனை சொன்னேன்.

'உன்னோட அந்த மொதல் புருஷனோட ஓடிப்போயிடு.'

அவன் ஓடிப்போகத் தயாராயிருந்தால் அவளும் அவன் பின்னால் ஓடியிருப்பாள். ஆனால் அவன் அப்பா அம்மா வீடு வாசல் எல்லாம் உள்ளவனாயிருந்தான். அவற்றையெல்லாம் விட்டுவிட்டு அவன் ஓடிப்போவானா?

அப்போது அவள் மனம் முழுவதும் நிறைந்திருந்த கசப்பை வெளியே காட்டினாள்.

'உனக்குப் பைத்தியமா? நம்மோட இந்த ஆம்பளங்க கேவலம் ஒரு பொண்ணுக்காக அவ்வளவெல்லாம் செய் வாங்களா? காட்டு மிருகங்களையாவது நம்பலாம். நம்மோட இந்த ஆம்பளங்கள என்னைக்கும் நம்பாத. அவங்களோட பார்வையில நாம பிராணிங்களே ஒழிய மனுசங்கல்ல.'

(அன்புள்ள வாசகரே, கோபம் வருகிறதா? 'Angry attack' என்கிறீர்களா? இது என்னுடைய பேச்சல்ல; என் சினேகிதியின் பேச்சு! தயவுசெய்து மன்னியுங்கள்.)

தன் முதல் கணவன், தன்னை இப்போது திருமணம் செய்துகொள்ள வந்த முதியவன், எங்கள் காஜியார் எல்லோரையும் வெறுத்தபடி அவள் கோபத்தில் கொதித்துக் கண் சிவந்திருந்தாள். பதினைந்து வயதுக்குள் வாழ்க்கையில் அவ்வளவு கசப்பை அவள் உண்டிருந்தாள். அவளது இந்தக் கோபத்தை அவள் எனக்கும் ஊட்டி அங்கிருந்து எழுந்து போனாள். பிற்பாடு என்னால் படிக்க முடியாமல் நானும் அங்கிருந்தெழுந்து வீட்டுப் பக்கம் அடியெடுத்துவைத்தேன்.

பிற்பாடு அவள் அந்த முதியவனுக்கே திருமணமாகிப் படக் கூடாத கஷ்டப்பட்டாள். அவளுக்குத் தன் முதல் கணவனையே எந்தத் தொந்தரவும் இல்லாமல் மறுபடியும் சேர ஒரே ஒரு வாய்ப்பு கிடைத்திருந்தால், அவனோடு அவள் சுகமாக வாழ்ந்திருப்பாள். மலர்ந்து ஒளிர வேண்டிய பூவொன்று மதத்தின் தழல் தாக்கி, வாடிக் களையிழந்து எரிந்து கருகிப் போனது.

(அன்புள்ள வாசகரே, நதிமூலம் தேடக்கூடாதென்றாலும், 'சந்திரகிரி'யின் மூலத்தைத் தேடினீர்களல்லவா? இதோ பாருங்கள், இங்கேயிருக்கிறது 'சந்திரகிரி நதிக்கரையில்' மூலம்!)

கடைசியாக என் தேர்வு முடிந்தது. அதோடு என் கல்வி முடிந்தது. வீட்டுப் பெரியவர்கள் பெருமூச்சுவிட்டார்கள். எல்லாத் தாய்மார்களும் தங்கள் பிள்ளைகள் நல்ல மதிப்பெண் பெற்றுத் தேர்ச்சிபெறட்டும் என்று பிரார்த்தித்துக்கொண்டிருந்தால், என் அம்மா மட்டும் தன் மகள் ஃபெயிலாகி வீட்டிலேயே உட்காரும்படி ஆகட்டும் என்று முன்பெல்லாம் பிரார்த்தித்தாரோ என்னவோ. ஆனால் இந்த வருடம் அவர் அப்படிப் பிரார்த்திக்க வேண்டிய அவசியமில்லை. ஆனாலும் இன்னும் நான் வீதியில் பர்தா இல்லாமல் திரிய வேண்டியதில்லை என்பது என் அம்மாவுக்கு ஆறுதலாயிருந்தது. இனித் தன்னுடைய ஜனங்களுக்கு மத்தியில் தான் தலை தூக்கி நடக்கக்கூடியவளானேன் அல்லவா என்று அவர் நிம்மதியாகப் பெருமூச்சுவிட்டார்.

தாத்தா பாட்டிமாரோ பெண் குழந்தைகளில்லாதவர்கள். என் திருமணத்தைப் பார்த்த பின்பே சாக விரும்பினார்கள். இப்படியாக எல்லோரும் என் படிப்பு இப்படி முடிவதற்காகக் காத்துக்கொண்டிருந்தார்களே தவிர, யாருக்கும் என் தேர்வு முடிவிலாகட்டும் நான் பெறும் மதிப்பெண்ணிலாகட்டும் எந்தவிதமான ஆர்வமும் இருக்கவில்லை. என் அப்பாவின் வெகு நாள் கனவும் நனவாகியிருந்தது. தனக்கு மகளொருத்தி பிறந்து வளர்ந்து குடும்பத்துக்குக் கெட்ட பெயர் ஏற்படுத்தாமல் எஸ்.எஸ்.எல்.சி. வரை படிப்பை முடித்திருந்தாள். முஸ்லிம் சமூகத்தின் பெண் பிள்ளைகள் கல்வி கற்க இனிமேல் எந்தத் தடையும் இல்லை. கவலையின்றி எல்லாப் பெண் பிள்ளைகளும் இனிக் கல்வி கற்பார்கள் என்றே இவர் நினைத்திருந்தார். பெண் பிள்ளைகள் வீட்டுக்கு வெளியே கிளம்பக் கூடாது; ஆண் பிள்ளைகளைப் போலக் கல்வி கற்கக் கூடாது என்றிருந்த அந்தப் பழைய மரபை மீறி ஒரு புதிய மரபை உண்டாக்கிய உவகையும் திருப்தியும் அவருக்கிருந்தன.

ஆனால் நான் பள்ளிக்கூடத்தை விட்ட பிறகு எங்கள் சமூகத்தின் ஒன்றிரண்டு பெண் பிள்ளைகள் தம் கல்வியைத் தொடர முயன்றாலும், ஊர் முஸ்லிம்களின் தலையீட்டால் தங்கள் கல்வியைப் பாதியிலேயே நிறுத்த வேண்டியதாயிற்று. அடுத்த பத்து வருடங்களில் எஸ்.எஸ்.எல்.சி.ஐத் தாண்டியவள் ஒரே ஒருத்தி. இன்றுகூடக் காசர்கோடில் பட்டதாரியான முஸ்லிம் பெண்கள் ஒருவரோ இருவரோ இருக்கலாம். இவர்களும்கூட எங்கள் ஊரின் கல்லூரியில் படிக்குமளவுக்குத் தைரியம்கொண்டிருக்கவில்லை. மங்களூரில் விடுதியில் தங்கிக் கல்லூரியில் படிக்கும் செல்வந்தர்களாயிருந்ததால் மட்டும் இவர்கள் பட்டம் பெறச் சாத்தியமாயிற்று.

ஊரின் முஸ்லிம் பகுதியில் முஸ்லிம் உயர்நிலைப்பள்ளி ஒன்று இருக்கிறது. இரண்டு வருடங்களுக்கு முன்னால், அதாவது இந்த உயர்நிலைப்பள்ளி உருவான சுமார் முப்பத்தைந்து வருடங்களுக்குப் பிறகும் இதிலிருந்து முஸ்லிம் சிறுமியொருத்தி முதல்முறையாக எஸ்.எஸ்.எல்சி. தேர்ச்சி பெற்றாள். பள்ளியிலேயே முதல் தகுதி பெற்றிருந்தாள். ஆனால் தேர்வு முடிவு வெளியானபோது, இந்தப் பெண்பிள்ளை தன் கணவனோடு துபாயிலிருந்தாள்! இருபத்தெட்டு வருடங்களுக்குப் பிறகு நான் அனுபவித்த நிலைமை மாறவே இல்லை. பெண்பிள்ளைகளுக்குப் பதினெட்டு வயதாகாமல் திருமணம் செய்யக் கூடாது என்று அரசாங்கம் சட்டம் இயற்றியிருந்தாலும், காசர்கோடில் இந்தச் சட்டத்துக்கு எந்த மதிப்பும் இல்லை. இங்கத்திய முஸ்லிம் சமூகத்துப் பெண்பிள்ளைகளின் திருமண வயது பதினான்கு அல்லது பதினைந்து. விளக்கைப் பிடித்துத் தேடினாலும் திருமணமாகாத, பதினெட்டு வயது முஸ்லிம் பெண் எங்கள் ஊரில் இருக்கமாட்டாள்! திருமணம் ஒன்றே கடைசி இலக்கு அல்ல என்று நம்முடைய இந்தப் பெண் பிள்ளைகளைப் பெற்றவர்கள் புரிந்துகொள்ளும் காலம் என்றாவது வருமா? தங்களுடைய பெண்களுக்கு நோய் வந்தால் பெண் மருத்துவர்களையே தேடிக்கொண்டு போகும் எங்களுடைய ஆண்கள் தங்களுடைய பெண்பிள்ளைகளை உயர்நிலைப் பள்ளிக்கும் அனுப்ப ஒப்புவதில்லை. மேடம் கியூரி, க்ரிஸ் எவர்ட் அல்லது வாலண்டீனா ஆகாதுபோனால் போகட்டும், மில்ஸ் அண்ட் பூன் எழுத்தாளர்களாக வரவாவது எங்களுடைய இந்தப் பெண்பிள்ளைகள் என்றாவது முயல்வார்களா? அஞ்ஞானத்தின் இருட்டுக் குகையிலிருந்து அவர்கள் என்றாவது வெளியே வரச் சாத்தியமா? நான் சிலசமயம் தீவிரமாக யோசிக்கிறேன்.

என் எதிர்காலம் என்னவென்று எனக்கு மனத்தில் பதிந்திருந்ததால் நான் தேர்வுக்காக அப்படியொன்றும் விசேஷ சிரமம் எதுவும் கைக்கொள்ளவில்லை. பள்ளி இறுதிநாள் வரைக்கும் விளையாட்டு மைதானம் என்னைக் கவர்ந்தது. நூலகம் என்னை இழுத்தது. ஆனாலும் தேர்வு முடிவு வந்தபோது, முதல் வகுப்பில் தேர்ச்சி பெற்ற சிலருள் ஒருத்தியாயிருந்தேன். ஆனால் இதை அறிந்து எனக்கு எந்த மகிழ்ச்சியும் ஏற்படவில்லை. என் பிற்கால வாழ்க்கையில் இந்தத் தேர்ச்சிக்காகட்டும் இந்த மதிப்பெண்ணுக்காகட்டும் எந்த மதிப்பும் இல்லையென்று எனக்குத் தெரியும். எவ்வளவு நெல்வயல் அல்லது எத்தனை ஏக்கரா பாக்குத் தோட்டம் என் பெயரில் இருக்கிறது என்று கேட்பார்களே ஒழிய, கன்னடத்தில் அல்லது கணக்கில் எத்தனை மதிப்பெண்கள்

வாங்கியிருக்கிறாள் என்று யாரும் கேட்கமாட்டார்கள் என எனக்கு நன்றாகத் தெரியும். என் எஸ்எஸ்எல்சி சான்றிதழை என் அண்ணன் கொண்டுவந்து என் கையில் வைத்து என்னிடம், 'எதுக்கம்மா இவ்வளவு மார்க் வாங்குனே?' என்று கேட்டு மேற்கொண்டு பேசுவதற்கு வாய்ப்பளிக்காமல் முகத்தைத் திருப்பிக்கொண்டு அங்கிருந்து போனபோது, அவன் கண்களின் ஓரத்தில் நீர் நின்றிருந்தது என்று எனக்குத் தெரிந்திருந்தது. நான் சான்றிதழைத் திறந்து பக்கங்களைத் திருப்பி வருத்தத்துடன் ஒரு மூலையிலிட்டேன்.

அடுத்த சில மாதங்களிலேயே என் பெரியண்ணனை நான் என்றென்றைக்கும் இழந்தபோது, எங்களிடம் இறுதி விடைபெறாமலேயே இவன் எங்களைவிட்டு மறைந்தபோது, தாய்ப் பசுவை இழந்த அனாதைக் கன்றாக நானிருந்தேன். பெரியண்ணனை இழந்துவிட்டோம் என்று ஊரே அழுதது; முஸ்லிம்களைவிட அதிகம் கண்ணீர் சொரிந்தவர்கள் இந்துக் களாயிருந்தார்கள். என் வாழ்க்கையின் துருவ நட்சத்திரமாக மின்னி, திக்குத் தவறியபோது, எனக்கு வழி காட்டிக்கொண் டிருந்த நட்சத்திரம் ஒன்று கடைசியாக அஸ்தமித்து, என்னை அனாதையாக்கிவிட்டது. ஊரிலிருந்தபோது, ஒரு கணமும் என்னைப் பிரிந்திராத அண்ணன் என்னிடம் இறுதி விடைபெறாமலேயே போய்விட்டானே என்று கண்ணைத் துடைத்துக்கொள்கிறேன். என் வாழ்வில், அப்போதுதான், புதியவர் ஒருவர் பிரவேசித்திருந்தார். அதனால் நான் அப்போது இந்தத் துக்கத்தை, வலியை விழுங்குவது சாத்தியமாயிற்று.

இதயத்தின் மையப் பகுதியில் தொங்கவிடப்பட்ட பெரியண்ணனின் சித்திரத்திடம் அவ்வப்போது கேட்கிறேன். 'ஏனண்ணா இப்படிச் செய்தாய்? எனக்கு, அப்பா அம்மாவுக்கு, உன்னை நம்பியிருந்த ஊர்க்காரர்களுக்கெல்லாம் எந்த முன்னறிவிப்பும் இல்லாமல் கைவிட்டு மறைந்துவிட்டாயே? நாங்கள் என்ன தவறுசெய்தோம்? என்னைவிட்டுப் போவது உனக்கு அவ்வளவு சுலபமாயிற்றா? தீவிர நறுமணத்தை வீசும் செஞ்சம்பிகைப் பூ எனக்கு விருப்பமென்று எனக்காக அதன் செடியைக் கொண்டுவந்து முற்றத்தில் நட்டாயல்லவா? அதில் பூவிட்டபோது அதைக் கிள்ளிக் கொண்டுவந்து என் கூந்தலில் சூட்ட அதன் பிறகு நீ வரவேயில்லையே? நாம் இனி எங்கே சந்திக்கலாம்? இறுதி நாளிலா? நியாயத்தீர்ப்பு வழங்கப்படும் இடத்திற்கருகிலா? அல்லது சுவர்க்கத்துக்குச் செல்லும் பாலத்திற்கு அருகிலா?' என்றெல்லாம் கேட்கிறேன். ஏதேதோ பைத்தியக்கார எண்ணங்கள் தோன்றுகின்றன. உதட்டோரத்தில் வலியின் சிரிப்பொன்று வட்டமிடுகிறது.

அந்தக் கண்ணீர் வற்றிக்கொண்டே வந்தது; இனியென்ன இதயத்திலேற்பட்ட காயம் ஆறிவிட்டதென்னும்போது, பயங்கரமான இன்னோர் இடி விழுந்தது. தாய்மண்ணைக் காப்பாற்றுவதற்காக என் கடைசித் தம்பியும் போர்க்களத்தில் தன் உயிரை அர்ப்பணித்தான்.

1965இல் இந்தியாவுக்கும் பாகிஸ்தானுக்கும் இடையே நடந்த போர் தொடங்கியபோது, ஒரு சிறந்த ராணுவ அதிகாரியை அவ்வளவு எளிதாக இழக்க விரும்பாத ஒரு மேலதிகாரி தன்னை டெல்லிக்கு மாற்றல் செய்தபோது, 'நான் ராணுவத்தில் சேர்ந்திருப்பது தாய்நாட்டைக் காப்பாற்றுவதற்காக! டெல்லியில் பதுங்கியிருப்பதற்காக அல்ல! நீங்கள் இப்போது என்னை எல்லைப்புறத்துக்கு மாற்றாமல்போனால், தயவு செய்து என் ராஜினாமாவை ஏற்றுக்கொள்ளுங்கள்' என்று தைரியமாகச் சொல்லி, மேலதிகாரியின் பாராட்டு, ஒப்புதல் பெற்றுப் போர்க்களத்தில் குதித்துச் சில தினங்களிலேயே மறைந்தான். அழுது அழுது கண்ணீர் வற்றி என் இதயம் ஒரு பாலைவனமானது. அந்த அண்ணனின் உயிரற்ற உடலை மதறாசிலிருந்து ஊருக்குக் கொண்டுவந்து அதற்கு ஓர் ஈமச்சடங்கு செய்வதற்கும் எங்களால் முடியாமல்போனது. இந்தியத் தாயின் பாதுகாப்புக்காக எல்லைப் புறத்துக்குப் போன தம்பி எங்கே, எப்போது கடைசிமூச்சுவிட்டான் என்று தெரியாமல் அவன் உயிரற்ற உடலுக்காவது இறுதி மரியாதை செலுத்தும் பாக்கியம் எனக்கில்லாமல் போயிற்று.

இன்று சிலசமயம் தனியாகவிருக்கும்போது, இறந்த சகோதரர்களின் சித்திரம் கண்முன்னால் வருகிறது. அழுதபோது கண்ணைத் துடைத்து, தைரியமிழந்தபோது ஊக்கமும் தைரியமும் ஊட்டி, முகம் வாடியபோது முதுகைத் தட்டிக் கொடுத்துச் சிரிக்கவைத்துக்கொண்டிருந்த என் அண்ணன் என்னைவிட்டுப் போனான் என்பதை இன்றைக்கும் நம்ப முடியாத ஒரு நிலைமை எனக்கிருக்கிறது. புன்னைப் பூவைப் போட்டிபோட்டுக்கொண்டு எனக்காகப் பறித்துக் கொடுத்த அண்ணன்மார்கள் எல்லாம் நினைவுக்கு வருகிறார்கள். ஒரு கணம் அடித்துக்கொண்டு மறுகணமே, 'வா அக்கா, கொய்யாப் பழம் பறிச்சித் தா' என்று பின்னாலேய ஓடிவரும் தம்பிமார்களும் நினைவில் வட்டமிடுகிறார்கள். தான் நட்டு வளர்த்த விதவிதமான பூச்செடிகளுக்கு இடையே என்னை நிறுத்தி விதவிதமான கோணங்களில் என்னை ஃபோட்டோ எடுத்த இந்தப் பெரியண்ணனின் நினைவு வருகிறது. நான்கு கால்களில் தவழ்ந்து வந்து என் தலையிலிருந்து பூவைப் பறித்து, தன் வாய்க்குள் துருத்திக்கொண்ட தம்பியும் நினைவுக்கு வருகிறான். இந்துக்களின் வீட்டில் உட்கார்ந்து

குர்ஆன் படித்த அம்மாவும் நினைவுக்கு வருகிறார். இதயத்தின் அடியாழத்தில் வலியின் ஊற்று ஒன்று பீறிட்டுக் கண்ணீர்க் கால்வாயாகப் பாய்கிறது.

யாருக்காக இந்தக் கண்ணீர்? இறந்த சகோதரர்களுக்காகவா அல்லது வாழ்க்கையின் இறுதியில் ஆண் குழந்தைகளை இழந்து, ஊன்றுகோலாயிருந்த மனைவியையும் இழந்து, ஒரு காலையும் இழந்து எல்லாவற்றையும் தைரியத்தோடு எதிர்கொண்டு, சிரித்தமுகத்தோடு, 'சாரா, இங்கிருந்து மூட்டை கட்டிக்கிட்டுப் புறப்படுறதுக்கு முன்னால உம்மகனோட கல்யாணத்தைப் பாக்கணும்' என்று என்னிடம் தன்னுடைய ஆசையைத் தெரிவிக்கும், இரவுபகல் புத்தகங்களே துணையாகக் காலம் கழித்துக்கொண்டிருக்கும் என் அன்புக்குப் பாத்திரமான அப்பாவுக்காகவே என்று எனக்குப் புரிவதில்லை. அப்பா இதைச் சொல்லும்போது, ஒரு கணம் குடல் 'சுருக்' என்கிறது. மறுகணமே என்றாவது ஒரு நாள் நானுங்கூட மூட்டை கட்டிக்கொண்டு புறப்படுகிறவளே என்று நினைத்துக் கொள்ளும்போது, இதயத்தின் பாரம் கொஞ்சம் குறைகிறது. சாயங்கால நமாஸ் வேளை கடந்து வந்திருந்தாலும் காலத்தின் ஞாபகமே இல்லாமல் அப்படியே படுத்துக்கொண்டிருக்கிறேன். தொலைபேசி மணியடிக்கிறது.

நினைவு விதையின் மேலிருந்து தடித்த வலையொன்றை இழுக்கிறேன்.

வீட்டில் நிறைந்திருக்கும் இருட்டை ஓட்டுவதற்காக விளக்கின் பொத்தானை அழுத்தி, தொலைபேசியைக் கையிலெடுத்துக்கொள்கிறேன்.

'ஹலோ, யாரு? உம்மா? எப்பிடியிருக்கீங்க? நல்லா யிருக்கீங்களா?'

கடலுக்கு அப்பாலிருந்து மகனின் குரல் கேட்கும்போது, இதயம் பூவாக மலர்கிறது. அமாவாசை இருட்டை ஓட்டிப் பௌர்ணமிச் சந்திரன் தோன்றுகிறான்!

'உம்மா, இங்கிருந்து வர்றப்ப கலர் டி.வி. கொண்டுவரட்டுமா? எந்தக் கம்பெனி கிரைண்டர் வேணும்?' மகனின் சிரித்த முகம் கண்ணெதிரே வட்டமிடுகிறது.

'எதுவும் கொண்டுவரலன்னாலும் பரவாயில்ல. நீ ஒரு தடவ வந்து முகத்தைக் காட்டு. நீ வந்துட்டுப் போயி அதுக்குள்ள ஒரு வருசம் ஆயிடுச்சுல்ல?' என்கிறேன். யாரிடமும் கெட்ட பெயர் வாங்காமல், மலர்ந்த முகத்தோடு வந்து அம்மாவின்

முன்னால் நின்று, 'உம்மா, நான் சௌக்கியமாயிருக்கேன்' என்று சொல்வதே பிள்ளைகள் அம்மாவுக்குத் தரும் மிகப் பெரிய பரிசு என்று இந்தப் பிள்ளைகளுக்குத் தெரியாதா?

'உம்மா, உங்க கதையைச் சினிமா எடுக்கறாங்கன்னு சொன்னீங்கல்ல? எதுவரைக்கும் வந்திருக்குது? படம் எடுக்க ஆரம்பிச்சாச்சா? சந்திரகிரி நதிக்கரையில் வர்றவங்க இங்கல்லாம் இருக்கறாங்கல்ல? "கதையில எங்களையெல்லாம் சேர்த்திருக்காங்களா?"ன்னு கேக்கறாங்க. லங்கேஷ் எடுக்கற படம்ன்னா ஒன்னு ரண்டு தடவெ பாக்கலாம்' என்றெல்லாம் சொல்கிறான்.

'ஆமாப்பா, நானும் அப்படித்தான் நினைச்சிட்டிருக்கறேன். அதுக்காகத்தான் அவரு கேட்ட ஒடனே ஒத்துக்கிட்டேன்' என்று பேச்சைத் தொடர்ந்தபடி, 'நீ எப்ப வர்ற? வந்து வாழ்க்கைத் துணைவியைத் தேர்ந்தெடுத்துக் கூடவே கூட்டிட்டுப் போ' என்றவாறு தொலைபேசியைக் கீழே வைக்கிறேன்.

என்ன, அதற்குள்ளாகவே மருமகளைத் தனியே வைக்கும் யோசனையா என்று யாராவது கேட்கிறீர்களா? இல்லை. இப்படிப்பட்ட வேலையெல்லாம் நம் பிரதமருக்கே இருக்கட்டும். ஒரு மருமகளைக் கொண்டுவந்து மகளாக வீட்டில் வைத்துக் கொள்ள, பண்டிகை நாளில் மகளொருத்தி வண்ணப் புடவையுடுத்து வீடு நிறைய நடமாடுவதைக் காண இதயம் ஏங்கினாலும், அதைவிட அதிகமாக அவள் என் மகனோடு இருந்து அவனுடைய வீட்டையும் மனசையும் ஒளிரச் செய்யட்டும் என ஆசைப்படுகிறேன்.

வாசல் மணி அடிக்கிறது. போய்க் கதவைத் திறக்கிறேன். முகம் பார்த்து இதயத்தின் அலைகளை அடையாளம் கண்டு, 'மகன் ஃபோன் பண்ணுனானா?' என்று கேட்டபடி உள்ளே வருகிறார் வாழ்க்கைத் துணைவர். மகன் நினைவால் அவருடைய முகமும் மலர்கிறது.

1982

குறிப்பு

இக்கதையின் மொழிபெயர்ப்பாளன் என்னும் முறையில் சிலவற்றைக் கூற விரும்புகிறேன். கலைத்தன்மையற்ற மொழியில் சாரா எழுதுகிறார். இதை மற்றவர்கள் சுட்டிக்காட்டிய போதும், தனக்கு மொழிநடையைவிடச் சித்திரிக்க விரும்பும் பெண்களின் துயரங்களே முக்கியமாகப்படுவதாக அவர் பதிலளித்தார். இக்கதையில் பல இடங்களில் மூலத்தில்

தொடர்வினைகளாக இருந்தவற்றை எளியவினைகளாக மாற்றியுள்ளேன். தொடர்வினைகள் விரவியிருந்த அமைப்பு தமிழில் நெருடலாக இருந்ததால் இவ்வாறு மொழிபெயர்க்க நேர்ந்தது.

○ ○ ○ ○ ○

விபச்சாரம்

பி. டி. ஜானவி

'டீ சுஜீ ... அது வந்துட்டிருக்குது ...' என்று கத்திக் கொண்டே பிற்பகலின் இனிய தூக்கத்துக்கான தயாரிப்பிலிருந்த என்னை என் தங்கை சவிதா வந்து கைப்பிடித்து இழுக்கத் தொடங்கினாள். நான் கண்விரித்து 'எங்கே?' என்றேன். 'இங்கயே ஒக்காந்துட்டு எங்கேன்னா எப்படித் தெரியும்? சீக்கிரமா எழுந்துவா. கொஞ்சம் தாமதமானாலும் அந்த ஜந்து குகைக்குள்ள நொழஞ்சிடும் ...' சவி என்னை ஏறக் குறைய இழுத்துக்கொண்டே கிளம்பினாள். நாங்கள் வராண்டாவில் கால்வைப்பதற்கும் சவி சொன்ன அந்த ஜந்து எங்கள் வீட்டைக் கடந்து செல்வதற்கும் சரியாக இருந்தது. நாங்கள் ஜன்னலில் எட்டிப் பார்த்துக்கொண் டிருந்தபோதே, எங்கள் எதிர்வீட்டுக்கு இடப்புறமிருந்த இரண்டாம் வீட்டுக்கு முன்னால் நின்று, கேட்டைத் திறந்து உள்ளே நடந்து காலிங்பெல்மேல் விரல்வைத்தது அந்த ஜந்து. சில வினாடிகளிலேயே அந்த வீட்டின் கதவு திறந்தது. திறந்த ஆள் எங்களுக்குத் தென்படவில்லை. ஆனால் வெளியிலிருந்த ஜந்து உள்ளே நுழைந்தது தெளிவாகத் தென்பட்டது. பின்னாடியே கதவு மூடியபோது, 'பதினஞ்சு நாளா எங்க காணாமப் போயிருந்துச்சோ? அனேகமா வேறெங்கியாவது காண்ட்ராக்ட் இருந்துச்சோ என்னமோ ...' சவி குதர்க்கத் தொனியில் சொன்னாள். 'எங்க பாழாப் போயிருந்தானோ மறுபடியும் காட்சி தந்திருக்கறான்' என்றேன் நான். எங்கள் தலைகளை உள்ளே இழுத்துக்கொண்டு மாடி ஏறினோம். மேலே அறையில் எல்லா ஜன்னல்களையும் திறந்து, அந்த வீடு சரியாகத் தெரியும்படி இருவரும் நாற்காலிகளை இழுத்துக்கொண்டு, அந்த ஜந்து இன்று என்னேரத்துக்குத் திரும்பி வருமோ என்று ஆர்வத்தோடு

உட்கார்ந்தோம். நேரத்தைப் போக்கக் கேரம் விளையாடத் தீர்மானித்து, காய்களை அடுக்கிக்கொண்டிருந்தபோதே, அந்த வீட்டின் கேட் ஓசையெழுந்து சரக்கென்று எழுந்து பார்த்தால் அந்த ஜந்து கேட்டைத் திறந்துகொண்டு வெளியே வருகிறது.'

'வாட் எ சர்ப்ரைஸ்! போய் இன்னும் பத்து நிமிசங்கூட ஆகல அதுக்குள்ள திரும்பி வர்றான் . . . !' நான் ஆச்சரியத் தோடு சொல்லிக்கொண்டிருந்தபோதே, அந்த ஜந்து எங்கள் வீட்டை நெருங்கிக்கொண்டிருந்தது. 'எதுவும் இல்லன்னாலும் ஒரு மூணு ரவுண்டாவது முடிச்சுட்டு வரலாம்ன்னு நெனச்சிட்டிருந்தா இதென்னா இப்பிடி? ஏதோ ஏறுமாறா யிருக்குது' சவி சொன்னபோது, இருவரும் பலமாகச் சிரித்தோம். எங்கள் சிரிப்பு கேட்டதோ என்னவோ அது பின்னால் திரும்பிப் பார்த்தது. நாங்கள் கீழே இறங்கி, கதைவைத் திறந்து வெளியே வருவதற்குள் தெருவின் திருப்பத்தில் இருந்தது. எங்களைப் பார்த்தவுடனே எதிர் வீட்டு விமலா ஆண்ட்டியும் வெளியே வந்தார். 'என்ன ஆசாமி திடீருன்னு காட்சி தந்து உடனே மறைஞ்சிட்டானே' ஆண்ட்டி சிரித்தபடி சொன்னார். அது போன திசையையே பார்த்தபடி 'ஐயோ அவன் காட்சி தந்ததும் மறைஞ்சம் முக்கியமில்ல ஆண்ட்டி பத்தே நிமிசத்துல மறைஞ்சதுதான் முக்கியம்' என்று சவி, 'இல்ல பதினைஞ்சி நாளக்கி முன்னாடி தினமும் வந்துட்டிருந்தப்பவே வெளியே வர்றதுக்கு ரண்டு மூணு மணி நேரமாயிடும் . . . இப்பப் பதினஞ்சி நாள் கேப் ஆனப்புறம் குறைஞ்சது ஆறேழு மணி நேரமாவுது இருந்திருக்கணும்' என்று சவி கண்ணடித்துச் சொன்னபோது, விமலா ஆண்ட்டி கண்விரித்து 'ஏய் பொண்ணே நீ ரொம்பப் பேசற' என்றார் சிரித்துக்கொண்டே. நாங்கள் பார்த்துக்கொண் டிருந்தபோதே, எங்கள் வீதியில் அங்கங்கே எங்களைப்போல நாலைந்து குழுக்கள் தோன்றின. நாங்கள் பேசிக்கொண்டிருந்த விஷயமே அங்கெல்லாம் பேசப்பட்டிருக்கும் என்பதில் யாருக்கும் சந்தேகமில்லை.

'நான் என்னமோ குட் பை சொல்லியிருக்கனும்னு நினைச்சிட்டிருந்தேன்.'

'ஐயோ அவ்வளவு சுலபமில்லம்மா அதை விடறது.'

'அப்படியா ஆண்ட்டி அதை விடறது அவ்வளவு சுலபமில்லயா?'

'எல்லோருக்கும் தெரிஞ்சிருக்கும்போது, அந்த வீட்டில இருக்கறவங்களுக்குத் தெரிஞ்சிருக்காதா? ரொம்ப ஆச்சரியம் இல்லியா?'

எங்கள் பேச்சு அந்த விஷயத்தைச் சுற்றியே வளைய வந்துகொண்டிருந்தது. உண்மையாகவே எல்லோருக்கும் இது விடுவிக்க முடியாத ஒரு புதிராகவிருந்தது. அந்த ஐந்து இந்த வீதியில் தென்படத் தொடங்கி இரண்டு வருடங்கள் முடியவிருந்தன. ஆனால் இரண்டு வார காலம் தென்படாமல் போனது இதுவே முதல்முறை. என் மனம் இரண்டு வருடங்களுக்குப் பின்னால் ஓடியது.

அந்த வீட்டுக்கு எஜமானர் முத்தண்ணன். சுமார் நாற்பத்தைந்தைத் தொட்டுக்கொண்டிருந்தாலும் முப்பத்தைந்துக்கு உரிய நல்ல தேகக்கட்டு. அவர் மனைவி லீலாவதி. முத்தண்ணனுக்கென்று சொல்லிவைத்துச் செய்த ஜோடி. இரண்டு அழகான பிள்ளைகள் ரவி, கிரண். மொத்தத்தில் அழகான குடும்பம். லீலாவதி, எங்களுக்கெல்லாம் லீலாக்கா, அன்பான சினேகிதி. ரொம்ப அழகி. காலையிலிருந்து சாயந்திரம் பிள்ளைகள் வீட்டுக்குத் திரும்புகிறவரை லீலாக்கா ஃபிரீ. அந்த நேரத்தில் நிட்டிங்கோ பெயிண்டிங்கோ செய்துகொண்டிருந்தார். எல்லோருடனும் சீக்கிரம் ஒட்டிக் கொண்டாலும், என்னோடு அவருக்கு நெருக்கம் அதிகம். பணக்காரராக இருந்தாலும் எளிமையான சுபாவம் கொண்ட அவர் தெருவிலிருந்தவர்களின் அன்புக்குப் பாத்திரமானவரா யிருந்தார். நானோ அவரை என் சொந்த அக்காவைப் போலவே பார்த்தேன். வெளியே செல்லும்போதெல்லாம், நான்தான் அவருக்குத் துணை. இரவு பன்னிரண்டு மணிவரை அவரோடு அரட்டை அடித்துக்கொண்டிருந்தேன். முத்தண்ணா ஊரில் இருப்பதே அபூர்வம். ஊரில் இருந்தாலும் வீட்டுக்கு வரும்போது மணி பன்னிரண்டாகும். அவர்கள் இருவரும் சேர்ந்து வெளியே செல்வதைப் பார்ப்பது அரிது. அவர்கள் வீட்டுக்கு வேறு சினேகிதர்களோ உறவினர்களோ வந்து நாங்கள் பார்த்ததில்லை. ஆனால் இருந்திருந்தாற்போல் இந்த ஐந்து எங்கிருந்தோ வந்து காட்சி தந்தது. அவன் தனக்குத் தூரத்துச் சொந்தம் என்று லீலாக்கா என்னிடம் சொல்லி யிருந்தார். எங்களுக்குத் தெரிந்து அந்த வீட்டிற்குள் நுழைந்த முதல் உறவினன் அவனே. பார்க்க லட்சணமானவன் என்று சொல்லவும் முடியாத, மெலிந்து வளைந்து உயரமாயிருந்த அந்த மனிதன் முதல் முதலில் மாதத்துக்கு இரண்டு முறை வந்துகொண்டிருந்தான். ஆனால் வரவரத் தினமும் தென்படத் தொடங்கினான். அவன் வீட்டில் இருக்கும் சமயம் லீலாக்கா வெளியே வருவதில்லை. அவன் போன பிறகே வெளியே வருவார். அவனது தினசரித் தரிசனம் எங்களுக்கு வாய்த்ததைப் போலவே எங்கள் நம்பிக்கைக்குரிய லீலாக்காவின் தரிசனம் அரிதாகத் தொடங்கியது. அவன் எப்போதும் யாரும் இல்லாத

சமயத்திலேயே வந்துபோய்க்கொண்டிருந்தது, அவனது இந்த வகையான நடவடிக்கை தெருக்காரர்கள் எல்லோரது சந்தேகத்துக்கு இடம் தந்தது. அதற்குள்ளாகச் சிலர் லீலாக்காவோடு பேசுவதையே நிறுத்தியிருந்தார்கள். ஆனால் அவர் அபூர்வமாக வெளியே வந்தாலும் என்னோடு எப்போதும் போலவே சினேகிதத்தோடு பேசிக்கொண்டிருந்தார். எங்களுக்குத் தெரிந்தவரை இந்த மனிதன், முத்தண்ணாவைச் சந்தித்ததே இல்லை. அவர் இல்லாத சமயத்திலேயே அவன் வந்துகொண்டிருந்ததில் இயல்பாக எல்லோருடைய ஆர்வமும் பூதாகரமாகிச் சந்தேகம் முளைவிட்டது. நான் எத்தனையோ முறை இதைப் பற்றி அவரிடம் கேட்க வேண்டுமென முயன்று, சங்கோஜத்தினால் தோற்றுப்போயிருந்தேன். நான் லீலாக்காவோடு பழகுவதைப் பற்றி அம்மா அதற்குள்ளாகவே தன் அதிருப்தியைத் தெரியப்படுத்தியிருந்தாள். நான் அவரோடு பேசிவிட்டு வந்தபோதெல்லாம் அம்மா சிடுசிடுக்கத் தொடங்கினாள். சவி, விமலா ஆண்ட்டி எல்லோரும் அம்மாவுக்கு சப்போர்ட். ஆனால் எனக்கென்னமோ லீலாக்காவின் மேல் இன்னமும் நல்ல அபிப்ராயம் இருந்தது. ஆனால் என் அபிப்ராயமும் மாறும்படியான சம்பவம் ஒன்று ஒரு வெள்ளிக்கிழமை பிற்பகல் நடந்து, நான் எதைப் பொய்யென்று சாதிக்க வேண்டுமென எண்ணிக்கொண்டிருந்தேனோ அது உண்மையாகி உறுதிப் பட்டது. அன்று நானும் விமலா ஆண்ட்டியும் நடுவீட்டில் பேசிக்கொண்டிருந்தபோது, மாடி அறையிலிருந்த சவி பலமாக, 'சுஜீ ... ஆண்ட்டி ...' என்று கத்தினாள். நாங்கள் மேலே போய்ப் பார்த்தபோது, என்றைக்கும் மத்தியானம் வீட்டுக்கு வராத முத்தண்ணா, அன்று காலிங்பெல்லை அழுத்தியபடி நின்றிருந்தார். அந்தச் சமயத்தில் அவன் உள்ளே இருந்தான். சவி உடனே ஏணியில் டெரஸுக்கு ஏறினாள். நாங்கள் அவளைப் பின் தொடர்ந்தோம். எங்கள் வீட்டின் டெரஸ்ஸிருந்து எதிர் வீடுகளின் புழக்கடைகளும் பின்பக்கங்களும் நன்றாகத் தெரிந்தன. நாங்கள் பார்த்துக்கொண்டிருந்தபோதே, அவன் அந்த வீட்டின் புழக்கடையிலிருந்து வெளியேறிப் போய்க் கொண்டிருந்தது தெரிந்தது. சவி பலமாகச் சீட்டியடித்தாள். மறுகணமே முன்வாசல் கதவு திறந்ததும் முத்தண்ணா, 'ஏன் இவ்வளவு நேரம்?' என்று கேட்டுக்கொண்டே உள்ளே நுழைந்ததும் ஒன்றாக நடந்தன. திடுக்கிட்டு நின்றிருந்த என்னைப் பார்த்து, 'உனக்கென்ன இப்பிடி மூஞ்சி சிறுத்துப்போச்சு? உன் லீலாக்கா விபச்சாரத்தை ஆதாரத்தோடப் புடிச்சிக் குடுத் திருக்கறேன் பாரு, அவங்க ரண்டு பேருக்கும் நடுவுல முறை யில்லாதது நடக்குதுங்கறதை இப்பவாவது ஒப்புக்கறியா?' சவி கேட்டாள். லீலாக்காவின் மேலிருந்த நல்ல எண்ணங்கள் புர்ரென்று பறந்துபோயின. 'இப்படிப்பட்டவங்களவிட ரெட்

லைட் ஏரியாக்காரங்களே மேல். அவங்களாவது ஏதோ கட்டாயத்துனால, பலவந்தமாச் சிக்கி அந்த வழிக்குப் போயிருக்கறாங்க . . .' சவியும் ஆண்ட்டியும் சேர்ந்து அவள் ஜாதகத்தை அலசிக்கொண்டிருந்தார்கள்.

சவியின் இந்த ஆராய்ச்சி முழுத் தெருவுக்கும் தெரிய ரொம்ப நேரமாகவில்லை. இப்படியாகத் தெருவின் நாக்கு நீண்டுகொண்டேபோயிற்று. அன்றிலிருந்து நான் தப்பித் தவறியும் அவர் வீட்டுப் பக்கம் தலைகாட்டவில்லை. அவராகவே பேச்சுக் கொடுக்க வந்தபோதும், முகத்தைத் திருப்பிக்கொண்டேன். அபூர்வமாக அவர் வெளியே நின்றபோது சவி, 'என்ன ஆண்டி, இன்னக்கி ஓய்வா வெளிய வந்திருக்கறீங்க? இன்னக்கி லீவா?' என்றோ அல்லது 'ஆண்ட்டி இன்னக்கி எத்தனை ரவுண்டு?' என்றோ, விமலா ஆண்ட்டி சொல்லுவதுபோல, மறைமுகமாக அவரைத் தன் கேலியினால் குத்திக்காட்டும்போது, அவர் சரக்கென்று உள்ளே சென்றுவிடுவார். அந்த மனிதன் வரும்போது, எத்தனை முறை காறி உமிழ்ந்திருப்பாளோ . . . ஆனால் அவன் குனிந்த தலையை அந்த வீட்டுக்கு முன்னால் நிற்கும்போதுதான் நிமிர்த்துவான். இப்படி நிற்காமல் நடந்து கொண்டிருந்த சந்திப்பு இருந்திருந்தாற்போலப் பதினைந்து நாள் நின்றபோது, எல்லாம் முடிந்துவிட்டது என்று நாங்கள் தவறாகக் கருதியிருந்தோம்.

இதற்கிடையில் அப்பா எங்கள் இருவருக்கும் வரன் தேடத் தொடங்கியிருந்தார். சவியிடம் அது என்ன கவர்ச்சி இருந்ததோ வந்தவர்களெல்லாம் அவளையே விரும்பினார்கள். இப்படி நாலைந்துமுறை நடந்த பிறகு எனக்குத் திருமணம் பற்றியிருந்த கனவு கரையத் தொடங்கி, சவியின் திருமணத்தை முடிக்க அம்மா அப்பாவுக்குச் சொல்லி, சாப்பாட்டையும் தண்ணீரையும் தவிர்த்து ஒரு வழியாக எல்லோரையும் சம்மதிக்கவைத்த பிறகு, சேகர் என்னும் பாங்க் உத்யோகஸ்தன் சவிக்குக் கணவனாக வந்தான். கணவன் வீட்டுக்குச் செல்வதற்கு முன்னதாக, 'வாரத்துக்கொரு கடிதம் எழுது. அதுல அந்த ஐந்துவப் பத்தி செய்தி சொல்றதுக்கு மறக்காதே' என்று சிரித்தபடி சொல்லிவிட்டுப் போனாள். சவி கணவன் வீட்டுக்குப் போய், விளையாட்டுப்போல ஒரு வருடம் கழிய இருந்தது. அவளில்லாத வீடு எனக்கு வெறிச்சோ வெறிச் சென்றிருந்தது. அவள் எவ்வளவு வாயாடியோ அதற்கு நேர் எதிராக மிதமாகப் பேசுகிறவன் அவள் கணவன். அவன் யாருடனும் அதிகமாகப் பழகவில்லை; தான் உண்டு தன் பாடு உண்டு. வருடங்கள் உருளச் சவியின் வாழ்க்கையில் பல மாற்றங்கள் ஏற்பட்டன. சுரேஷ், சதீஷ் என்னும் இரு பிள்ளைகள் அவள் மடியை நிறைத்திருந்தார்கள். சவி பிறந்த

வீட்டுக்கு வருவதே அபூர்வம். சமீபத்தில் அவளிடமிருந்து கடிதம் வருவதும் அபூர்வமாகியிருந்தது. வீட்டு வேலை, குழந்தைகள் இவற்றுக்கிடையில் அவளுக்கு நேரம் கிடைக்காது என்று நினைத்து நானே அவ்வப்போது கடிதம் எழுதிக்கொண் டிருந்தேன். மறக்காமல் அவளுடைய இந்த ஜந்து பற்றியும் விவரங்கள் தெரிவித்துக்கொண்டிருந்தேன்.

என்றைக்கும் போல இன்றும் சமையலுக்குத் தயார் செய்துகொண்டிருந்தேன். வீட்டுக்கு முன்னால் ஆட்டோ நின்ற சப்தம் கேட்டது. வெளியே வந்து பார்த்தால் சவி தன் பரிவாரத்தோடு நின்றிருந்தாள்! எதிர்பாராத அவளுடைய வரவு என் மகிழ்ச்சியை இரட்டிப்பாக்கியது. சவி என்னமோ மிகவும் சோர்ந்துபோயிருந்தாள். முகத்திலும் எப்போதுமிருக்கும் களை இல்லை. பிள்ளைகள் தாத்தா பாட்டியிடம் ஓடினார்கள். பல நாள்களுக்குப் பிறகு வந்த சவியிடம் பேச நிறைய விஷய மிருந்தது. ஆனால் சேகர் உடன் இருந்ததால் சவி தனியாகக் கிடைக்கவில்லை. ஒரு வாரம் கழிந்ததே தெரியவில்லை. அவள் புறப்படும் ஞாயிற்றுக்கிழமை நெருங்கிக்கொண்டிருந்தது. அவளை இன்னொரு வாரம் எப்படித் தங்கவைப்பது என்னும் யோசனையில் நான் மூழ்கியிருந்தேன். எதிர் வீட்டின் அந்த ஜந்துவைப் பற்றிக் கேட்பாளோ என்னும் என்னுடைய எதிர் பார்ப்பு பொய்த்துப்போய், அவள் அதைப் பற்றிப் பேச்சே எடுக்கவில்லை. சமீபத்தில் அந்த மனிதன் எப்போதாவது ஒருமுறை வந்து போய்க்கொண்டிருந்தான். சவிக்கு அதைப் பற்றித் தெரிவிக்கவே முடியவில்லை. அவள் கணவனுக்கு முன்னால் இது தொடர்பாகப் பேசும் தைரியம் எனக்கு இருக்க வில்லை. நான் விரும்பியபடியே சவி சேகரை ஒருவாறாக ஒப்பவைத்து, இன்னொரு வாரம் இருக்கச் சம்மதிக்கச் செய்திருந்தாள். இரவு சேகர் பிள்ளைகளுடன் ஊருக்குத் திரும்பினார். இப்போதாவது சவியின் முந்தைய குறும்புப் பேச்சுகளைக் கேட்கலாமென்று நான் குஷியோடு அவற்றை எதிர்பார்த்திருந்தேன்.

அன்று நாங்கள் இருவரும் மாடியறையில் அமர்ந்து கேரம் விளையாடத் தீர்மானித்திருந்தோம். ‘ஒரே புழுக்கம். ஜன்னலைத் திற’ என்று அவள் சொன்னபோது நான் சிரித்துக்கொண்டே, ‘ஓஹோ புழுக்கமா . . . !’ என்று ஜன்னல்களைத் திறந்தேன். அன்றைக்கே அவன் காட்சிதர வேண்டுமா? ‘சவி, எப்படிப்பட்ட நேரத்துல ஜன்னல் தொறக்கவச்சிருக்கே . . .’ என்றேன், அவள் வாயிலிருந்து புறப்படும் வார்த்தைகளைக் கேட்கும் ஆர்வத்தோடு. ஆனால் சவி எதனாலோ மிகவும் இறுக்கமாக இருந்தாள். கொஞ்சங்கூடச் சிரிக்கவில்லை. பேசவும் இல்லை. ஒரேயடியாய் அந்த வீட்டுப் பக்கமே

உற்றுப்பார்த்துக்கொண்டிருந்தாள். அவளுடைய இப்படிப்பட்ட நடத்தை அடியோடு புதுசு. அவளை அசைத்துக் கேட்டேன், ‘சவி ஏன் அப்படிப் பாத்துட்டிருக்கற . . .?’ கனவிலிருந்து விழித்தவளைப் போலத் திடுக்கிட்டு, ‘ஹாங் . . .!’ என்றாள். ‘சுஜீ, உன்னோட அந்த லீலாக்கா ரியலி கிரேட் . . . இந்த மனுசனும் அவளும் ரொம்ப தைரியசாலிங்க.’ சவியின் இந்த வார்த்தைகளால் ஏற்பட்ட அதிர்ச்சியில் நான் மயங்கி விழாமல்போனது பெரிய விஷயம். இவள் லீலாக்காவை எந்தளவு வெறுத்தாள் என்பது என்னைவிட யாருக்குத் தெரியும்? அவளைப் பார்த்தாலே சகித்துக்கொள்ள முடியாமல் அசிங்கத்தைக் கண்டதைப் போலக் கடுப்பாகிக்கொண் டிருந்தாளே !

‘என்ன சவி? உடம்பு சரியில்லையா?’ நான் நிஜமாகவே பயந்தேன். ‘அவ பேச்செடுத்தாலே அசிங்கம்ன்னு சொல்லிட் டிருந்த . . . இப்பப் பாத்தா கிரேட்ங்கற? கடவுளைப் போலக் கணவன், முத்துமுத்தான பிள்ளைகள் இருந்தும் வேற . . .’

‘இல்ல சுஜீ . . .’ சவி என் பேச்சைத் தடுத்தாள். ‘அவளுக்கு ரொம்பவும் அவசியமான சுகமும் சந்தோஷமும் தன்னோட வீட்டிலியே தேவையான அளவு கிடைச்சிருந்தா, இன் னொருத்தரைத் தேட வேண்டிய அவசியமே இருந்திருக்காது. தெரு முழுக்க அவங்களைப் பத்திப் பேசிட்டிருந்தாலும் தே ஜஸ்ட் டோண்ட் கேர் . . . நிஜமாவே அவங்களுக்குக் கட்ஸ்தான் . . .’

சவியின் பேச்சு எனக்குள் ஏனோ பயத்தை உண்டாக்கியது. அவள் உணர்வுகளை மாற்றும் எண்ணத்தில் நான் மீண்டும் மீண்டும் வற்புறுத்திச் சொன்னேன், ‘என்னதான் ஆனாலும், அவங்க செஞ்சிட்டிருக்கறது விபச்சாரம். அவங்களது ஒழுக்கக் கேடான உறவு.’

‘எது விபச்சாரம்? மூடுன அந்தக் கதவுகளுக்கு மறைவில என்ன நடந்துட்டிருந்துச்சுன்னு பார்த்தவங்க யாரு? ஒரு பொண்ணுக்கும் ஒரு ஆணுக்கும் அதவிட்டா தனிமையில வேறெ எதுவும் இருக்கறதில்லியா? ஆகட்டும், நீ சொல்ற மாதிரி விபச்சாரமாவே இருக்கட்டும். லீலாக்காவைப் பத்தி மட்டுமே ஏன் யோசிக்கற? அவளை மாத்திரம் ஏன் திட்டற? பணம் மட்டும் வீட்டுல இருந்துட்டா போதுமா? முத்துமுத்தான பிள்ளைங்க இருக்கறது நிஜந்தான். ஆனா குழந்தைங்க பொறந்துட்டா எல்லாம் முடிஞ்சிருச்சா? லீலாக்காவுக்கு இன்னும் சின்ன வயசு. குழந்தைங்க உண்டான பிறகும் கணவனோட அன்பையும் காதலையும் விரும்பறது தப்பா? அவனுக்கு எப்பவும் பிஸினஸ். வீட்டிலயிருக்கறதே அபூர்வம். எப்பவும் வெளியூர்ல. என்னைக்காவது அவனும் லீலாக்காவும் ஒன்னா வெளிய

போனதைப் பாத்திருக்கறியா? ஒரு பேச்சுவார்த்தை, சிரிப்பு இல்லாம அந்தப் பெரிய பங்களாவுல தனியாக் கிடன்னா அவளென்னா மரக்கட்டையா. அதுக்குத்தான் லீலாக்கா கரையான் புடிச்சவளைப் போல உள்ளுக்குள்ளயே அரிச்சுப் போறதுக்குப் பதிலா வாழ்க்கையைத் தனக்கு வேணுங்கற மாதிரி அனுபவிச்சிட்டுருக்கறா. பயந்தாங்கொள்ளியாயிருந்தா ஜனங்களுக்குப் பயந்து உள்ளுக்குள்ளயே இருந்திருப்பா. ஆனா மனசு? அது யாரோட பிடிக்குச் சிக்கும்? சொல்லு! மனசுக்குள்ளயாவது இன்னொருத்தரை விரும்பியிருப்பா, அவனோட சுகம் அனுபவிச்சிருப்பா. நேரடியாச் சொல்லனும்னா மானசீகமா விபச்சாரியாகியிருப்பா ... என்னை மாதிரியே ...'

'சவீ ...' நான் சீறினேன். என் குரல் நடுங்கியது.

'ஏன் உன்னோட சவி லீலாக்காவோட இன்னொரு முகமாயிருக்காளேன்னு அசிங்கமாயிருக்குதா?'

'சவி, சவி, ... சேகர் ...? சேகர் ...?' நான் குழறினேன்.

'சேகர் ...' அவள் பேச்சில் பொங்கிய வெறுப்பும் உதாசீனமும் முன்பு லீலாக்காவின் மீதிருந்த அளவே அழுத்தமாயிருந்தன. எனக்கென்னவோ அழுகை முட்டிக் கொண்டு வந்தது. சவியின் தீவிரத் தன்மை, அவள் பேச்சு, கணவன்மீதிருந்த வெறுப்பு எல்லாவற்றையும் கவனித்தபோது, சவியின் வாழ்க்கையில் ஏதோ ஏறுமாறாகப் போயிருப்பது எனக்கு உறுதியாயிற்று.

அன்று இரவு படுத்திருந்தபோது, படுக்கையில் தன் வலியை என் முன்னால் வெளிக்கொட்டினாள் சவி. 'சுஜீ, கல்யாணமான ஒன்னு ரண்டு வருசம் என்னளவு யாரும் சுகமாயிருந்திருக்க முடியாதுன்னே நான் நினைச்சிட்டிருந்தேன். அனேகமா எல்லாப் பொண்ணுங்களும் இப்படியே நினைப்பாங்களோ என்னவோ. உனக்குத் தெரிஞ்ச மாதிரி நானும் சேகரும் பிரிஞ்சிருந்ததே அபூர்வம். பாங்க் முடிஞ்சவுடனே நேரா என் தோள்ல இருப்பாரு. ஒருதடவை அவரோட நெஞ்சுலப் புதைஞ்சா விடியறவரைக்கும் முழிப்பே வராது. அப்படிப் போதை ஏத்திக்கிட்டிருந்தாரு. அவரோட வெதுவெதுப்பான அரவணைப்பில்லாமத் தூக்கம் எம்பக்கத்துலகூட வராது. எங்களோட இந்தக் காதலுக்குச் சாட்சியா சுரேஷ் என் கர்ப்பத்துல முளைவிட்டிருந்தான்.

'சேகருக்குக் காமவுணர்வு அதிகம்; சுயநலவாதியுங்கூட. வருசத்துக்கு ஒன்னுன்னு ரண்டு குழந்தைங்க எங்க வாழ்க்கையில நொழைஞ்சுது. அதுங்களோட வரவுனால நிறைய மாற்றம் ஏற்பட்டுச்சு. அதுங்க தவிர்க்க முடியாதவைன்னாலும்

அதுங்களைப் புரிஞ்சிக்கிற பொறுமையும் பெரிய மனசும் சேகருக்கில்ல. மொத்தத்துல அவரோட ஆசை தீரனும். ரண்டு வருசம் ஆகறவரைக்கும் சுரேஷ் திரும்பத் திரும்ப காய்ச்சல்ல விழுந்தான். ரண்டு சின்னக் குழந்தைங்களைப் பாத்துட்டு, வீட்டு வேலையைச் சமாளிச்சு நிமிர்றதுக்கே எனக்குப் போதும் போதும்னு ஆச்சி. என்னோட எல்லா லட்சியமும் குழந்தைங்கதான். முன்னப்போலச் சதா சேகரோட ஒட்டிக்கிட்டிருக்கவும் சாயந்தரம் அவர் வந்த வுடனே அவர் அணைப்புக்குள்ள போகவும் சாத்தியமாகல. அவரோட எத்தனையோ ஆசைகளை என்னால நிறைவேத்த முடியல. என் உடல்நிலையும் இதுக்குக் காரணமாயி அவர் கோவிச்சிக்கிட்டு எரிஞ்சுவிழத் தொடங்குனாரு. என்னோட கஷ்டத்தைச் சொன்னாலும் கேக்குற மனநிலை அவருக்கில்ல. “நீயொருத்தி மட்டுமல்ல குழந்தை பெத்திருக்கறது. ஒவ்வொரு பொண்ணும் குழந்தை பெத்துக்கறா. ஆனா எவ்வளவு உல்லாசமா இருக்காங்க”ன்னு தன்னோட வேலைசெய்யுற பொம்பளைங்களோடயோ இல்லன்னா வேற பொம்பளைங் களோடயோ என்னை ஒப்பிட்டுக் கேலிசெஞ்சிட்டிருந்தாரு. குழந்தைங்களோடயும் அப்படித்தான். எவ்வளவு வேணுமோ அவ்வளவு.

நெலமை இப்படியே முன்னேறி எந்த அளவுக்குப் போச்சுன்னா அவரு தினமும் வீட்டுக்கு வர்றது நடு ராத்திரி. என்னோட பேசறதே குறைஞ்சி வரவர அவரு யாரோ முன்ன பின்ன தெரியாத ஆளைப் போலத் தோன ஆரம்பிச்சாரு. அவர் போக்குனால திகிலடைஞ்ச நான் குழந்தைகளைப் பாத்துக்க ஆயாவை நியமிச்சிக்கிட்டேன். குழந்தைகளை அவளோட பழக்கப்படுத்தி நான் விடுபட்டு சேகர் பக்கம் முழுக்கவனம் செலுத்துனேன். அவர் மாறட்டுன்னு பொறுமையோட காத்துட்டிருந்தேன். ஆனா அவர் மாறுகிற மாதிரியே இல்ல. சதா வெளியில சுத்தறது, வேணுங்கறப்ப சாப்பிட்டா அது போதும். தனக்கு ஆசை வந்தப்ப வெறுமனே என்னோட படுக்கையில பொரண்டுகிட்டிருந்தாரு. ஒரு பேச்சில்ல, கதையில்ல. அவரோட இந்தப் போக்கு என்னை நோகடிச்சுது. சிலசமயம் தாங்கிக்கொள்ள முடியாம கண்ணீர்விட்டுட்டிருந்தேன். அதையும் சகிச்சிக்காதவரு “என்னாச்சிடீ . . .?”ன்னு கோவப்பட்டு எறிஞ்சிவிழுவாரு. என் இதயம் வெந்துட்டிருந்துச்சி.

மனசுல நிம்மதியில்லாமப் போச்சு. எனக்கு அவரோட பழைய அன்பு வேணுமாயிருந்துச்சு. அது இல்லாம நான் பைத்தியம் பிடிச்ச மாதிரி ஆயிருந்தேன். அவரோட வெதுவெதுப்பான அரவணைப்பில்லாம எவ்வளவோ

நாளாயிருந்துச்சு. நானாவே அவரைக் கட்டிப்பிடிச்சா, "பேசாமக் கெடடீ எனக்குத் தூக்கம் வருது ...?"ன்னுட்டிருந்தாரு. நானப்ப எரிச்சலடைஞ்சேன். இப்படி ஒரு தடவை பொறுமை இழந்து அவரைப் புடிச்சிப் பலமா உலுக்கி "எனக்குத் தூக்கம் வரலியே நான் என்னா பண்றது ...?"ன்னப்ப, திடுக்குன்னு எந்திரிச்சவரு "தூக்கம் வரலியாடீ? நான் என்னா பண்ணட்டும் ... சொல்லுடீ அதென்னா செய்யனுமோ சொல்லு செய்ய றேன் ...?"ன்னு ரொம்ப அசிங்கமா நடந்துட்டப்ப எனக்கு அங்கியே செத்துடனும்போல இருந்துச்சி. ஒடம்பெல்லாம் கீறிக்கிட்டு வீறிட்டுக் கத்தணும்போல இருந்துச்சி. அப்படிப்பட்ட அவமானத்தைக் கனவுலயும் நான் நெனச்சுப் பாத்தவளல்ல. என் இதயம் ஒடைஞ்சு போயிருந்துச்சி. அவரு என் பெண்மையவே அவமதிச்சிருந்தாரு. என்னைத் துண்டு துண்டாக்கியிருந்தாரு. எத்தனை ராத்திரி தூக்கமில்லாம கழிச்சிருப்பேனோ அந்தக் கடவுளுக்குத்தான் தெரியும். அவரு என்னைப் பழி தீர்த்துக்கற மாதிரி நடந்துட்டிருந்தாரு. அதுக்குப் பிறகு நான் எந்த வம்புக்கும் போகல. அவரைப் பத்திக் கவலைப்படுறதைவிட்டேன். அவரைப் பத்தின எந்த எதிர்பார்ப்பையும் நான் வச்சிக்கல.

அவரைப் பத்தியிருந்த உணர்வெல்லாம் சாகத் தொடங்குச்சி. ஆனா என்னோட உணர்வுகளெல்லாம் உயிரோடயிருந்து அதுக்கு சாட்சியோங்கற மாதிரி அந்த நாள்கள்ல லீலாக்கா நினைவுக்கு வந்துட்டிருந்தாங்க. பின்னாடியே அந்த ஐந்துவும் மனசுல வந்துட்டிருந்தான். லீலாக்காவோட நிலைமை புரிஞ்சது. கண்ணை மூடுனா இவங்க ரண்டு பேரும் என்னை வியாபிச்சுட்டிருந்தாங்க. வரவர லீலாக்கா மறைஞ்சு அவன் மட்டுமே மிஞ்சுனான். சிலசமயம் அன்னக்கிப் பாத்த சினிமாக் கதாநாயகனை மாதிரித் தெரிஞ்சா இன்னொரு சமயம் அன்னக்கிப் படிச்ச கதையோட கதாநாயகனை மாதிரித் தெரிஞ்சான். நான் அப்பத் தூங்க ஆரம்பிப்பேன் ...' பேச்சை நிறுத்தி என் பக்கம் பார்த்தாள் சவி. நான் ஊமையானேன். அரைக் கணம் என் முகத்தை உற்றுப்பார்த்துச் சொன்னாள், 'இப்படி நேரடியாச் சொல்றேனேன்னு வருத்தப்படாதே. உன்னை நோகடிக்கிறேன்னு மட்டும் கண்டிப்பா நெனச்சிடாதே. இருக்கற விஷயத்தைச் சொல்றேன். சுஜீ, ஆம்பளை சுகமும் அவனோட நெருக்கமான அனுபவமும் உனக்கில்ல. என்னோட உள்மனசு உனக்குப் புரியாது. ஆனா ஒரு தடவை அதை அனுபவிச்சுட்டு அதனால வஞ்சிக்கப்பட்டா, அதோட இம்சை ரொம்பக் குரூரம். சில சமயம் தற்கொலைசெஞ் சிக்கலாமான்னுகூடத் தோனுது ...' நான் படக்கென்று

அவள் வாயை மூடினேன். என் கையைத் தள்ளிவிட்டபடி வேதனையோடு சிரித்துக்கொண்டு சவி சொன்னாள், 'அவ்வளவு தைரியமிருந்திருந்தா லீலாக்காவைப் போல மூடிமறைக்காம வாழ்ந்திருப்பேன் . . .'

சவி ஊருக்குப் போய் அதற்குள் ஒரு வாரத்துக்கு மேலாகியிருந்தது. இந்தமுறை அம்மாவையும் உடன் அழைத்துப் போயிருந்தாள். வீட்டில் நான் ஒருத்திதான். வெளியே காய்கறி விற்கிறவன் கூவிக்கொண்டிருந்தான். என்ன இருக்கிறது பார்க்கலாமெனக் கதவைத் திறந்து வெளியே வந்தேன். லீலாக்கா எதையோ வாங்கிக்கொண்டிருந்தார். அவரைப் பார்த்தபோது, முன்னைப் போல அசிங்கமாகத் தோன்றவில்லை. வெறுப்பும் பொங்கவில்லை. மாறாகப் பழையபடி அவரை 'லீலாக்கா . . .' என்று என்னையறியாமலேயே கூப்பிட்டேன். 'சாப்டீங்களா லீலாக்கா . . .?' என் பேச்சைக் கேட்டு, அரைக் கணம் அவர் கலவரமடைந்தார். தனக்கேற்பட்ட ஆச்சரியத்தை அடக்கிக்கொள்ளவும் அவர் முயலவில்லை. 'ஆமாம்மா சாப்பிட்டேன். நீ சாப்பிட்டியா?' என்றார். அவரது ஆச்சரியம் சந்தோஷமாகி அது அவர் முகத்தை மலரச்செய்தது. அனேகமாக அதிக நேரம் நின்றுகொண்டிருக்க முடியவில்லையோ என்னவோ? 'வரட்டுமா சுஜீ உள்ள வேல இருக்குது . . .' என்று தன் கூடையுடன் நகர்ந்தார். நாங்கள் அவரிடம் கீழ்த்தரமாக நடந்துகொண்டதற்கு வேறு யாரோவாயிருந்தால் முகத்தில் காறி உமிழ்ந்திருப்பார்கள். சவி சொன்னதையே நான் மறுபடியும் சொன்னேன், 'லீலாக்கா, யூ ஆர் ரியலி கிரேட்!'

1987

○ ○ ○ ○ ○

சௌகந்தியின் சுவகதங்கள்*

வைதேகி

இரவு முழுவதும் பயணம் செய்தவளைப் போல வந்திறங்கினாள் சௌகந்தி. பஸ் ஏற்றிவிட வந்திருந்த அப்பா கண்டக்டரிடம் மிகுந்த பணிவோடு, 'எங்க பொண்ணு தனியாப் போறா. தயவுசெஞ்சி யாராவது பொம்பளைங்களயே அவ பக்கத்துல உட்கார வையிங்க. பெரிய உதவியாயிருக்கும்' என்று சொல்லியிருந்தார். மீண்டும் ஜன்னல் பக்கம் வந்து சௌகந்தியிடம், 'நீ ஒன்னும் பயப்படாதே. கண்டக்டர் நல்லவன். பொம்பளைங்களயே உட்காரவைக்கிறேன்னு சொல்லி யிருக்கான்' என்றார். 'அப்பா, பயம் யாருக்கு? ஏன்?' மனசுக்குள்ளேயே கேட்டுக்கொண்டு, அழ வேண்டும் என நினைத்தபோதெல்லாம் தனக்கு ஏன் சிரிப்பு வருகிறது என்று அவள் சிரித்தாள். கண்டக்டர் சொன்னபடியே நடந்துகொண்டான். அடுத்தடுத்துச் சீட்டு கிடைத்திருந்த தம்பதியரிடம் பெண் தனியாகப் போகிறாள். . . முதலானவற்றைச் சொல்லி மனைவியை இவள் பக்கத்தில் உட்கார்த்தி இவளுக்குப் பக்கத்தில் உட்கார வேண்டியவனைக் கணவனுக்குப் பக்கத்தில் உட்காரவைத்து . . . இப்படி.

சௌகந்தி தனக்குப் பக்கத்தில் உட்கார வேண்டிய வனை ஒருமுறை திரும்பிப் பார்த்தாள். சுமாராக இருந்தான். முகம் முழுவதிலும் தெரிந்தது கிராப்பு மட்டுமே. பக்கத்தில் உட்கார்ந்திருந்தவள் ஏதாவது பேசினால் தனக்குக் கேட்காததைப் போல சௌகந்தி ஜன்னலுக்கு வெளியே பார்த்தாள். விடியும்வரை அந்தப் பெண் பேசுவாள். இவளுக்குப் பேச வேண்டிய அவசியமில்லை என்பதையே மனத்தில்கொள்ளாமல். ஆகாயத்தில் சந்திரன் தெரிந்தான்.

சௌகந்தி சந்திரனையே பார்த்தவாறு உட்கார்ந் திருந்தாள். அவன் பாதியாயிருந்தான். பஸ்ஸுக்காக

ஓடிவந்துகொண்டிருந்தான். எவ்வளவு ஓடினாலும் கிடைக்காத பஸ். அவன் பஸ் கிடைக்காமலேயே மறைவான். தான்? ஓடிக்கொண்டேயிருக்க வேண்டும். முழுமையடையும் வரை, ஒருத்தியே, யாருடைய அக்கறையும் இல்லாமல், என்னவானாலும். கண்ணோரத்தில் நீர் துளிர்த்ததைப் போலிருந்தது. அல்லது மழைத் துளியே விழுந்திருக்கலாம். துடைத்துக்கொண்டாள். வாடகைக்குப் பிடித்திருந்த வீடு நின்றிருந்தது.

சுற்றிலும் நிறைய வீடுகளிருந்தாலும் கதவுக்குப் பூட்டுப் போட்டுக்கொண்டு யாருக்காகவோ அது காத்துக்கொண்டு நின்றிருந்தது. தன்னையும் அசையாமல் அப்படியே நில் என்று யாராவது சொன்னால் இந்த வீட்டைப் போலவே தெரிவேனோ என்று கற்பனை செய்தபடி சௌகந்தி பூட்டைத் திறந்தாள். உள்ளே செய்ய வேண்டியது எதுவும் இல்லை. எல்லாம் தயாராயிருந்தன. வீடு சுத்தமாயிருந்தது. எடுத்தெறிய ஒரு சிலந்திவலைகூட இல்லை. கூட்டிப் பெருக்கி, மெழுகித் துடைத்துச் சுத்தம் செய்யும் வேலையில் ஒரு நாளைக் கழிக்க வேண்டுமென்ற உற்சாகத்தோடிருந்த சௌகந்திக்கு அது சாத்தியமாகவில்லை. வீட்டுக்குச் சொந்தக்காரர் – அல்ல – சொந்தக்காரரின் மனைவி விதவை. 'பாவம், பெண் தனியாக வருகிறாள், வெளியூர் வேறு' என்று தனித்த அக்கறையோடு எல்லா ஏற்பாடும் செய்திருந்தாள்.

அன்று வீட்டைப் பார்த்துவிட்டுச் செல்வதற்காக வந்திருந்த இவள் புறப்படும்போது, 'தயவுசெய்து சுத்தம் கித்தம் செய்யிற தொந்தரவு உங்களுக்கு வேண்டாம். நானே செஞ்சிக்கறேன்' என்று தெளிவாகச் சொல்லியிருந்தாள். அப்பா கடிதம் எழுதியிருக்கலாமோ? 'எல்லாவற்றையும் சுத்தம் செய்து பானையில் தண்ணீர் காய்ச்சி வையுங்கள். எங்கள் பெண் பச்சைக் குழந்தை. வாயில் விரலை வைத்தாலும் கடிக்கத் தெரியாதவள்' முதலானவற்றையெல்லாம் எழுதியிருப்பாரோ? உதட்டைக் கடித்துக் கொண்டாள் சௌகந்தி. வீட்டைப் பார்க்க வந்தபோதே, அப்பா வீட்டுக்காரியிடம் புராணத்தை ஆரம்பித்தார். 'பாருங்கம்மா, கடைசிவரைக்கும் இவளுக்குக் கல்யாணம் பண்ண முடியல. இவ தங்கச்சிங்க ரண்டு பேருக்கும் ஆயிடுச்சி . . . இவளோட விஷயத்துல தோல்வி.' அப்போதே வீட்டுக்காரியின் முகத்தில் கருணை ரேகைகள் தோன்றத் தொடங்கின. அப்பாவுக்கு மனநிறைவேற்பட்டுப் பேச்சைத் தொடர்ந்தார். 'பொண்ணை நீங்களே பாக்கறீங்கல்ல. எதிலயும் குறை சொல்லற மாதிரியில்ல. ஆனாலும், ஏன் இப்படியாச்சி? முகூர்த்தம் கூடிவரல, அவ்வளவுதான். நான்

சொன்னேன், “கடைசியா நம்ம ஜாதி கீதி பார்த்து ஒரு நல்ல வேலயிலயிருக்கறவனை லவ்வாவது பண்ணு மகராசி. நான் தடை சொல்லமாட்டேன். ஊரறியக் கல்யாணம் பண்ணிவைக்கிறேன்.”' அது வேடிக்கை என்பதைப்போல அங்கேயே நிறுத்தி அப்பா சிரித்தார். அப்போது வீட்டுக் காரியும் சிரித்தாள். ஆனால் அழுகை வரும்போதுகூடச் சிரிப்பவள் இந்தப் பேச்சைக் கேட்டுச் சிரிக்கவில்லை.

'இங்கே இப்படித் தனியா விடறதுக்கு மனசில்ல. ஆனா ஊரைவிட்டு வரணுண்ணு அடம் பிடிக்கறா. ஒரே ஊருலயிருந்து அவளுக்குச் சலிச்சுப் போச்சு. சரியான வேலையும் கிடைச்சுது. இப்ப நீங்களே அவளுக்கு அப்பா அம்மா எல்லாம் . . .' (அப்பா, இது அதிகம்.) வீட்டுக்காரி இதயம் கரைந்ததைப் போன்று முகத்தை வைத்துக்கொண்டு உட்கார்ந்தேயிருந்தாள். இறுதியாக, கடைசிப் பேச்சு என்பதைப் போலப் பேசினாள்.

'வேறொன்னுமில்ல. உலக இயல்பு அது. உங்க பொண்ணு என்னமோ நல்லவதான். முகத்தைப் பார்த்தாலே தெரியுது. ஆனாலும் உலகத்தைப் பத்தி உங்களுக்குத் தெரியுமில்ல. நல்லவங்களா இருக்கறதுக்குவிடறதில்ல. சினேகிதங்கற பேர்ல . . .'

சௌகந்தி ஊகித்ததைப் போலவே அட்சர சுத்தமாக அப்பா பேசினார், 'சீச்சீ! நம்ம பொண்ணா! ஆம்பளங் களோட நிழலக்கூடப் பக்கத்துல சேக்காதவ. அவ்வளவு நம்பகமான பொண்ணானதுனால எனக்கு இவ்வளவு தைரியம். இல்லாமப்போனா நான் அனுப்புவேனா?' பெண்மணியின் முகத்தில் கவிந்த மேகங்கள் மறைந்தன.

'அதோட என்னோட கடைசி மக பிரசவத்துக்கு வந்திருக்கறா. அவளோடது ஆனப்பறம் என் மனைவியை இங்கக் கொண்டாந்து விடறேன். என்னை விடுங்க . . . சமாளிச்சிக்கனும். சௌகந்தி என்னமோ, “யாரும் வேண்டாம். தான் தனியாவே இருக்கறேன்”னு சொல்றா. ஆனால் அது எப்படி முடியும்? இவ இங்கே தனியா இருந்தா அங்க எனக்குத் திங்கற சோறு உடம்புல ஒட்டாது. குழந்தைங்கன்னாலே நம்ம பொறுப்பில்லியா? இந்த நேரத்துல இவ வீட்டில யிருந்திருந்தா நெஜமாவே நல்லாயிருந்திருக்கும். அம்மாவுக்குக் கொஞ்சம் வேலை சுலபமாயிருந்திருக்கும். இருக்கட்டும், அது ஒன்னும் பெருசில்ல.' இவர்களெல்லாம் அவள் ஒரு மரக்கட்டை என்பதைப் போலவும் அவளைப் பற்றி விவாதிக்கவும் முடிவெடுக்கவும் தாங்களே தகுதியானவர்கள் என்பதைப் போலவும் அவளெதிரிலேயே பேசுகிறார்கள்.

அவள் ஜன்னல் கம்பியைக் கெட்டியாகப் பிடித்துக் கொண்டாள். அது மரத்தாலானதாயிருந்தால் பொடிப் பொடியாகியிருக்குமோ என்னவோ?

'... அதோட, முடிஞ்சா, நாங்க வர்றவரைக்கும் இவளுக்குத் துணையா ராத்திரி படுத்துக்கறதுக்கு ஒரு பொம்பளைய ஏற்பாடு பண்ணிக் குடுத்தா உதவியாயிருக்கும். அவளுக்கு மாசத்துக்கு இவ்வளவுன்னு வேணா குடுத்துறலாம்.'

'அதுக்கென்ன? எங்க சமையல்காரியே இருக்கறா. பயப்படாதீங்க...'

இப்படி அந்தப் பெண்மணி மகிழ்ச்சியோடு வீட்டை வாடகைக்குத் தரச் சம்மதித்தாள். வீட்டிற்கு வந்த பிறகு, அப்பா அம்மாவிடம் 'சௌகந்தியைப் பத்திய எந்தக் கவலையும் வேண்டாம். வீட்டுக்காரி ரொம்ப நல்ல பொம்பள. விதவை...' என்றார். மகள் தனியாக அவள் வீட்டில் வாடகைக்கு இருக்க வேண்டிய சந்தர்ப்பத்தில், அவளுக்குக் கணவனில்லாதிருப்பது நல்ல அம்சமாம்! அவள் கலவரத்தோடு அப்பாவைப் பார்த்தாள். குரூரத்தின் சொரூபம், வஞ்சகமாய் உருளும் கண்கள் என்றெல்லாம் சௌகந்தி எண்ணிக் கொண்டாள். ஆனால் அப்பா பார்ப்பதற்கு எவ்வளவு சாதுவாகத் தெரிந்தார்! அவளுக்கு ஜுரம் வந்ததைப் போலிருந்தது.

திருமணமாகாத மகளின் பாதுகாவலுக்கு நின்ற வீரனைப் போல, அப்பா அம்மாவிடம் மேலும் விவரித்துக் கொண்டேயிருந்தார். சொன்னதையே மீண்டும் திரும்பத் திரும்பச் சொன்னார். தானில்லாதுபோனால் மகள் கெட்டேபோவாள் அல்லது ஊரே அவளைக் கர்ப்பமாக்கச் சந்தர்ப்பத்தை எதிர்பார்த்திருக்கும் என்பதைப் போல இருந்தது அப்பேச்சு. அப்பாவுக்குச் சளைக்காதவராயிருந்தார் அம்மா. அப்பாவின் பேச்சுக்கு ஆழமான ஒரு பெருமூச்சு விட்டு, 'அப்படியானால் தடையில்லை, அனுப்பலாம்' என்றார்.

இப்படிப்பட்டவர்களுக்கு நடுவில் சௌகந்தி! இங்கேயே இருந்து தன் குரலின் அடையாளத்தைத் தானே மறப்பதை விடத் தன்னந்தனியாகத் தூரத்து ஊரிலேயே இருக்கலாம் என்னும் ஒரு சின்ன ஆசையை அவள் வளர்த்துக் கொண்டிருந்தாள்.

○ ○ ○

எப்படியோ இருக்கட்டும், தான் வேறு ஊருக்கு, வீட்டிற்கு வந்தாயிற்று. இங்கே இந்த வீடும் தானும்;

பிரபஞ்சத்தையே ஓரங்கட்டித் திக்குத் தேடியபடி வாழ, ஒருத்தியாகவே உண்ண, உடுக்க, தூங்க, அதோடு அருகே யாரும் இல்லாமல் இறந்துபோக . . .

. . . தங்கை பன்னிரண்டு மாதமானாலும் பிள்ளை பெறாமல் இருக்கட்டும். அவளுக்குச் செய்யப்படும் சேவைகளும் முடியாதிருக்கட்டும். அம்மாவும் இங்கு வராதிருக்கட்டும் என்று முணுமுணுத்தபடி பெட்டியைத் திறந்து துணிமணிகளை எடுத்து அடுக்கினாள். அம்மா கொடுத்தனுப்பிய, வீட்டுக்கு அவசியமான, பொருள்களைச் சமையலறையில் எடுத்து வைத்தாள். தொட்டி நிரம்பியிருந்தது. குளியலறையில் நீர் சூடாயிருந்தது. குளித்துவிட்டு வந்து கட்டிலின் மேல் கால் நீட்டிப் படுத்தாள். அவள் இப்போது ஏழு கோட்டைகளுக்கு அப்பாலிருக்கும் அரண்மனையிலிருந்து தப்பிப் பறந்து வந்த பறவை . . .

○ ○ ○

தாழ்ப்பாள் சத்தம் கேட்டது.

முதல்முறையாகத் தான் தனியாக இருந்தபோது, கேட்ட தாழ்ப்பாள் சத்தம். இதயத்திற்குள் நுழைந்து அடித்துக் கொள்கிறதே ஏன்? மிருதுவாக நடுங்கும் கையால் தாழ்ப்பாளைத் திறந்தால் –

வீட்டுக்காரி!

எரியும் நெருப்புக்கு நீரைப் போல எதிரில் நின்றிருந்தாள்.

‘கொழந்தே, எத்தனை மணிக்கு வந்தெ? ஏதாவது வேணுமா? கேளு, தயங்காதே. ராத்திரி துணையாப் படுத்துக் கறதுக்கு வேணுமாயிருந்தா எங்க சமையல்காரிய அனுப்பறேன்.’

‘வேண்டாம், வேண்டாம்.’ முதல் முதலாக மறுத்துப் பேசினாள் சௌகந்தி. ‘எனக்குப் பயமில்லை. தனியாவே படுத்துக்கறேன் . . .’

‘ஐயோ, அது எப்படி முடியும்? ராத்திரி தனியா இருக்கறதுன்னா! என்ன விளையாட்டா? உங்க அப்பா பொறுப்பை என் தலையில போட்டுட்டுப் போயிருக்கறாரு. அம்மா வர்றவரைக்கும் நான்தான் அம்மான்னு நெனச்சிக்கோ. வேணுமாயிருந்தா, நானே வந்து படுத்துக்கறேன் . . . சரியா!’

‘இதெல்லாம் வேண்டவே வேண்டாம்’ என்று சொல்லத் தடுமாறினாள் சௌகந்தி.

கடைசியில், ‘இல்ல. எனக்குப் பயமில்ல. உங்களுக்குத் தொந்தரவே வேண்டாம்’ என அழுத்திச் சொன்னாள்.

என்னை என்னோட விருப்பத்துக்கு விடுங்க என்று நேராகச் சொல்வது இந்த உலகத்தில் எவ்வளவு கடினம்!

எதிரில் தொங்கிய சின்னக் கண்ணாடியில் முகம் தெரிந்தது. அதில் வெகுளித்தனம் எவ்வளவு இயல்பாகப் படர்ந்திருந்தது! திடுக்கிட்டு நின்றாள் சௌகந்தி. தான் இதை மாற்றிக்கொள்ள வேண்டும். முகத்தையாவது மாற்றிக் கொள்ள வேண்டும்.

'நீ, திருத்தித் தீட்டிக் கத்தரித்து மாற்றிக்கொள்ள வேண்டும். ஆனால் முகமூடியையல்ல' என்று கண்ணாடியே சிரித்ததோ?

இந்தக் கண்ணாடியையே மாற்ற வேண்டும். சரியில்லை!

'அப்படின்னா, நான் போகட்டுமா? எது வேணுமா யிருந்தாலும் கேளு . . .'

வீட்டுக்காரி தங்கமான பெண்மணி என்று அப்பா மட்டுமா, உலகம் முழுவதுமே சொல்லியது. ஆனால் தன் சுதந்திரத்தை அவள் நாசூக்காக நாசம்செய்ய முயல்வது யாருக்கும் ஏன் உறைக்கவில்லை. சுதந்திரத்தை அபகரிப்பவர் களின் முறையே இப்படித்தான் இருக்குமோ? வகுப்பில் சரித்திரப் பாடம் நடத்தியபோது, பிரிட்டிஷ்காரர்களைப் பற்றி ஆசிரியர் சொன்னது நினைவுக்கு வந்தது. தன் மனம் எங்கெங்கோ அலைகிறது. எங்கத்திய பிரிட்டிஷார், எங்கே வீட்டுக்காரி!

வீட்டுக்காரி கொண்டுவந்த சிற்றுண்டி வகைகள்! அவற்றை உண்ணும்போது, 'இந்தப் பெண்மணியின் அன்பை எப்படியெப்படியோ அர்த்தம் செய்துகொள்கிறேனல்லவா. என் யோசனைகளெல்லாம் சரியில்லை' என அவளுக்குத் தோன்றுகிறது. ஆனால் இப்போதைக்கு அப்படிப்பட்ட யோசனைகளே அவளுக்கு மகிழ்ச்சியைக் கொடுக்கின்றன. எல்லோரையும் தள்ளிவைத்துத் தன்னந்தனியாக தன்னைத் தானே அறிந்துகொள்ள வசதிசெய்து கொடுக்கின்றன. இல்லாதுபோனால், அவர்களெல்லோரது அமளியிலும் மீண்டும் மூழ்கிப்போவாள். தான் அப்போது எங்கிருக்கிறே னென்று கேட்டுக்கொள்ள வேண்டியிருக்கும்.

○ ○ ○

பொழுது மலர்ந்தது. பகல்பொழுது சுருங்கியது. இனிப் புதிய நாள்களே இல்லை என்பதைப் போல இருட்டில் அது மறைந்துகொண்டிருந்தது. மறுநாள் இருட்டு கவியவே யில்லை என்பதைப் போன்ற உல்லாசத்தில் சௌகந்தியின்

மனசைப் போலப் பகல் மீண்டும் மலர்ந்துகொண்டிருந்தது. அலுவலகம் விட்டால் வீடு. வீட்டை விட்டால் அலுவலகம். இடையில் சமையலறை, குளியலறை, கண்ணாடி, சீப்பு, எண்ணெய், உடை.

கதவைத் தட்டும் சத்தம் கேட்கிறதென்று திறந்தால் ஒன்று வீட்டுக்காரி அல்லது அவள் சமையல்காரப் பெண், அல்லது எதிரே இருக்கும் பால்காரன் – கூப்பன் கொடுக்க வருவான், கூப்பனை வைத்துவிட்டு முகத்தைக்கூடப் பார்க்காமல் கிளம்பிப்போகும் கண்ணியவான். பிறகு? பிறகு யாருமில்லை. ஹூம், படிக்கட்டில் வந்து சுருண்டுகொள்ளும் நாய். அங்கேயே படுத்தபடி அல்லது கதவில் உடம்பைத் தேய்த்தபடி சத்தமெழுப்பும் அந்த நாயை அடித்துவிரட்ட வேண்டுமென்பது அவள் ஆசை. ஓடிவந்து கதைவைத் திறக்கும் சௌகந்தியின் மனத்தில் உற்சாகமிருந்தால் அதற்கு நாய் பொறுப்பாகுமா? இருந்திருந்தாற்போல, தொண்டைக்குள் கையைவிட்டு வாந்தி எடுக்கத் தோன்றியது அவளுக்கு.

அப்பா சொல்லுவது... யாரையாவது காதல் கீதல் செய். ஜாதி, குடும்பம், வேலை எல்லாம் பார்த்து! கேட்கிறவர்கள் அப்படியா என்று ஆச்சரியப்பட வேண்டும்; அப்படிப்பட்டவனை ஊரறிய வீட்டிற்கு முன்னால் பந்தல் போட்டு...

அப்பா, காதல் என்றால் என்ன? அதை முதலில் சொல்லுங்கள்.

அம்மாவோ, 'தனியாக எத்தனை நாள் இருப்பாய்? நாங்கள் இறந்த பிறகு உனக்கு யார்?' என்றெல்லாம் புலம்பிக் கொண்டேயிருக்கிறாள், என்னவோ தனியாக இருப்பதை இவள் தேர்ந்தெடுத்ததைப் போல. ஆணோடு கூடுவதற்கு மனமில்லாதவளைப் போல! 'ஆனால் அம்மா, யாராவது என்னைப் பலாத்காரம் செய்யட்டும், புலியைப் போல வந்து தாக்கட்டும். அப்படி இப்படி அசைய முடியாதபடி கட்டிப்போட்டு... சீ சீ.' தான் இதையெல்லாம் மனத்தின் ஆழத்தில் எங்கோ ஒரு மூலையில், ஏதேதோ கணங்களில் விரும்புகிறாள் எனப் புரிந்தால் போதும், அம்மா மன நோயாளியாகி வேதனைப்படுவாள். தனக்காவது இதெல்லாம் இப்போது கேட்டுக்கொண்டிருக்கிறது! இவ்வளவு தூரம் வந்த பிறகு, தனிமை வாழ்க்கையில்!

அதிருக்கட்டும், ஆனாலும் யாரையும் காதலிப்பது தனக்குச் சாத்தியமில்லை. யாரும் தன்னைக் காதலிக்க வில்லை. ஏன்? எதனாலிருக்கலாம்? தாய் ஒருமுறை நகத்தால் கீறியதைப் போல் சொன்னார், 'ஆம்புளங்களைக் கவரும்

சக்தி எங்க சௌகந்திக்கில்லை. அவ ஒழுக்கமான பொண்ணு.' அப்படியென்றால்? அன்றைய தினம், தான் பாவம் செய்வதாகத் தோன்றினாலும், தன்னைத் தானே முழுசாகப் பார்த்துக்கொள்வதற்காகச் சௌகந்தி கண்ணாடியின் முன்னால் நின்றாள். கர்வம்கொள்வதற்குத் தேவையான அனைத்தும் கண்ணாடியில் தெரிந்த வடிவத்துக்கு இருந்தன. ஆனாலும் . . .

'சில பெண்ணுங்களோட கண்ணே பையன்களைக் கவருது, அப்படி அதுங்க கல்யாணமாகிப் போகுது. சௌகந்தி அதெல்லாம் தெரியாதவ. கல்யாணமாகாமலே இருந்துட்டா' பார்க்கிறவர்களிடமெல்லாம் தாயின் சோகம். அப்படி யானால் தன் தங்கைகள் திருமணம் செய்துகொண்டது கண்களைக் காட்டியா? அப்படியென்று அம்மாவிடம் சொன்னால்?

பெண்கள் கண்களால் அழைப்பதென்றால் என்ன?

சௌகந்தி கண்ணாடியில் பார்த்தாள். சுருக்கம் உண்டான ஒவ்வோர் இடத்தையும் காட்டும் கண்ணாடி. சீ! கவிழ்த்து வைத்தால்? கவிழ்த்து வைத்தாள் அவள். இப்போது தன் முகமே எதிரில் தெரியவில்லை. பதிலுக்குச் சூன்யத்தின் அனல் வீசியது. நம் முகத்தை நாமே மூடி வைத்துக்கொள்வது எளிதா! சடக்கென்று கண்ணாடியை நேராக வைத்தாள்.

○ ○ ○

அன்றொரு நாள் வந்த வீட்டுக்காரி, 'அப்படியாப்பட்டது ஏதாவது ஆச்சின்னா பலமா சத்தம்போடு' என்று சொல்லி யிருந்தாள். அப்படியாப்பட்டது ஏதாவது என்றால் என்ன? திருடர்கள் வந்தால்? ஆண்கள் கதவைத் தட்டினால்! . . . சத்தம்போடுவேனா நான்! சௌகந்திக்குப் பதில் கிடைக்க வில்லை. மேல் மாடியை உற்றுப்பார்த்தாள். கறுத்த முகமுடைய திருடன் ஒருவன் இறங்கி வருகிறான் என ஊகித்துக் கொண்டாள். சத்தம்போட வேண்டும் என்று சொல்லிக் கொண்டாள். 'என்ன, எதைத் திருட வந்த?' என்று நேராக அவன் கண்களைப் பார்த்தவாறே கேட்டுவிட்டாள்.

வீட்டுக்காரியின் குரல் கேட்டது. 'என்னம்மா? எப்படியிருக்கற?' தவத்துக்குத் தடை ஏற்பட்டதைப் போலச் சௌகந்தி எழுந்துபோய்க் கதவைத் திறந்தாள். உள்ளே வந்த வீட்டுக்காரி எதையெதையோ பேசியபடி மேலே யெல்லாம் பார்வையைப் படரவிட்டு, 'இந்த மாடிக்கொரு கதவு வைக்க வேண்டும் என்று ரொம்ப ஆசை. முடியவே

இல்லை. இப்பல்லாம் எவ்வளவு செலவு! எதாவது ஒரு குடும்பம் வாடகைக்கு வந்திருந்தா சரியாயிருந்திருக்கும். நீ தனியாயிருக்கற. ராத்திரி யாராவது நேரா எறங்கிக் கீழே வரலாம் அப்படிப்பட்ட மாடி.'

சௌகந்தி பேசாமல் மாடியை உற்றுப்பார்த்தாள். தூணிலிருந்து ஜன்னல் கம்பிக்குத் தாவிச் சிலந்தி வலை கீழே இறங்கியிருந்தது. நாளை விடியும்போது, ஜன்னலிலிருந்து நிலத்திற்கு இறங்கலாம் . . .

'காலம் கெட்டுக் கிடக்குது, பார். எனக்கோ நெனச்சாலே ராத்திரி தூக்கம் வர்றதில்ல. இப்பொ கதவு வைக்கிறதுக்கு எவ்வளவு செலவாகுமுன்னு நெனக்கிறே? அவ்வளவு செலவையும் நான் ஒருத்தியே செய்யறது கஷ்டந்தான்.'

சௌகந்தி வலையையே பார்த்துக்கொண்டிருந்தாள்.

'நீ எப்படியும் வேலைக்குப் போற. பாதிச் செலவை நீ ஏத்துக்க. பாதிச் செலவை நான் ஏத்துக்கறேன். இவங் கென்னப்பா இப்படியெல்லாம் சொல்றாங்களேன்னு நினைக்காதே. உன்னோட பணத்தப் போட்டு வீட்டைச் சரிசெஞ்சிக்கற உத்தேசம் எனக்கில்ல. வாடகையில கழிச்சிட்டா சரி. இளமைங்கறது பொல்லாதது. எங்க வீட்டுக்கு வந்து கெட்டது நடக்கக்கூடாது பார்.' இன்னும் இளமை முழுவதும் கழியாத வீட்டுக்காரி ஆழமாகப் பெருமூச்சு விட்டாள். சௌகந்தி அவளையே பார்த்தாள். 'என்னோட மூச்சு இன்னமும் உங்களுடையதைப் போல ஆழமாகலிங்க' என எப்படிச் சொல்வது? தூணிலிருந்து ஜன்னல் வழியாக நிலத்திற்கு இறங்கவிருந்த வலையிலிருந்து பார்வையை விலக்கி, மெதுவாகத் திக்கித் திணறிச் சொன்னாள், 'இல்ல இல்ல. இதல்லாம் இப்படியே இருக்கட்டும் . . . ரிப்பேர் கிப்பேர் வேண்டாம்.'

○ ○ ○

ஒவ்வொரு நாளும் வீட்டுக்கு வரும்போதும் கதவுக்குப் போட்ட பூட்டு அப்படியே இருந்தது. உற்சாகத்திற்காகத் துடிக்கும் எதிர்பார்ப்பில் மண் விழுந்ததைப் போலச் சௌகந்தியின் காலடிகள் நிதானப்பட்டுக்கொண்டிருந்தன. எந்தச் சம்பவமும் இல்லாமல் தான் எத்தனை நாளைக் கழிக்க வேண்டும்? அவள் யாரிடமும் கேட்கமாட்டாள். தனக்குத்தானேயும்.

போட்ட பூட்டு போட்டபடியே இருந்தாலும் கதவைத் திறந்த கணமே அவள் விறுவிறுவென்று உள்ளே வந்து யாரையெனத் தெரியாமல் தேடுவாள். கடைசியாகக்

கட்டிலுக்குக் கீழே, சமையலறை மூலை, குளியலறைக் கதவுச் சந்து என எல்லா இடத்திலும் தேடுவாள். தான் ஒருத்தியே இருப்பதைத் தெரிந்துகொண்டு யாராவது ஏன் மறைந்திருக்கக் கூடாது? தான் எச்சரிக்கையோடிருக்க வேண்டும். 'இளமை என்பது பொல்லாதது. நல்லவர்களாக இருக்க உலகம் விடுவதில்லை...' என்றெல்லாம் தானே புற உலகம் என்று எண்ணியபடியும் அப்படிச் சொல்லிக் கொள்வதே எச்சரிக்கையோடிருக்கும் முறை என்பதைப் போலவும் அம்மா, வீட்டுக்காரி, மற்றவர்களிடமிருந்து இரவல் வாங்கிய வார்த்தைகளை அவை இரவலல்ல என்பதாகவே சொல்லிக்கொள்வாள். ஆனால் மூலைகளிலேனும் யாராவது இருப்பார்களா?

எல்லா மூலைகளும் எப்போதும் காலி. கட்டிலுக்கு அடியில் நிறைந்திருந்த வேண்டாத பொருள்கள், சௌகந்தி குனிந்து பொறுக்கும்போது, பல்லைக் காட்டிக் கேலி செய்கின்றன. அவள் துக்கம் தோய்ந்த முகத்தோடு கட்டிலில் விழுகிறாள். கடைசியாகத் திருடனாவது வந்திருந்தால்! எச்சரிக்கை உணர்வு கொண்ட சௌகந்தி நிதானமாகக் கரைந்து, இப்போது எல்லா ஆசைகளையும் சுமந்து தனிமையில் வாழும் ஜீவனின் முணுமுணுப்புகள் மட்டும் கேட்கின்றன. சௌகந்தி செவிமடுத்தபடியே உறங்குகிறாள். அவை தன்னுடையவையே என்று தனக்குத் தெரியும் என்பதைத் தூர விலக்கி.

... ஒருமுறை எல்லாம் தலைகீழாக வேண்டும். அங்கங்கே சிதற வேண்டும்... இப்படியெல்லாம் செய்தவர்கள் யார்? என்று தான் கேட்டால்...

உள்ளே மியாவ் சத்தம் கேட்டது. கண்ணீரை அடக்கிக் கொண்டு, சௌகந்தி சமையலறைக்குத் தாவிப் பூனையை விரட்டினாள். மாலைக் காபிக்கென்று வைத்திருந்த பாலைப் பூனை நக்கிவிட்டு ஓடிப்போயிருந்தது. வாய் வறண்டிருந்த சௌகந்தி எதிரிலிருந்த பால் நிலையத்துக்குச் சென்றாள். வழக்கம்போல முகத்தைப் பார்க்காமலேயே அவன் கொடுத்த பால் பொட்டலத்தைக் கொண்டுவந்து காய்ச்சினாள்... தன் துக்கம் என்றும் பொங்கியதே இல்லை; அது அங்கேயே முளைவிடும் என்று தன் குரலிலேயே சொல்லிக்கொண்டு.

தான் வேலையிலிருப்பவள். யாருடைய தயவுமில்லாமல், தாலியின் சுருக்கை மாட்டிக்கொள்ளாமல், தனியே வாழக் கூடியவள். தான் ஏழு கோட்டைகளுக்கு அப்பாலிருக்கும் அரண்மனையிலிருந்து தப்பிவந்து யாருமில்லாத வீட்டில் வசிக்கும் கிளி என்றெல்லாம் அவளும் நினைத்துக்

கொள்கிறாள். அலுவலகத்தில் அஞ்சலி இல்லையா? அவள் கண்களில் என்ன தைரியம், தன்னம்பிக்கை! ‘சௌகந்தி, திருமணம் என்பது தவிர்க்க முடியாததல்ல’ என்றெல்லாம் அவள் தீர்க்கமாக, தெள்ளத்தெளிவாகச் சொல்லும்போது, தனக்குங்கூடச் சரியென்றேபடுகிறது. ஆண் துணையில்லாமல் வாழ்வது சாத்தியமில்லையா? நிச்சயமாகச் சாத்தியமே எனத் தோன்றுகிறது. ஆனால் அது அவள் அப்படிச் சொல்லும் கணத்தில் மட்டுமே. மறுகணம் தோற்கிறாள். தோற்கிறோம் என்பது அவளுக்குத் தெரியாதபடி நடிக்கிறாள்.

அவளுக்கென்ன அவ்வளவு தீர்க்கம், சுதந்திரம்! தனக்கேன் இப்படி? அவரவர் மன எல்லைக்குட்பட்ட விசயங்களல்லவா இவை? கேட்டால் அஞ்சலி சொல்வாள். ‘மனத்துக்கு எல்லை என்பது இல்லை. அதை விரித்துக்கொள்வதும் சுருக்கிக் கொள்வதும் நம் கையிலேயே இருக்கிறது.’

‘இல்லை அஞ்சலி, என் மனம் மரக்கட்டையோ! அது விரிவதும் இல்லை. சுருங்குவதும் இல்லை. உறைந்து போயிருக்கிறதோ? நீயே பார்’ என்று வெளிப்படுத்திக் கொள்ளவும் சாத்தியமாகாமல் சௌகந்தி ஆயாசமடைவாள்.

தானும் அஞ்சலியைப் போலவே இருக்க விரும்பினாலும் மனம் ஏன் ஒத்துழைக்கவில்லை? மாறாக என்னென்னவோ வேண்டுகிறது. தன்னைக் கணக்கில் எடுத்துக்கொள்ளாமல் ஆசைகளை முணுமுணுக்கிறது. பலமாக அதட்டினால், மௌனமாக எல்லாவற்றையும் இழந்தவர்களைப் போலப் போர்த்துக்கொண்டு படுத்துவிடுகிறது. அப்போது கனவுகள்கூட வருவதில்லை!

‘அஞ்சலி, இறுதியில் எனக்குக் கனவுகளாவது மிச்சமிருக்கட்டும். கனவில், பால்காரனும் தன் கண்ணியத்தைக் கைவிட்டு எட்டிப் பார்க்கிறான். தெரியுமா? பிறகு எங்கோ பார்த்த கண்டக்டரும் என் பக்கத்தில் உட்காராமல் போனவனும் . . . பிறகு யாரெல்லாம் . . . எப்படியென்று விவரிக்கட்டும்? அலுவலகத்தின் சில கண்கள் . . . அவற்றை உனக்கும் தெரியும். கனவுகளின் சொரூபமே விசித்திரமில்லையா? யாருடைய உடம்புக்கு யாருடையதோ தலை. யாருடைய புருவத்துக்கு யாருடையதோ கண்! வேண்டுமென்கிறபடி உருவம்கொள்ளும் இந்த உலகம் எவ்வளவு சுகமானது என்கிறாய்! தயவுசெய்து அதற்கும் என் புத்திக்கும் முடிச்சுப்போட வேண்டாமா? சொல் அஞ்சலி. உனக்கில்லையா இப்படிப்பட்ட கலவையான கனவுகள்?’ இப்போதெல்லாம் சௌகந்தியின் சுவகதங்கள் அதிகரிக்கின்றன.

காலையில் போகும்போது மொத்தமான கைத்தறிப் புடவையை வேண்டுமென்றே அறைக்குள்ளிருந்த குறுக்குச் சுவரின் மேல் விரிப்பாள் – உள்ளே வந்து பதுங்கிக் கொள்பவருக்கு ஓர் இடத்தைக் கற்பனை செய்வதுபோலவும் தான் அப்படிச் செய்வது தனக்கும் ரகசியமான விஷயம் என்னும் கமுக்கத்திலும்.

தான் கௌரவமான குடும்பத்தைச் சேர்ந்தவள். கௌரவத்தை இழக்கும் தைரியம் இல்லாதவள். யாராவது தகர்க்க வேண்டும் அவ்வளவே. தனக்கு இப்போது அனுபவம் வேண்டும். முகத்திரையின் மறைவிலுள்ள கபடத்தனத்தைத் துறக்க வேண்டும். தன்னைப் பற்றி யாரும் தவறாக நினைக்காதபடி முகத் திரையே இல்லாதிருக்க வேண்டும். ஆனால் 'அதோ பாருங்கள். தெருவில் உங்கள் எதிரிலேயே சௌகந்தி என்னும் பெண்ணொருத்தி போகிறாள். அவளோடு கூடும் தைரியம் யாருக்காவது உண்டா?' என்று கூவிக் கேட்கும்படியில்லையே. காசி போன்ற ஊர்களில்கூடப் படித்துறைகளில் பெண்களின் விற்பனை நடந்திருக்கலாம். ஆனால் பெண்ணின் மானம் மட்டுமே ஏலத்துக்கு, அவளது விருப்பம் எல்லைக்குட்பட்டது. இப்படிப் பகிரங்கமாக என்றைக்காவது நடக்குமா? கேள்விப்படுகிறவர்கள் பட்டென்று சொல்வார்கள் – இப்படியெல்லாம் விருப்பப்படுகிறவர்களே எங்கேயும் இல்லை, அதுவும் கௌரவமான குடும்பத்தில் என்று.

... இப்படி அவள் மனத்தின் அடி ஆழத்தில் பேசிக் கொண்டு திரிவாள். தான் அப்படியெல்லாம் பேசிக்கொள்கிறோமென்று விழிப்படைந்து கேட்டுக்கொண்ட தினம் தனக்கே வெட்கமாகப்போய்த் திட்டிக்கொள்வாள். 'இது மிகவும் அதிகம். மன்னிப்பே இல்லாத பாவ மார்க்கம்...'

அவளைப் பார்ப்பவர்களுக்காவது அவளுக்குள் இப்படியெல்லாம் நடக்கிறது என்று தெரிந்துகொள்வது எப்படிச் சாத்தியம்? கபடமில்லாத முகம், சற்றே வாடிய கண்கள், நல்ல தேகக்கட்டுள்ள பெண், மிருதுவாகப் பேசுகிறவள். நல்ல வேலை. திருமணம் ஆகவில்லை என்னும் ஒன்றைத் தவிர வேறெந்தக் கவலையும் இல்லை ... இதல்லாமல் அவளைப் பற்றிச் சொல்வதற்கு என்ன இருக்கிறது?

வானத்தில் சந்திரன் தோன்றாமல் போனாலும் இரவு மட்டும் வந்தே தீரும். சௌகந்தியின் தூக்கமும் கெடும். அவள் நெளிகிறாள். சத்தத்துக்காகக் கவனித்துக்கொண்டிருக்கிறாள். தூரத்துத் தேவதாரு மரங்கள் காற்றில் ஆடியபடி ஒன்றுக்கொன்று மெதுவாகப் பேசிக்கொள்வதைத் தவிர

வேறொன்றுமில்லை. எங்கோ எலிகள் கீய்ங்கீய்ங் என்றன. ஒன்றின் பின்னால் ஒன்று ஓடி மறைந்தன. எங்கோ சங்கிலி கழன்ற நாய் காம்பௌண்டிற்குள் ‘வவ்’ என்றபடி இரவெல்லாம் தூங்காமல் இருந்தது. வீட்டுக்காரியின் சமையல்காரப் பெண் வீட்டுக்குத் திரும்பியவாறு, ‘என்ன சௌகந்தியம்மா, இவ்வளவு சீக்கிரமா உங்களுக்குப் பாதி ராத்திரியாயிருச்சா? மணி என்னாச்சின்னு நெனச்சிட்டிருக்கறீங்க!’ என்று கத்தும் குரலில் சிரிப்பைச் சிந்தியபடி நொண்டிக் காலால் பட்பட்டென்று முன்னேறுவது கேட்டது. அப்பா சொன்ன வார்த்தைகள் அப்போது நினைவுக்கு வருகின்றன ... வீட்டுக்காரியின் நம்பிக்கையும். சீ!

நேரம் நகர நகர விஷம்போல ஏறுகிறது இருட்டு. நிசப்தத்தில் தானொருத்தியே பிணத்தைப் போலப் படுத்திருக்க வேண்டும் – இப்படிப் படுத்திருப்பதையே விரும்பியபடி.

○ ○ ○

அன்று விடுமுறை.

வீட்டுக்காரி சீக்கிரமே வந்து, ‘கொழந்தே, இன்னக்கி நாங்கல்லாம் ஊருக்குப் போகணும். இன்னும் நாலு நாளக்கி வீட்டுல இருக்கமாட்டோம். நீயொருத்தியே எப்படி இருப்ப? நீயும் நாலு நாள் லீவு எடுத்துட்டு ஊருக்குப் போயிடு. வந்ததிலருந்து ஒரே ஒரு நாள்கூட லீவு போடலியல்ல’ என்றாள். அவள் ஊரில் இருக்கப்போவதில்லை எனக் கேட்டுச் சௌகந்தியின் கன்னம் மின்னியது மட்டும் வீட்டுக்காரிக்குத் தெரியப்போவதில்லை. கன்னம் மின்னினாலும் அது வெளி உலகுக்குத் தெரியாமலிருப்பது தன் தனிமைக்குக் காரணமாயிருக்கலாமோ? இந்தக் கேள்விக்கு அவள் என்னவென்று பதில் தருவாள்?

‘உங்கள் முட்டாள்தனத்துக்கு என்ன பதில் சொல்லட்டும்?’ என்பதைப் போலக் கடைவாய்ச் சிரிப்பை உதிர்ப்பாளோ?

‘நான் இங்கியே இருக்கறேன். லீவு போட முடியாது. எனக்கொன்னும் பயமில்லை. நீங்க கவலைப்படாமப் போயிட்டு வாங்க’ எனச் சொன்னாள்.

‘கொழந்தே, நான் திரும்பி வர்றவரைக்கும் என்னோட உயிரெல்லாம் இங்கேதான் இருக்கும். உங்க அப்பா அவ்வளவு பெரிய பொறுப்பை எங்கிட்ட விட்டுட்டுப் போயிருக்காரு’ எனக் கூறியபடி தான் வருவதற்குள் என்னென்ன நடக்குமோ என்பதைப் போல முகத்தைவைத்துக்கொண்டு அங்கிருந்து கிளம்பிப் போனாள் வீட்டுக்காரி.

சௌகந்தி கால் நீட்டி உட்கார்ந்துகொண்டாள்.

இது சொர்க்கம். இதைவிட்டு யாருடைய வீட்டுக்கும் போக ஒப்புக்கொள்ள முடியாது. ஊருக்குப் போனாலும் அங்கே செய்வதற்கு என்ன இருக்கிறது? தங்கை குழந்தை பெற்று இப்போதே மூன்று மாதங்கள் ஆகிவிட்டன. அவள் கட்டிலின் மேல் குழந்தைக்குப் பாலூட்டிக்கொண்டிருப்பாள். அவளுடைய கணவன் வந்திருந்தால் அங்கேயே கட்டில் முனையில் உட்கார்ந்து . . .

வேண்டாம். ஊருக்குச் செல்வதில் அர்த்தமே இல்லை.

சௌகந்தி கால்மேல் காலைப்போட்டு உட்கார்ந்து கொண்டாள். எதனாலோ தலைசுற்றியதைப் போலாயிற்று. யாரோ பார்த்துக்கொண்டிருக்கிறார்கள் என்று பயமாயிருந்தது. உடனே படக்கென்று குப்புறப்படுத்து முகத்தை மூடிக் கொண்டாள்.

இன்று முழுக்க விடுமுறை. இன்றைக்காவது ஏதாவது நடக்குமா? இன்றிரவே! ஈரம் அவளை முழுக்க ஆட்கொண்டு விட்டது.

○ ○ ○

பகலின் சக்கரம் எவ்வளவு மெதுவாக உருள்கிறது! ஆனாலும் இருட்டு கவிந்தது. அடுக்கடுக்காகக் கவியும் இருட்டு. தன்னை விழுங்க நெருங்கி நெருங்கி வருவதைப் போன்ற இருட்டு. சௌகந்தி இருட்டின் காலடியோசை களைக் கவனித்தபடி படுத்திருந்தாள். காலையிலிருந்து ஒரேயடியாய்க் கதவைத் தட்டும் சத்தத்திற்காகக் காத்துக் கொண்டிருந்த ஆயாசம். குழலின் ஓசை கேட்டால் பின் புலத்தில் கண்ணன் இருக்கிறான் என அறியும் காலத்தில் தான் பிறந்திருந்தால்! கண்ணனின் விஷயம் தனக்கு அவ்விதமாயிருக்கட்டும். கடைசியாக அது குழலோசையா இல்லையா என்பதும் தெரியாதபடி கலவைகள், அபஸ்வரங்கள். அதோடு வறண்ட தினங்கள்.

நிதானமாக உறக்கத்தை உள்ளேயனுப்பி இமைகள் மூடிக்கொண்டன. நாள் முழுக்க யோசித்த ஆயாசத்தினாலோ என்னவோ, ஆழ்ந்த உறக்கம். மணி ஐந்தை நெருங்கியிருக்கலாம்.

யாரோ கதவைத் தட்டிய சத்தம்.

சௌகந்திக்கு விழிப்பு வந்து எழுந்து உட்கார்ந்தாள்.

அந்தச் செய்திக்காக நாள் முழுக்கக் காத்திருந்தாளல்லவா?

ஆனாலும் அவள் வீட்டுக் கதவும் விடியற்காலைப் பனியில் யாருடைய வரவையோ தெரியப்படுத்தும்படியாயிற்று.

காலங்காலமாகப் பசித்ததுபோல அந்தச் சத்தத்தைக் கேட்கும் ஆசையால் அவள் மீண்டும் படுத்தாள். மெதுவாக அவள் பெயரை அழைத்ததுபோலச் சத்தம் வலுத்துக் கொண்டே வந்தது.

மீண்டும் எழுந்து உட்கார்ந்தாள். யாராயிருக்கலாம்? துடிப்பதையே மறந்து இயந்திரத்தைப் போலிருந்த இதயத்தில் இப்போது ரத்த ஓட்டம் இரட்டித்ததைப் போலாகி . . . செளகந்தி திக்கித் திணறினாள்.

'யாரு?'

போதைகொண்டவளைப் போல முன்னால் வந்தாள்.

எல்லா எதிர்பார்ப்புகளையும் ஒன்று சேர்த்து மிருதுவாகக் கதவைத் திறந்தாள்.

அங்கே –

அப்பா நின்றிருந்தார். பின்னால் அம்மா.

○ ○ ○

செளகந்தி அழவில்லை.

சிரிக்கவும் இல்லை.

வீட்டிற்கு எதிரிலிருந்த சாலை கறுப்பாக இருட்டின் விஷமேறி இறந்ததைப் போல அசையாமல் கிடந்தது.

1988

குறிப்பு

சுவகதம் என்றால் தனக்குத்தானே பேசிக்கொள்ளும் பேச்சு எனக் கழகத் தமிழ் அகராதி பொருள் தருகிறது. இதே பொருளில்தான் கன்னடத்திலும் இச்சொல் பயன் படுத்தப்பட்டிருக்கிறது.

○ ○ ○ ○ ○

பாகம்

எம். எஸ். வேதா

'ஏளுமலயானே, மாதேஸ்வரா, நஞ்சன்கூடு ஸ்ரீகண்டேஸ்வரா, தர்மஸ்தளத்து மஞ்சுநாதய்யா வந்த கஷ்ட நஷ்டத்தெ நீக்கிக் காப்பாத்து செவனே. நீதான் எனக்குக் கதி.' சின்ன அறைக்குப் பக்கத்துலியே போட்டிருந்த துருப்புடிச்சிருந்த முறிஞ்சுபோன இரும்பு ஸ்டாண்டு மேலயிருந்த வெள்ளவெளேருன்ன துன்னூருக் கட்டியில தன்னோட சொறசொறத்துப்போன கன்னங்கரேருன்ன கையோட நடுவான மூணு வெரலுங்களெ 'ஸ் ஸ்' சத்தம் வரத் தேச்சி, சுருக்கொம் ரொம்பியிருந்த அங்கையகல நெத்தியில அந்தப் பிரம்மாங்குறவென் எழுதியிருக்கக் கூடிய எளுத்தெ அளிச்சி, தன்னோடதேயான எளுத்தெ மறுக்கா ஒரு வாட்டி எளுதிக்கிறாளோங்கற மாதிரித் தாயம்மா தன்னோட கஷ்ட நஷ்டத்தெத் தீக்க வெவ்வேற தெசைகள்ல பிரதிஷ்டையான செவனோட அவதாரங் களெச் சத்தமாவே கூப்புட்டுக்குட்டுத் துன்னூரு பூசிக்கிட்டு நின்னுட்டிருக்க . . .

சாப்புட்ட தட்டத்துத் தண்ணியெத் தொட்டியில கொட்ட வந்து, சிலுப்பிக்கிற வவுத்தெரிச்சல்காரச் சின்ன மருமவ சந்தம்மாவோட ஒய்யாரம் தன்னெக் கண்டே மறுக்கா அதிகமாப் போச்சோ என்னவோங்கற சந்தேகத்துக்கு ஆதாரமில்லாம – காரணமில்லாமப் போனாலும் தோனிட்டப்பொ – தாயம்மாவோட கவனம் அலௌகிகத்துலருந்து லௌகிகத்துக்கு, சந்திரமௌலி கிட்டயிருந்து சந்தம்மாகிட்ட, எறக்கத்துல பாயுற தண்ணியாச் சரளமா வளிஞ்சிருந்ததுனால கையிலருந்த துன்னூருக் கட்டியெப் படக்குன்னு சத்தொம் கௌம்ப ஸ்டாண்டுமேல வச்சிச் செவனோட இன்னொரு அவுதார மான வீரபத்ரனெத் தம்மேல வரவச்சிக்கிட்டவளாத் துள்ளி ஓங்காரமிடத் தொடங்கியவளா . . .

‘அம்மா ஒய்யாரத்தெப் பாருங்கம்மா ஒய்யாரத்தெ. யாரும் காணாத பொளப்பாப் பொளக்கிறோம் பாருங்க.’ கையில ஒட்டிக்கிட்டிருந்த துன்னூரு பொடியெப் பொச்சுக் குட்டுல தடவிக்கிட்டு மருமவ எதாவுது சொல்றாளான்னு சந்தம்மா பக்கம் கவனத்தெ இருத்திப் பாத்து, அந்தப் பக்கத்துல யிருந்து எந்த எதிர்வெனையும் வராமயிருக்க, போட்டிருந்த முந்தானெயெ ஒடம்புலயிருந்து ஒரு வாட்டி ஒதறி, தன்னோட மூஞ்சிக்கு முன்னாடி படக்குன்னு ஒரு வாட்டி ஒதறி மறுக்கா ஒடம்புல போட்டுக்குட்டு . . .

‘ஒனக்கு நான் சொல்லிக்கிட்டிருக்கறது கொறவு சந்திரி. என்னாயிருக்குதுன்னு இப்புடி ஒய்யாரங்காட்டுற? ஓங்கப் பொளப்பெப் பாத்தா நாயும் தண்ணி நக்காது தெரிஞ்சுக்குங்க. எப்புடி எப்புடியாப்பட்ட தர்மவானுங்களோ சொல்லிக்கறதுக்குப் பேரில்லாம டிக்கட் வாங்கிட்டாங்க. ஒன்னுதென்னா கோமாளித் தனம்? பொறந்த வூட்டுல குத்துக்கல்லாட்டம் நின்னுருந்த ஒன்னெ என்னமோ எங்க வூட்டுக்கு வந்து வெளக்கேத்திக் குடும்பொம் நடத்தட்டுன்னு வூட்டுக்குள்ள உட்டா மூணு அங்கண வூட்டெயும் சின்னாபின்னப்படுத்தக் கெளம்பிட்டி யேம்மா. அவென் இருக்கறான்ல அவென் அந்தக் குருட்டுப்பய எம்மவென் . . . ஒத்தெக்கண்ணன் சுக்லாச்சாரி அவென் ஒளுக்கமா இருந்தா அடங்கியிருக்கற பொண்ணும் மோர்ல இருக்கற வெண்ணெயும் கெடாதுங்கறதெப் புரிஞ்சிக்கிட்டுப் பொளப்பெ நடத்துனா சரியாருந்திருக்கும் . . .’ மொதலான துங்களெத் தொடர்ந்துட்டிருக்க . . .

தன்னோட அத்தெ, தான் வயசு இருபதெத் தாண்டியிருந் தாலும் கண்ணாளமாகாதிருந்த விஷயத்தெயும் தன்னோட ஒத்தெக் கண்ணன் சின்ன மவனுக்குத் தன்னெ ரொம்பத் தாராளமாக் கண்ணாளம் பண்ணிக்கிட்டதெச் சொன்னதையும் அப்புடியே தன்னோட புருஷங்காரன் தொந்தரவெயும் – ஒரே சமயத்துல சொல்லிக்காட்டுனதையும் கேட்டு – சகிச்சிக்க முடியாதவளாச் சந்தம்மா களனித் தண்ணியெக் கொட்டுறச் சாக்குல சின்ன அறையிலயிருந்து ஓயிலா முத்தத்துக்கு வந்து, ‘அதென்னா அது என்னாங்கறேன். ஓங்க ஒத்தெக்கண்ணு மவனுக்கு என்னெவுட்டா வேறெந்தச் சீமையிலயில்லாத ராஜகுமாரி கிடைச்சாங்கறேன். கண்ணாளமாகாமெ நின்னிருந்தேங்கறதெ அதெத்தினி வாட்டிச் சொல்லிக் காட்றதுன்னு கேக்கறேன். என்னமோ பெரியவுங்களெ எதுத்து ஒரு பேச்சுப் பேசக்கூடாதுன்னுட்டுச் சும்மாருந்தாலும் என்னெச் சும்மாயிருக்கவுட்டிங்களா நீங்க?’ பேசிக்கிட்டே துக்கத்தோட பாரத்தெத் தாங்கிக்க முடியாதவளா வாசலுக்குப் பக்கத்துல சரிஞ்சி ஒக்காந்து, தன்னோட அத்தெ ஊதுவத்தி காமிச்ச

அதே சாமிப் படங்க பக்கம் கை நீட்டி, 'போதும் அப்பா செவனே. அதெப்போ இந்தப் பஞ்சாயத்து முடிஞ்சிப் பாகம் பிரிஞ்சிக் குறுக்குச் செவுரு வச்சிக்குவனோ . . . அதெப்போ வெசனமில்லாமநீயிருப்பனோ . . . இதெவிட நரக தண்டனெ கண்டிப்பா வேறெ ஏதாவுது இருக்குதா சாமீ . . .'ன்னெல்லாம் பொலம்பத் தொடங்க . . .

தாயம்மாவோட கோவம் நெருப்புல உப்பெப் போட்டா மாதிரிப் படபடத்து மேலெழுந்துச்சி. 'பொளக்கிற கொள்ளுற வூட்டுல அளுமூஞ்சி, தூங்குமூஞ்சி நீயிருந்த வூடு நாசங்கற மாதிரிப் பொளுதெறங்கற நேரத்துல ஏம்மா கண்ணுத் தண்ணி உடற? இருக்கறத இருக்கறபடி சொன்னா எந்திரிச்சி வந்து நெஞ்சுல ஒதச்சாங்களாம். ஒனக்கு வேண்டியிருக்கறது அது தானேடி . . . அம்மா தாயே நீ எப்ப வலது காலெ எடுத்துவச்சி எங்க வூட்டு வாசல்ல அரிசி ரொம்புன படியெக் கால் பெரு வெரலால தள்ளிவுட்டியோ அன்னிக்கே தெரிஞ்சுபோச்சு கதெ. இவெ நம்மூட்டெ எட்டி ஒதக்கிறதுக்கு வந்தவன்னு. கண்ணாளமாயி சரியா ஒரு வருசம் முடியல. அந்த என் ஒத்தெக்கண்ணுப் பயலுக்குப் பாகம் பாகன்னு குதிக்கறதுக்குச் சொல்லிக் குடுத்துட்ட. நல்லாயிருக்குதுடி அம்மா. இருந்தா ஒன்ன மாதிரிப் பொம்பளெ இருக்கணும் பாரு அறையில சொர்ருன்னு மூச்சுவுட்டுட்டிருந்த திக்கெப் பாத்து, அங்கெத் தன்னோட சின்ன மவென் சித்லிங்கன் ஒக்காந்துட்டிருப்பாங்கற முடிவான தீர்மானத்துல, அந்தாண்டையே கையி வாயி ஆட்டிக் கிட்டே தாயம்மா பேசிட்டே இருக்க . . .

அத்தெக்கி முன்னாடி வேறொன்னும் பண்ண முடியாத சந்தம்மா ஏமாத்தம், துக்கம், கவலெயால முச்சூடும் தோத்துப் போனவளாப் புருசன் இருந்த அறைப் பக்கம் மூஞ்சியெத் திருப்பி அழுவாச்சிக் கொரலெடுத்து, 'அதென்னாது அப்புடி ஒக்காந்திருக்கறதுன்னு கேக்கறேன். ஒங்கம்மா நாக்க நீட்டிக் கிட்டு வாய்க்கு வந்தபடி பேசிட்டே இருக்காங்க. அதென்னம்மா அது அப்புடித் திட்டறேன்னு ஒரு வார்த்தெ கேட்டாக்கா ஒங்க நாக்கு இளுத்துக்குமா? ஒத்தெக் கண்ணோட அந்த செவன் செவுடாக்கிட்டானா? இப்புடியாப்பட்ட ஆம்புளையெக் கட்டிக்கிட்டு எப்புடிப்பா பொளக்கிறது செவனே . . .?' சொல்லி . . .

பப்ருவாகனன் வாயால 'செகண்டி'ன்னு பேர் வாங்குன அர்ச்சுனனெ மாதிரிக் கோவங்கறது பொங்கிப் பொங்கி வழிஞ்சித் தடாருன்னு எந்திருச்சிச் சித்லிங்கன் வெளியில வந்து நின்னான். அப்புடி வெளியில வந்தவென் எதிர்ல ஏளுமலயான், மாதேஸ்வரன், நஞ்சங்கூடு ஸ்ரீகண்டேஸ்வரன், தர்மஸ்தளத்து மஞ்சுநாதர் கட்டுப்போட்டுத் துன்னூருப்

பட்டையடிச்சி, பளபளத்த சாமிப் படங்களெப் பொறத்தால வச்சி நின்னுட்டிருந்த தாயம்மாவோட மரத்துப்போன கரேருன்ன ஒடம்புலருந்து வெளக்குங்களப்போல எறிஞ்சிட்டிருந்த ஒரு ஜோடி கண்ணுங்க கெக்கலிச்சிப் பாக்கச் சித்லிங்கனோட ஒத்தெக்கண்ணு படக்குன்னு ரிவர்ஸ் அடிச்சி மாட்டுக் கொட்டாய்ப் பக்கம் திரும்பிட்டுத் தன்னோட தோல்வியெப் பாவமா ஒத்துக்கிட்டிருக்க . . .

வூட்டுல சண்டை நடந்து ஒரு வாரமே போயிருக்க, ஒரு வாரமாச் சித்லிங்கன் அம்மாவோட கண்ணுல படாமத் தப்பிச்சி நடமாடிக்கிட்டிருக்க, தாயம்மாவோட கண்ணுக்குச் சித்லிங்கனோட தரிசனச் சௌபாக்கியம் கெடக்காமயிருக்க, சின்ன மவேன்னு அதிகப் பாசத்துனால நெஞ்சோட அணச்சிக்கிட்டுப் பாலு, தயிரு, வெண்ணெய் ஊட்டி வளர்த்த மவென் மூஞ்சியெப் பாக்காமெத் தாயம்மா கவலெப்பட்டவளாயி – இப்பொ மவென் மொவத்தாமரெயோட தரிசனச் சௌபாக்கியம் கெடைக்க, தாயம்மா குளுந்த தண்ணியில முளுவுன எருமெயப் போல வெசனமில்லாத நெலயிலயிருந்தா.

○ ○ ○

மொதப் பார்வைக்கு மவென் ஒரு வாரத்துலயே பாதிக்கும் மேல எளச்சிட்டான்னு நெனச்ச தாயம்மாவுக்கு, மவனெ மருமவெக் கண்காணிப்புலயே முச்சூடும் உட்டுட்டா அவ அவனெப் பொம்மலாட்டப் பொம்மெயாப் பண்ணி ஊரூராச் சந்தெயில ஆட்டங்காட்டாம உட்டுடுவாளாங்கற ஆதங்கம் இருந்திருந்தா மாதிரித் திடுக்குன்னு தோனி அவளோட பெத்த வயிறு சுருக்குன்னாலும் பொண்டாட்டி வெள்ளெத் தோலுக்கு, இடுப்போட ஒய்யாரத்துக்கு ஒத்தெக்கண்ணெத் தொறந்துகுட்டு ஒக்காந்த மவனோட பாதுகாப்பும் வேணுமா யிருந்தாலும் தனக்கு அது கெடைக்காதுன்னு தீர்மானமாகுற சங்கதிங்க சமீபத்திய தெனங்கள்ல வூட்டுல அடுத்தடுத்து நடக்குற நெனப்பு வந்து, அதனால தோனுன துக்கத்தெயும் தாளமாட்டாமெயெயும் வேற வழியில்லாம மவென் கிட்டயே வளியவுட்டவளா . . .

‘என்னாடா ஒத்தெக்கண்ணா’ன்னு கண்ணுங்க மின்னலோட அடுத்தக் கட்டமா வாயில இடிச் சத்தம் தோனுன ஒடனே வெக்கம், அவமானங்களால சித்லிங்கன் தடுமாறிப் போயிட்டான். முந்தா நாள் வரைக்கும் தன் ஒத்தெக்கண்ணு அதிர்ஷ்டத்தோட அடையாளமுன்னு பெருமப்படுத்திக்கிட்டிருந்த தன் அம்மா, இப்பொ அதெக் கேவலமான ஒரு அங்கமாப் பாத்துட்டது அவன் வயித்தெக் கலக்கிக் கண்ணுல தண்ணியெ பீறிடற மாதிரிப் பண்ணியிருக்க . . .

திடீருன்னு அவனுக்குத் தான் ஏளாங் கிளாஸ் படிச்சிடிருந்தப்பத்திய சமாச்சாரம் ஒன்னு நெனவுக்கு வந்து கண்ணு முன்னாடி ரீலுரீலா ஓடத் தொடங்குச்சி. அப்பத்தான் புதுசா மைசூருப் பட்டணத்துலயிருந்து வந்திருந்த சையின்ஸ் வாத்தியாரு ஒருத்தரு தனக்கு வெண்ணெய், தயிரு சரியா சப்ளை பண்ணலங்கற எரிச்சல்னால 'என்னடா ஒத்தெக்கண்ணா'ன்னு கத்துனதெ அளுவாச்சியோட வந்து அம்மாகிட்டெ சொல்ல, அப்பத்தான் தயிரு, வெண்ணெ முதலானதுங்களெ மைசூருல வித்துட்டு வந்தவளா சுருக்குப் பையிலயிருந்த பணத்தெ எண்ணிக்கிட்டு ஒக்காந்திருந்த தாயம்மா எல்லாத்தெயும் அவத்தாலியே உட்டுட்டு, மவனோட வலது கையெப் புடிச்சிட்டுத் தரதரன்னு இளுத்துட்டுப் பள்ளிக்கூடத்துக்கு ஓடிவந்தா. தாயம்மா கிளாஸுக்குள்ள நொளெஞ்ச வேகத்துக்கு மைசூர்க் குச்சிப் பைல்வான் வாத்தியாரும் தடுமாறிப் போயிருந்தாரு. 'என்னய்யா வாத்தியாரே நீயென்னா பசங்களுக்குப் பாடம் சொல்ல வந்தியா? இல்ல பசங்களுக்குக் கண்ணு மூக்கு வாயி நேரா இருக்குதா இல்லி யான்னு சர்வே பண்ண வந்தியா? எம் மவனுது ஒத்தெக் கண்ணாயிருந்தா என்னா டோரி கண்ணாயிருந்தா என்னா? ஒனக்கேதாவுது பொண்ணுருக்காளா? பொண்ணு குடுக்கறியா? ஜாக்கிரதை! இன்னொரு வாட்டி எம்மவனெ ஒத்தெக் கண்ணான்னு ஏதாவது சொன்னீன்னா நாக்கெ வெளியில இளுத்துக் அறுத்துருவேன். என்னான்னு நெனச்சிட்டிருக்கற என்னெ?'ன்னு அவம்மேலெ எகிறியிருந்தா. அந்தக் கலாட்டாவு னாலதான் சித்லிங்கன் பள்ளிக்கூடத்துலயிருந்து நின்னுட்டான். 'கேட்டுக்குடா கொளந்தெ, படிச்சிட்டா ஒனக்கென்னா திவான் வேலயா காத்துருக்குது? நான் மைசூர்ல பாத்ததில்லியா பிஏ படிச்சவுங்கல்லாம் வீதியில நிக்கிறதெ, எம்ஏ படிச்சவுங் கல்லாம் எருமெ மேக்கிறதெ... நீ எம்ஏ படிச்சிட்டு வந்து எருமெ மேக்கிறதெது க்கு, இப்பவே எருமெ மேயி. சோத்துக்கு ஒரு வழியாவும்'ன்னு கவலெப்படாமெ எருமெ மேய்க்கிற வேலக்கிப் போட்டுக்குட்டிருந்தா. 'ஒத்தெக் கண்ணா'ன்னு வாத்தியாரு சொன்னதே இவ்வளவு கதெக்கும் காரணமாயி ருந்துச்சி.

அப்புடிப்பட்ட அம்மா இன்னக்கி நேரடியா 'என்னாடா ஒத்தெக் கண்ணா'ன்னு கண்டிச்சி, கேவலப்படுத்திப் பேசறப்ப, நான் எதுக்காவக் கண்ணாளம் பண்ணிட்டனோ எதுக்காவப் பக்கத்துல படுத்த பொண்டாட்டி பேச்செக் கேட்டனோ எதுக்காவப் பொண்டாட்டி சொன்னதெயே 'வேதவாக்கு'ன்னு எடுத்துக்குட்டு இந்தக் கதெக்கெல்லாம் காரணமானனோங்கற வெசனம் ஒரேயடியா சித்லிங்கனெப் புடிச்சிக்கிச்சி. அந்த

வெசன ஒணர்வுலயே அவன் அறைப் பக்கம் காலெடுத்துச் வக்கிறதுக்குத் தயாரானதுதான் தாமசம், சந்தம்மாவோட நோட்டம் நெருப்பெக் கெளறி, 'இவ்ளதானா ஒன் ஆம்புளத் தனம்?'ன்னு கேட்டு . . .

சித்லிங்கன் நின்ன தாவுலயே கொடிக் கம்பம் மாதிரி நின்னுட்டான். 'என்னாடா மவனே? பொண்டாட்டி பேச்செக் கேட்டுக்குட்டு என்னெ . . . அதுவும் ஒங்கம்மாவெ என்னான்னு வெசாரிக்கறதுக்கு வந்திருக்கறயா கண்ணு. அதென்னா வேணுமோ கேளுப்பா பெரியமனுசா. நான் பதில் சொல்றதுக்குத் தயாரா இருக்கறேன்'ன்னு கொஞ்சம் வளஞ்சிருந்த முதுவெ முயற்சி பண்ணி மேலெத் தூக்கி நின்னு பேச . . .

சித்லிங்கனுக்குத் தன்னோட கையாலாவாததனத்தால எங்கியுயில்லாத துக்கம் பொங்கிடிச்சி. 'எதுக்கும்மா இப்பப் பேச்சுவார்த்தெ. எனக்கும் ஒனக்கும் என்னா ஒறவுன்னு சொல்லு. நாளக்கி ஜனங்க பஞ்சாயத்துக் கூடி அதென்னா பாகம் வருதோ அந்தப் பாகத்தெ வாங்கிட்டு குறுக்குச் செவுரு வச்சிக்கிட்டு எங்க பாட்டுக்கு நாங்க இருக்கற சொகத்துக்கு எதுக்காவ எங்களுக்கும் ஒனக்கும் சண்டெ சச்சரவு? ஒங் கண்ணுலயிருந்து மறெயர வரெக்கும் கொஞ்சம் பொறுத்துக்கோ.' நெலத்துல கைய விரிச்சிவச்சிச் சித்லிங்கன் தத்துவஞானியாப் பேசுனப்பத் தாயம்மாவுக்கு வவுத்துல நெருப்பு வுளுந்தா மாதிரி ஆச்சி. தங்கிட்டயிருந்து வெலகிப்போற விஷயத்துனால இவுங்களுக்கு எந்தச் சீமெயிலயில்லாத சொகமோ துக்கமோ வரலயிங்கறது புரிய ஆரம்பிச்சிட்டிருந்தப்பவே அவளெ அது ஒரு வகையான இயலாமெ வந்து கவியத் தொடங்கிச்சி. 'என்னான்னே மவனே . . . எனக்கும் . . . ஒனக்கும் . . . என்னா . . . ஒறவு . . . ? பொறந்த நொடியிலயே ஒங்களுத்தெ நெரிச்சிருந்தா இந்தப் பேச்செக் கேக்கணுமாயிருந்திருக்குமா நானு? நீ இந்தளவுக்குப் பண்ண உட்டிருப்பனா? தான் திங்கறதுக்குன்னு ஒங்கப்பா வாங்கிப் போட்டுட்டுப் போன கடனெ ஒடனெத் தீக்கறதுக்கு மைசூருக்கும் ஊரூருக்கும் மலெ ஏறி எறங்கி எத்தினி வாட்டி அலஞ்சிருக்கேன்னு கணக்கு வச்சிருக்கியாடா? மத்துக் கயிறெ எவ்வளவு தேச்சிருப்பேன்னு நெனப்பிருக்குதாடா? எத்தனக் குப்பெக்குளி, எருமச்சாணி வளிச்சிருப்பேன்னு தெரியுமாடா?' மொதலான கணக்கெ ஞாபகப்படுத்திக்கிட்டே போயிட்டிருக்க . . .

அம்மாவோட இயலாமெப் பேச்சு, தான் தம்பி ஆம்புளத்தனத்துக்கு மருந்து சாப்புட்டவனா பலமான கொரல்ல பேசுனது – இப்புடி ஒவ்வொன்னையும் இன்னொரு சின்ன அறையில ஒக்காந்து கேட்டுக்குட்டு அம்மாவுக்கெதுருல நின்னு

பேசுன தம்பிக்காரனுக்கு 'பேஷ்'ன்னு சபாஷ் போட்டுட்டுச் சந்தோசப்பட்டுக்குட்டிருந்தான் சிவ்லிங்கென். தம்பிக்கெதுருல வெளிப்பட்ட அம்மாவோட இயலாத நெலமெயெ அடையாளம் கண்டுட்டு அவிங்க அம்மாவுக்கு அவிங்க எல்லாரோட குடுமியெப் புடிச்சி ஆட்டுற சக்தி இப்ப இல்லன்னும் அது அப்பவே முழுசாச் சரிஞ்சி போயிடிச்சின்னும் சொயமாத் தீர்மானமாயி, இப்புடிப்பட்ட சந்தர்ப்பத்துலயே தன்னோட ஆம்புளத்தனத்தையும் காட்டுற ஆர்வம் பொறந்து, நளுவுன வேட்டியெ இறுக்கமாக் கட்டிக்கிட்டு வெளியவந்தவனா . . .

'அதென்னா அது இந்த வூட்டுல நெம்மதிங்கறதே இல்லடா. வெடிஞ்சுதுன்னா ஒங்க சண்டெக் கதெ முடியவே இல்லயே'ன்னு ஜெனரலா ஒரு வாக்கியத்தெச் சொல்லி மறுபடியும் தம்பி பக்கம் ஒரு வாட்டிப் பாத்து 'என்னாடா அது ஒன்னோட கலாட்டா? கேஸெப் பஞ்சாயத்துக்கு உட்டுருக்குது. நாளக்கி வெசாரணை இருக்குது. நாளக்கி வரைக்கும் பொறுத்துக்க முடியலியாடா? இத்தினி நாளு தண்டனெ அனுபவிச்சிருக்கெ. இன்னொரு நாளு பொறுத்துக்கப்பா'ன்னு பேசுனவனா, கொழுந்தியா பக்கம் ஒரு வாட்டிப் பார்வையெ வீசி, 'என்னா தாயி ஒன்து கலாட்டா? அம்மா ஏதாவது சொல்லிட்டுப் போவட்டும். வயசானவங்கன்னு சும்மாருக்கக் கூடாதாம்மா?'ன்னு சைகை காட்டிட்டுத உசுரெக் கையில புடிச்சிட்டு, மொள்ள அம்மா பக்கம் திரும்பி 'ஒனக்காவுது புத்தி வேண்டாமாம்மா. வூட்டுக்குப் பெரியவ. புள்ளைங்க கிட்ட புத்தி சொல்லிக்கற மாதிரி குதிக்கிறியில்ல. இன்னிக்கொரு நாளு பொறுத்துக்க. நாளக்கி நாங்க யாரோ நீங்க யாரோ'ன்னு தத்துவ ஞானியப் போலத் தன்னோட ஞானோதயத்து அம்சங்களெ ஒவ்வொருத் தருக்கும் ஒவ்வொன்னா குடுத்துட்டிருக்க . . .

'ஈடேரிடிச்சி வுடுங்கடா' தான் ரண்டு புள்ளைங்களோட பெரிய தத்துவஞான வைராக்கியத்துக்குத் தானே ஒரு கலசமாகுற மாதிரி முழுக்க மெத்துன்ன கொரல்ல தாயம்மா, 'நான் ஒட்டுக்கா ஆறு படி பால் குடிச்சா மாதிரியாச்சி . . . எங்கிருக்கறானோ நடுவாலவன் அவனெயும் கூப்புடு. ஏம்மா சங்கரி ஒம்புருசன் இல்லியா . . . போ வயல் தாவுல அவென் இருக்கனும். இல்லன்னா அவனும் சிரிச்சிட்டே சிரிச்சிட்டே வந்து மூணு வார்த்தெயிலெப் புத்தி சொல்லியிருப்பான். ஒறவெ அறுத்துக்கறதுக்கு ஒத்தெக் கால்ல நிக்கறீங்களேடா! நான் என்னா வச்சிக்கறதுக்காக் குதிக்கறேன். ஒறவு இருக்கறவங்க ஒறவெ அணெச்சிக்கிட்டா, ஒறவு இல்லாதவங்க கூடயெ அணெச்சிட்டாங்கங்கறா மாதிரி இருக்கறேன். பாத்துக்குங்கடா கண்ணுங்களா. பஞ்சாயத்துக்காரங்க பண்ணுறதென்னாடா தீர்மானம். இப்பவே வச்சிக்குங்க குறுக்குச் செவுரெ. நீங்க

எங்கூடயிருந்து எனக்குச் செஞ்சிக் கிளிச்சதும் போதும். என் சோறு துணிமணிக்குச் சம்பாதிச்சிக்கிற சக்தியெச் செவன் எனக்கின்னும் மிச்சம் வச்சிருக்கறான். மெத்துன்னு ஆரம்பமான கொரலு ஏற ஏற ஏறிக்கிட்டேயிருக்க . . .

அம்மாவோட கொறயாத சக்தியெப் பத்தித் தான் தப்பான எடெ போட்டுப் பேசிட்டதுக்காகப் பச்சாதாபத்துக்குள்ளான சிவ்லிங்கன் தடாருன்னு தான் அறைக்குள்ள பூந்துட்டான். தான் அண்ணென் புறமுதுகிட்டதெக் கண்டு ஏமாத்தமடைஞ்ச சித்லிங்கன் வேட்டியெ ஒதறிக்கிட்டு வெளியில கௌம்பிட்டான். ஓரகத்திங்க ஒருத்தரெ ஒருத்தரு ஓரக்கண்ணால பாத்துக்குட்டு அவிங்க அவிங்க வேலெயில முளுவிப்போனாங்க.

ஂ ஂ ஂ

மூணு கட்டு வூட்டுப் பட்டகசாலை முச்சூடுலயும் தாயம்மா ஒருத்தியே அதெவ்வளவோ நேரம் கம்முன்னு ஒக்காந்திருந் தாளோ! வூட்டுல ஒரு பெரிய மளெ பேஞ்சதுக்கப்பறத்திய அமைதி சுத்தி வளச்சிருந்துச்சி. தாயம்மா வூட்டுக்கு மேலெ தலெதூக்கிப் பாக்க ஆனெ அளவுக்கு மேகங்க தெரிஞ்சதுங்க. புர்ருன்னு வீசிட்டிருந்த சூறெக்காத்து, இடிச் சத்தொம் மொத லானதுங்கல்லாம் ஒன்னொன்னா அவெ கவனத்துக்கு வரத் தொடங்கிச்சி. சொறசொறத்துப்போன முந்தானெ மொனையிலெ கண்ணீரெத் தொடச்சிட்டுத் தாயம்மா திண்ணெக்கி வர ...

எதுத்த வூட்டுத் திண்ணெ மேலெ ஒக்காந்திருந்த குண்டப்பாகிட்டயிருந்து முச்சூடும் மனசார வரவேற்பே கெடச்சிது. 'டீ சாப்டாச்சா தாயம்மா? மளெ வருதா பாரு. மேகம் கருகும்முன்னு இருக்குது. இடியிடிக்குது, மின்னுது. பேஞ்சா எல்லாத்தெயும் வளிச்சிட்டுப் போற மாதிரிப் பெய்யும். ஆனா வராமயே சாவடிக்குது பாரு. ஒரு மளெயாவுது வுளுந்தா சோளமாச்சும் வெதெக்கலாம்'ன்னு பேசிட்டே ஆலோசனெ பண்ணிக்கிட்டு . . .

வூட்டுக்குள்ளாற நடந்த துக்கத்துல முடிஞ்ச பேச்சுனால மனசு வெறுத்துப் பொளப்பு, பிள்ளை குட்டிங்க மொதலான லௌகீகத்து மேலெ வக்கிற மோகம் செல்லாதுங்கற வேதாந்த ஞானோதயத்தோட வெளியில வந்திருந்த தாயம்மாவுக்குக் குண்டப்பாவோட பேச்செக் கேட்டு ரொம்பக் கோவம் வந்துடுச்சி. 'மளெ வந்தா என்னா வராட்டி என்னா சும்மா பொத்திக்கிட்டு ஒக்காரு குண்டப்பா. நானும் நீயும் ஏர்பூட்டிக் கிட்டுப் போயி வெவசாயம் பண்ண ஆரம்பிச்சிச் சோளம் வெதச்சி அது வெளஞ்சி தலெமேலெ கொட்டிக்கணுமா? ஒரு வாயி சோத்துக்கு' நமக்கெதுக்கு அந்த வேலெயெல்லாம்.

வூட்டுக்கு வூடு சோறு மாரியாத்தா கோயில்ல தூக்கொம் னுருக்கற நம்ம காலம் முடிஞ்சுது. ஊரு போ போங்குது காடு வா வாங்குது. மளெ வுளுந்தாலும் வுளலென்னாலும் நமக்கென்னாப்பா'ன்னு குடுக்க, தாயம்மா சரியான கோவத்துலயே இருந்தான்னு தெரிஞ்சுக்கிட்ட குண்டப்பா பேசாமெ தலெ குனிஞ்சு ஒக்காந்தான். ரண்டு பேருக்கும் நடுவால மௌனமே தாண்டவமாட, அதெச் சகிச்சிக்க முடியாதவளாத் தாயம்மாவே மறுக்கா ஆரம்பிச்சா . . .

'இல்லடா குண்டப்பா இந்த ஊர்ல மளெ பேஞ்சி வெளெயுங்கற ஆசெயெ இன்னும் வச்சிருக்கியா? தர்மவா னுங்க, சத்தியவானுங்க இருக்கற ஊர்லயே மளெ பெய்யாமெ கஷ்டமாவுது. தாயோளிங்க எம் மவனுங்க இருக்கற இந்த ஊருக்கு வான்னா மளெ வந்துருமா? இந்த ஊரே இருக்கக் கூடாதுடா. நாசமாப்போவுனும். ஒரேயடியா ஜோன்னு ராத்திரி பகலு மளெ பேஞ்சி ஊரு முளுவிப்போவுனும். இல்லாட்டி . . . மளெயே பெய்யாமெ ஜனங்க மண்ணு தின்னுக்குட்டு மண்ணுலயே பொதயனும். அப்பப் பாரு சரியாப்போவும். நெஜம், நியாயம், தர்மம் இல்லாத ஜனம் எதுக்கு? ஒலகம் எதுக்கு? தெரிஞ்சுக்க'ன்னு பேசிக்கிட்டே, புர்ருன்னு வீசுன காத்து சொளலு சொளலா வூட்டு முன்னால செம்மண்ணெ வாசல், திண்ணெயிலெயெல்லாம் ரொப்ப, தாயம்மா மொவத் துக்கு முந்தானெயெ ஒத்திக்கிட்டுக் 'கக்கக்கு'ன்னு இருமத் தொடங்குனா.

காத்து நிக்க முந்தானெயெ எடுத்துக் கண்ணெத் தொறந்தப்ப ஆகாசத்துலெ செதறிப்போயிருந்த மேகங்களெப் பாத்துத் திடுக்கிட்டுப்போனா. 'மேகத்தெயெல்லாம் இந்த நாசமாப் போன காத்து கலச்சிப் போட்டுருச்சிடா குண்டப்பா. எருமெங் களுக்குப் பசுமெங்கறதெ இன்னெங்கிருந்துப்பா காட்டுறது. நீரும் நௌலும் இன்னெங்கப்பா செவனே? ஏளுமலயானே மாதேஸ்வரா இந்த ஜனங்களெப் பாக்காதப்பா. வாயில்லாத இந்தப் பிராணிங்களெப் பாத்து மளெ குடுப்பா தேவேந்திரா'ன்னு கையெடுத்துக் கும்புட்டு வேண்டிக்கிட்டிருக்க . . .

பொடக்காளியில டப்புன்னு ஏதோ வுளுந்த பெரிய சத்தத்தெக் கவனிச்சவளா, 'காஞ்ச தென்னெ மட்டெ வுளுந்தா மாதிரித் தெரியுது. பொறு போயி அதெ எடுத்து மாட்டுக் கொட்டாயில போட்டுட்டு வர்றேன். வெள்ளிக் கௌமெ தண்ணி காச்சறதுக்கு ஆச்சி'ன்னு வீதியில எறங்க, தாயம்மா வோட பயித்தியக்காரத்தனத்தெ நெனச்சித் தனக்குள்ளியே சிரிச்சிக்கிட்ட குண்டப்பா 'தாயம்மா என்னெயவுடப் பெரியவளாத் தெரியுது? அதுக்குள்ளியே புத்தி பேதலிச்சுப் போச்சுன்னு தோனுது'ன்னுகிட்டான்.

வீதியில எறங்குன தாயம்மாவெக் காத்துத் தள்ளிக்கிட்டுப் போகத் தொடங்கிச்சி. அவெ கழுத்துலயிருந்து விடுபட்ட முந்தானெ காத்துல பட்டமா அவளெத் தள்ளிக்கிட்டுப் போறதுக்கு ஒதவிச்சி. ‘ஐயோ இந்தப் பாழாப்போன காத்து எப்புடிச் சொளண்டு தூக்கிட்டுப் போவுது பாருங்கப்பா’ன்னு சொல்லிக்கிட்டே முந்தானெயெப் புடிச்சிக் களுத்துல மறுக்கா சுத்திக்கிட்டா. காத்து சொளண்டது கொஞ்சம் கொறஞ்சிது. கண்ணுல எறெஞ்சிட்டிருந்த மண்ணு துணுக்குகளெ தொடச்சிப்போட்டுட்டுத் தென்னெ மட்டெ வுளுந்த தாவெத் தேட, அது பக்கத்து வூட்டுச் சென்னூரப்பா பொடக்காளியில வுளுந்திருந்தது தெரியவந்துச்சி. ‘யே சென்னூரப்பா, ஒங்க பொடக்களியில எங்க தென்ன மட்டெ வுளுந்துபோயிருக்குது கொஞ்சம் எடுத்துக் குடுப்பா’ன்னு கத்திக்கிட்டிருக்க . . .

மளெ வருதுன்னு காத்துட்டே, வீசிக்கிட்டிருந்த காத்துலயே சூடா டீ வச்சிப் பொரியெ அள்ளித் தின்னுக்குட்டுச் சொகம் அனுபவிச்சிட்டிருந்த சென்னூரப்பா குடும்பத்தவிங்களுக்குத் தாயம்மாவோட கொரலு முச்சூடும் விகாரமாத் தெரிஞ்சுச்சி. மொவத்தெச் சுளிச்ச சென்னூரப்பா தான் சின்ன மவென் கிட்ட ‘போடா அதென்னா வுளுந்துருக்குதோ எடுத்துக் குடுத்துட்டு வா. அந்த அம்மா செத்தா எரிக்கறதுக்கு வேணுமா யிருக்கும். அப்புடிக் கத்திக்கிட்டிருக்கறா’ன்னு அவசரப் படுத்துனான்.

சென்னூரப்பாவோட மவென் வேலிக்கு அந்தாண்ட குடுத்த தென்னம் மட்டெயெ இழுத்துக் கொண்டாந்து திண்ணெயில போட்டுட்டுத் தாயம்மா ஒக்காந்தா. அவ பொடக்காளிக்குப் போயி வர்றதுக்குள்ள முன் வாசலுக்கு வந்து போயி யாரு நடமாடுனாங்களோ கதவுக்கு அண்டக் குடுத்திருந்த துண்டுக் கல்லு எடம்மாறிப்போயி ஆனெ நொளெயற அளவுக்கிருந்த அந்த வாசக் கதவு காத்துல தடாருன்னு அடிச்சிக்கிட்டிருந்துச்சி. அந்தச் சத்தத்துக்கும் அடிக்கும் தாயம்மாவே கிலுகிலுன்னு தடுமாறிப்போனவளாயி . . .

மூச்சுத் தெணறிக்கிட்டே அந்த முன்வாசக் கதவெப் பின்னுக்குத் தள்ளிக் கல்லெக் குறுக்கா வச்சி ‘அது யாரோ கட்டெயில போறவங்க கல்லெ எடுத்துட்டாங்கல்ல. ஒங்க யோக்கியதெக்கி ஒரு மரத்துண்டு வாங்கிட்டு வாங்க தெரியும்’ சொன்னவ நெல வாசல் பக்கத்துல ஒக்காந்து அதுல வரிசெ வரிசெயாச் செதுக்கியிருந்த ஆனெ, கிளி, மயிலு மொதலான அளகான சித்திரங்களெப் பாத்துட்டே அதொரு வகையான நெனப்புல முளுவிப்போனா . . .

மறுக்கா முளிச்சப்பொக் கும்முங்குற இருட்டு தெருவெ ரொப்பிக்கிட்டு நின்னிருந்தது தெரிஞ்சிது. படபடங்கற சத்தொம் கேட்டுச்சி. கம்பளி ஒதறி எந்திருச்சி நின்ன குண்டப்பா ‘உள்ளாற போம்மா. மளெ ஆரம்பமாயிடிச்சி’ன்னு தன்னோட வூட்டுக்குள்ள பூந்தப்பத் தாயம்மாவும் எந்திரிச்சி வூட்டு வாசலெ மூடித் தன்னோட அறயெ அடைஞ்சா.

○ ○ ○

காத்தடிச்சதுல தாயம்மா ஏத்தியிருந்த வெளக்கு எப்பவோ அணெஞ்சிப் போயித் திரிமொனெயில செவந்த வெளிச்சம் மாத்துரம் வெளக்கு எங்கருக்குதுங்கறதெக் காட்டிக்கிட்டிருந்துச்சி. எப்பத்தியும்போல மருமவளுங்களெக் கூப்புட்றதுக்கு ‘தாயிங்களா’ன்னு வாயெத் தெறக்கப்போனவ சட்டுன்னு வாயெ மூடிக்கிட்டுத் திரியிலயிருந்த வெளிச்சத்துலயே நெருப்புட்டியெத் தேடி, சூட்டடுப்பு மேலயிருந்த நெருப்புட்டி கெடச்சப்பொக் குச்சி ஒரசி வெளக்கெப் பத்தவச்சி ஒக்காந்த தாயம்மாவுக்கு மைசூரு ஆஸ்பத்திரியில இருந்த மருமவனெப் பாக்கப் போயிருந்த மவெ மகாதேவி நெனப்பு சட்டுன்னு தோனிச்சி. ‘அங்கியும் ஏதாவுது இப்புடியே கன மளெ பேஞ்சிட்டிருந்தா மவெ கதியென்னா?’ங்கற ஆதங்கம் தாயம்மாவோட வயித்தெக் கலக்கிவுட்டிருந்துச்சி. ‘ஏழுமலயானே மாதேஸ்வரா நீதான் காப்பத்தனும் அப்பா’ன்னு நேரடியா வேண்டிக்கிட்டே புதுசாப் பத்தவச்சிருந்த அடுப்புல பேருக்குத் தண்ணி வச்சிக் காயவுட்டா. வெளிய சரமாரியாக் கொட்டிக் கிட்டிருந்த மளெயோடச் சத்தத்தெக் கவனிச்சிக்கிட்டே தாயோளிங்க இருக்கற வூருக்கும் அந்தச் செவென் பேய் மளெ பெய்யவக்கிற அடயாளத்தெ நெனச்சித் தனக்குத்தானே ஆச்சரியப்பட்டுட்டே ஒக்காந்திருக்க . . .

சரமாரியாக் கொட்டுன அந்த மளெச் சத்தத்துலயும் எதிர்லயிருந்த அறையிலயிருந்து பேராண்டியோட அழுவாச்சியும் ‘வாயெ மூடு . . . சத்தொம் . . . கொன்னுருவேன்’ங்கற பெரிய மருமவ பேச்சும் கேட்டுச்சி. தாயம்மா தலெயில நெனப்புங்க கௌறி, கோளி குப்பெயெக் கௌற்ர மாதிரி ஆச்சி. இப்புடியாப் பட்ட இடி, மின்னல் மளெயில பேராண்டி ஓடியாந்து தன்னோட மடியில அடங்கிக்கிட்டிருந்ததும் ‘ஐயய்யோ அதென்னா பாட்டி அது?’ பயந்து கண்ணு வெளக்குங்களெ எரியவுட்டுட்டே கேட்டுக்குட்டிருந்ததும் ‘அது இடிடா கொளந்தே. அர்ச்சுன தேவரு யுத்தத்துக்குக் கெளம்பிட்டாரு. குந்தியம்மா புள்ள குட்டிங்க, புள்ளத்தாச்சிங்க பயந்துக்கப்போறாங்க நெதானமாத் தேரெ ஓட்டுன்னு சொல்லியனுப்புனாங்க. அவனெப் பாரு அம்மா பேச்செ மறந்து வேகமாத் தேரெ ஓட்டிக்கிட்டிப்

போறான்ல. எளம் ரத்தொம் இல்லியாக் கொளந்தே? ஓங்கப்பா மாதிரி அவனும் அம்மா பேச்செக் கேக்கறதில்ல பாத்துக்க. தேருச் சத்தொம்பா அது'ன்னு தனக்குத் தெரிஞ்ச கதயெச் சொல்லிக்கிட்டிருந்ததும் ஞாவகம் வந்துட்டிருக்க . . .

பேராண்டி தாங்கிட்ட வர்றதுக்கு அழுதுட்டிருக்காங்கறது உத்தேசமாத் தெரிஞ்சி மனசு தாளாமெ 'அதென்னம்மா தாயி? கொளந்தெ ஏன் அழுது? இங்க அனுப்பு'ன்னாலும் அந்த அறைப் பக்கத்துலயிருந்து பங்காரம்மாவோட கொரலு வராம குசுகுசுங்கற பேச்சு மட்டுந்தான் கெளம்பி வந்துச்சி. அதோட தத்துவார்த்தம் இப்புடித்தான் இருக்கனுன்னு ஊகம் பண்ணுன தாயம்மா 'ஆஹா தேவிடியாச் சிறுக்கிங்க! அவிங்கவிங்க புள்ளைங்க அவிங்கவிங்ககிட்டெயே இருக்கனுமாம். எம் புள்ளைங்க எங்கண்ணுலருந்து வெலகுறதுக்குக் குறுக்குச் செவுரு மாத்துரம் வக்கனுங்கராங்கல்லப்பா நியாயவானுங்க. அவிங்க வூரு நாசமாப்போயி, அவுங்களுக்குச் சாவு வரட்டும். ஆபத்து வந்து பாயில சுத்திக்கிட்டுப் போவ. அப்பெஞ் செத்துப் புள்ளைங்களெ எருமெ மேச்சி மைசூர்ல வீதி வீதியா அலெஞ்சித் தயிரு, வெண்ணெ வித்து வளத்திருக்கறேன் பாத்துக்குங்க தட்டுவாணிங்களா! சூரனுங்க மாதிரி இருக்கற எம்புள்ளைங்களெ எங்கிட்டெயிருந்து தூர வெலக்கிருவாங்களாம். அவிங்கவிங்க புள்ளைங்க அவிங்கவிங்ககிட்டயே இருக்குனுமாம். அவிங் களுக்கொரு நாயம் எனக்கொரு நாயம். ஸ்ரீகண்டேஸ்வரா நீயே பாத்துக்கப்பா'ன்னு வயித்துல அடிச்சிக்கிட்டுச் சாபத்தெச் சரமாரியாக் குடுத்துக்கிட்டிருக்க . . .

கதவெத் தட்ற சத்தொம் கேட்டுச் சாபத்தெ நிறுத்துனா. மவெ வந்துட்டாளோன்னு நிம்மதியோட எந்திரிச்சித் தாப்பாளெத் தொறந்து கதவெப் பின்னுக்கு இழுத்து வெளக்கெ முன்னாடி காட்டிப் பாத்தா நடுவால மவென் நின்னிருக்க றான்! 'எங்கடா போயிருந்த இந்தப் பேய் மளெயில?' தாயம்மா ஆத்திரத்தோடப் பேச, 'நாளெக்கி ஆர்சிசி போட்றாங்கம்மோவ். சிமிண்டு வந்துருந்துச்சா. கன்ட்ராக்ட்ரு எல்லாத்தெயும் எறக்கிட்டுப் போயிடுங்கன்னுட்டாரு. அதான் லேட்டாப் போச்சி' தேய்ச்சித் தேய்ச்சி ஒடம்புலயிருந்த தண்ணியெக் கையாலத் தொடச்சிக்கிட்டே பேசிட்டிருக்க, புருசனோட கொரலு கேட்டுச் சங்கரி வெளியில வந்திருந்தா. அவ உருவத்தோட நெளலு வெளக்கு வெளிச்சத்துல செவுத்து மேல ராட்சச வடிவம் எடுத்தா மாதிரித் தெரியத் திடுக்கிட்ட தாயம்மா 'போடா துணிகிணி மாத்திக்கிட்டுச் சோறு கீறு சாப்புடு'ன்னு தன்னோட அறைப் பக்கம் நடந்துட்டே நெனப்பு வந்தா மாதிரி நின்னு 'ஆஸ்பத்திரித் தாவுல ஏதாவுது மகாதேவியெப் பாத்தியாடா கண்ணு'ங்க அதுக்கு அவென்

‘எங்க முடிஞ்சுது. சிடி பக்கம் போறதுக்கு டைமே கெடக்கில’ன்னு காத்துட்டு நின்ன வூட்டுக்காரி பொறத்தால நடக்க . . .

தாயம்மாவெக் கவலெ மறுக்காச் சுத்திகிச்சி. மவெ மகாதேவி இப்புடியாப்பட்ட பேய் மளெயில எங்கச் சிக்கிக் கிட்டாளோ? என்னா கதெயோங்கற ஆதங்கத்துலயே லாந்தரெப் பத்தவச்சிக்கிட்டுத் தூலத்து மேலயிருந்த கோணிப்பையெ ஒதறித் தலெமேல தொங்கவுட்டுக்குட்டு வூட்டுலயிருந்து வெளியில வந்து மண் தடத்துச் சேத்தெப் படக்குப் படக்குன்னு அடி யெடுத்துவச்சிக் கௌறத் தொடங்க . . .

மைசூர் பஸ்ஸு வந்து நிக்கிற புளியமரத்துக்குக் கீள வந்து நின்னு தாயம்மா இருட்டுல கண்ணெ உட்டுப் பாத்தா. அவ முன்னாடி அப்பொன்னு இப்பொன்னு லாரி, காரு புர்ருன்னு சத்தொம் போட்டுக்குட்டு உட்ட அம்புபோல ஓடிக் கிட்டிருந்துச்சிங்க. மறுக்காத் திரும்பிவந்த நிசப்தத்துல பொன் வண்டுங்க வாத்தியக் கோஷ்டி தடையில்லாமெ தொடர்ந்துச்சி. அப்புடியே எவ்வளவோ நேரம் நின்னிருந்த தாயம்மா ஏமாத்தத்துல களெச்சிப்போயி மரத்தடியில ஒக்காந்துட்டா. மைசூர்த் திக்குலருந்து நடந்து வந்துட்டிருந்த கன்னங்கரேருன்ன உருவம் தாம்மவெ மகாதேவியின்னு அடையாளங்கண்ட தாயம்மா ஒடம்புல ஆனெ பலம் வந்தவளாத் தடாருன்னு எந்திரிச்சி . . .

‘இதென்னா தாயி பஸ்ஸுல வர்லியா?’ன்னு தான் போத்தியிருந்த கோணியெ மவளுக்குப் போத்தப்போனா. ‘நான் முச்சூடும் நனெஞ்சிபோயிருக்கறேம்மா. நீயே போத்திக்க. நீயேன் நனெயிறே’ன்னு சொல்லிட்டே அம்மாவோட கையெப் பின்னாடி தள்ளி ‘பஸ்ஸுக்குக் காசிருக்கலம்மா. ஒங்க மருமவென் பிரெட் வேணுன்னாரு. இருந்த காசுல வாங்கிக் குடுத்துட்டேன். வெருசாக் கௌம்புனம்மா. ஆனா காத்து மளெ பாரு. எங்க ஒக்காந்திருந்துச்சிம்மா இந்தப் பேய் மளெ. ஐயோ செவனே போ’ மகாதேவி மளெயெ வர்ணிச்சிக்கிட்டே அடியெடுத்து வச்சப்பொ தாயம்மாவுக்கு அதெதுவும் காதுல பூந்தா மாதிரியே தெரியலெ. மொதல்லியே நிரந்தர நோயாளிப் புருசனெக் கட்டிக்கிட்டுச் சாப்புடற சோறே தங்கத்தெப் போலப் பஞ்சமாயித் தான் வூட்டுக்கு வந்த மவெ பத்து பன்னெண்டு மைலு இந்தக் காத்து மளெயிலெ தாண்டி வந்ததெப் பத்தின அவ துக்கொம் மளெயெவுடப் பலமாச்சி. ‘இந்தக் கஷ்டத்தெ அனுபவிக்கறதுக்குத்தான் இந்த ஜன்மொம் குடுத்தியா சாமியோவ்’ங்கறது மொதலான வேதனெப்பட்டுட்டு அவ சேத்தெ மிதிச்சித் தடத்தெத் தேச்சிக்கிட்டிருந்தா.

○ ○ ○

கௌடரோட பெரிய சேவலு முச்சூடும் பலமான கொரல்ல கூவுனப்பத் தாயம்மா எந்திரிச்சி ஒக்காந்திருந்தா. நேத்தக்கி அவகிட்டத் தோனியிருந்த வியாகூலத்துனால இருந்த நாலு எருமெங்களுக்குத் தீனி காட்டிப் பால் கறக்கல. அதுங்க மோசமாக் கத்திக்கிட்டிருந்துச்சிங்க. இத்தினி நாளா தனக்குச் சோறு போட்ட எமதர்மனுங்க ஈனமாக் கண்டுட்டதெப் பத்திப் பரிதவிச்சிட்டே திடுக்குன்னு எந்திரிச்ச தாயம்மா மூலெயிலியிருந்த தீனியெ அணெச்சி எடுத்துக் கோதானியில நெரப்ப, அதெ எருமெங்க சரசரன்னு சத்தொம் பண்ணிட்டே மேயத் தொடங்க . . .

மொவங்களுவித் துன்னூருப் பட்டெ இழுத்துத் திண்ணெமேல வந்து ஒக்காந்தப்ப இன்னும் கதவு சாத்தியே யிருந்த அறைங்க பக்கம் அவ பார்வெ போச்சி. அவளுக் கென்னமோ புள்ளைங்கெ, மருமவளுங்க மேல 'ச்சீ'ங்கற அருவருப்பு ஒணர்வு தோனி மகாதேவி கொண்ணாந்து குடுத்த டீ குடிச்சி 'வயலுப் பக்கம் போயிட்டு வர்றேம்மா தாயி'ன்னு சொல்லிச் சேலெயெ ஒதறி நடந்துவுட்டிருக்க . . .

ஒரு துக்கத்தெ மறக்க இன்னொரு துக்கத்தெச் சேத்துக்கிட்டா மாதிரியாச்சி தாயம்மாவுக்கு! வெவசாயம் பண்ணி எத்தினி நாளாச்சோ? வயலு மலடியா ஒடம்பெ நீட்டிப் படுத்திருந்துச்சி! ஊரோட கேப்பாரத்த மாடு, எருமெ, கன்னுக்குட்டிங்க ஏற்கனவே தங்களோட ராஜ்ஜியத்தெ ஸ்தாபிச்சி முள்ளுக் குச்சிகளெயும் வுடாமெ மேயத் தொடங்கி யிருந்துச்சிங்க. தவுடடிக்கிற வேலெயெப் பிடிச்ச மொத மவென், கொத்து வேலெக்கி எறங்குன நடுவாலவென், இவிங்க ரண்டு பேரெயும் பாத்துட்டே 'ஆரம்பத்துலயிருந்தே பட்டணத்துக்குப் போற தடத்தெப் புடிடா'ன்னு ஸ்திரப் புத்தியில்லாமெ ஒக்காந்த சின்னவென் – இந்த மூனு போரோட சேந்து 'என்னோட அந்த மருமவனாவுது சரியாக் கெடச்சிருக்கக் கூடாதா செவனே? பொறப்புலயே நிரந்தர நோயாளியெ முடிச்சுப் போட்டுட்டியல்ல'ன்னு மருமவனெயும் நெனச்சிப் பொலம்பிக்கிட்டே ரொம்ப நேரம் அங்கெ நிக்க முடியாமெ பொறப்பட்டவளா . . .

தாயம்மா வூட்டுக்கு வந்த நேரத்துக்குத் தலையாரி கட்டதய்யா திண்ணெ மேலெ ஒக்காந்திருந்தான். 'தாயம்மா, இன்னத்திக்கு ஒங்க வூட்டுப் பாகத்து விசாரணெ இருக்கு துன்னு கௌட்ரு சொல்லிடுப்பான்னாரு. நேத்துச் சாயந்தரம் வரலான்னு இருந்தேன். எப்புடியாப்பட்ட பேய் மளெம்மா'ன்னு மளெயோட வர்ணனெ தொடங்கற அறிகுறி தெரிய, அதெக் கேக்குற மனசில்லாத தாயம்மா 'வர்றாங்கன்னு சொல்லு.

போய்ட்டு வாப்பா'ன்னு ரொம்ப முகுளமாச் சொல்லி வூட்டுக்குள்ள வந்ததெப் பாத்து அத்தெயோட கொரல்ல அதுக்கு முன்னெ என்னெக்கும் பாத்திருக்காத அதொரு வகையான நிஷ்டூரத்தெப் பாத்த மருமவளுங்க மூக்குமேலெ வெரலுவெக்கத் தாயம்மா மறுக்காவும் எரவாணத்துல சொருவி யிருந்த செருப்பெ நிஷ்டூரமா எடுத்துப் போட்டுக்குட்டு 'ஏ தாயி மகாதேவி, அந்தக் கல்லெ எடுத்தாந்து கதவுக்கு வையிம்மா. காத்துல அடிக்கும்'ன்னு சொல்லித் தெருவுல எறங்க, அவ தடத்தெத் தேய்ச்சிச் சாவடி சேர்றதுக்குள்ள கொறஞ்சது இருபது பேராவது 'எங்கம்மா தாயி?'ன்னு கேட்டு, 'ஒன்னுல்லப்பா இன்னிக்கிப் பஞ்சாயத்துல பாகம் பிரிக்கறது'ன்னு அத்தினி வாட்டிப் பதில் சொல்லியாச்சி.

○ ○ ○

பஞ்சாயத்துல பெரியவராயிருந்த ஈரே கௌடரு தாயம்மாவோட பாடெ அவ கண்ணாளமாயி அந்த ஊருக்கு வந்ததுலயிருந்து கண்டு, கேட்டு, பாத்திருக்கறவரு. குடிகாரனாச் சீட்டாடிக்கிட்டுப் பொளப்போட அத்தியாயங்களெத் திருப்பிக் கிட்டு நடந்த தாயம்மா புருஷன் மாதப்பா செத்தப்போ தாயம்மாவுக்கு மிச்சமிருந்தது ரெண்டேக்கரா வயலு, மூணு கட்டு வூடு, பாடுக்கு வராத நாலு புள்ளைங்க. டவுசரு போட்டுக் குட்டிருந்த புள்ளைங்களெ எருமெ மேச்சி, தயிரையும் வெண்ணெயெயும் வீதி வீதியாத் திரிஞ்சி வித்து லுங்கி கட்டிக்கிற மாதிரிச் செய்றதுக்குத் தாயம்மா பட்ட பாடு அவ வார்த்தெ கள்லயே சொல்லணுன்னா அந்த ஏளுமலயானுக்கு, மாதேஸ்வரனுக்கு, நஞ்சங்கூடு ஸ்ரீகண்டேஸ்வரனுக்குப் புடிச்ச மானதா இருந்துச்சி. ரண்டு மருமவளுங்களெக் கொண்டாந்து, ஒரு மருமவெனெயும் கண்டிருந்த தாயம்மா வூட்டுக்குச் சந்தம்மாவோட வரவு வூட்டெச் சின்னாபின்னம் பண்ணணுன்னே ஆச்சிங்கறது துக்கமான அபிப்ராயமாயிருந்துச்சி.

தாயம்மாவுக்கு மொத அடி வுளுந்தது மருமவெங்கிட்டெ யிருந்து. மகாதேவியோட புருசன் நிரந்தர நோயாளியா ஊருக்கு ஆளுமில்ல சுடுகாட்டுக்குப் பொணமுமில்லங்கற மாதிரி இருந்து பேச்சுக்குப் பேச்சு மூணு மூணு நாளெக்கும் வவுத்து நோவுன்னு ஒக்காந்துட்டு, புருசன் சோறு துணிக்கும் மகாதேவி தானே பாடுபட வேண்டிய நெலமெ வந்துடுச்சி. மருமவென் நெரந்தரமா மைசூர் ஆஸ்பத்திரியில சேர்ந்துட்டப்ப மவ மகாதேவி அம்மா வூட்டுக்கு வந்தா. தாம் பொண்ணுக்கும் தன்னெப் போலவே பொளப்பு இன்னொரு விதத்துல அமெஞ்சதெப் பத்தித் தாயம்மாவுக்கு ரொம்பத் துக்கொம் இருந்துச்சி. ஆனாலும் அவ சும்மா ஒக்காந்துடல. தன்னெப்

போலவே மவளுக்கும் தெடமனசு கெடக்கெச் சொல்லிக் குடுக்க ஆரம்பிச்சிருந்தா.

இப்புடி நாசமாயி வந்த நாத்தனா வருகெ மூனு மருமவளுங்களுக்கும் சந்தோசமான சமாச்சாரமா ஒன்னும் இருக்கல. பொளக்காமக் கொள்ளாம வாளாவெட்டியா வந்தவன்னு மூல முடுக்குல பேசிக்கிட்டது உண்டுன்னாலும் அத்தெ வாயிக்குப் பயந்து சும்மாயிருந்ததுதான் அதிகம். நாத்தனா நெரந்தரமா சாப்புட்டுட்டிருக்கற மூனு வேளெ சோறு அவிங்க புருசனுங்க வேர்வெத் துளியோடதுன்னு மூனு பேரும் பாவிச்சித் தீர்மானம் பண்ணிக்கிட்ட நேரத்துலயிருந்து மருமவளுங்க புருசன் காதெக் கடிக்க ஆரம்பிச்சாங்க. அவிங்க அம்மாவெ மாதிரியானவெகிட்டெ தங்களோட ஆட்டம் எதுவும் செல்லாதுங்கற அறிவுனால அவுங்க வாயி தொறக்கல.

தான் வயசு நாத்தனா புருசனெவுட்டுட்டு அம்மா மடிக்கு வந்தது எதுவும் சந்தம்மாவுக்குச் சரின்னு படல. மொத அண்ணனெப் போலத் தவுடு அடிக்கப் போறதா ரெண்டாவது அண்ணனெப் போலக் கொத்து வேலக்கிப் போறதாங்கற இந்த ரண்டுக்கும் நடுவால ஊசலாடிக்கிட்டிருந்த புருசனெப் பாகம் கேட்டு, வர்ற பாகத்தெ வித்து அதுல வர்ற காசுல மைசூர்ப் பட்டணத்துப் புட்பாத்துல ஒரு தள்ளு வண்டி நைட் ஓட்டல் வச்சிச் சொகமா கண்ணுல கண்ட சேலெ கட்டிக்கிட்டு, பவுடரு பூசி, சினிமாப் பாக்குற திட்டம் போட்டுட்டிருந்த சந்தம்மா ஒக்காந்தப்ப, நின்னப்ப, பக்கத்துல படுத்தப்பப் புருசன் மொகரெயில குத்திப் பாகம் கேக்கத் தயார் பண்ணியிருந்தா. உள்ளுக்குள்ளயே குதிச்சிட்டிருந்த பெரிய மருமவளுங்க, சின்னவதானேன்னு உதாசீனம் பண்ணாமெச் சந்தம்மா தடத்துலயே நடந்து அவிங்கவிங்க புருசனுங்களெப் பாகம் கேக்கப் பத்தவச்சிருந்தாங்க.

மவனுங்க ஆரம்பிச்ச பாகம் பிரிக்கற பேச்சு தாயம்மாவெ மொத மொதல்ல ஒன்னும் அசைச்சிக்க முடியல. தெனத்துக்கு நூறு பேச்சு மூணு கதெங்கன்னு வூட்டுல நெதமும் நடந்து, நாயவானுங்கன்னு நெனச்சிக்கிட்ட அக்கம்பக்கத்தவங்க நாயம் சொல்றதுக்கு வர்றதெப் பாத்துத் தாயம்மாவுக்கு முச்சூடும் கவலெயும் வேதனெயும் உண்டாச்சி. புள்ளைங்க அவங்கவிங்க இருந்த தாவுலயே ஒவ்வொரு அறையிலயும் தனியாப் போனப்ப, தான் ஒன்னு சேத்துவக்கிறதுக்கு வேறெதுவும் இல்லன்னு நெனச்சிக்கிட்ட தாயம்மா நாலு பேருக்குப் புத்தி சொன்ன தான் நாலு பேரு வாயில வுளக்கூடாதுன்னு, அப்புடி வுளறதுக்கு முன்னாடியே பாகம் பிரிக்கிற வெசயத்தெப் பஞ்சாயத்துக்கு ஒப்படைச்சிருந்தா.

ஒப்படைச்ச ஒரு வாரத்துக்கப்பறம் தாயம்மா தான் தெடத்தனத்தெப் பலமாக் காட்டிக்கிட்டிருந்தாலும், அவ தடுமாத்தம் ஈரே கௌடரோட சகமனசெத் தொடறதுக்குத் தாமசமாகல. பசங்களுக்குப் புத்தி சொல்ற மனசு இருந்தாலும், பட்டணத்தெச் சுத்துன ஜனங்களுக்கு முன்னாடி தன்னோட பேச்சு எதுவும் எடுபடாதுங்கற எதார்த்த அறிவுனால ஈரே கௌடரு பஞ்சாயத்தெக் கூட்டியிருந்தாரு.

○ ○ ○

பெரிய பையன் சிவ்லிங்கன் அசையிற அசையாத சொத்து களெ மூணு பாகம் பண்ணுன்னதுதான் தாமசம், தாயம்மா ஊதிவுட்ட நெகுநெகுன்னு எரியற நெருப்புக் கங்காயி, ‘அதென்னடா சிவ்லிங்கா நீங்க மூனு பேரு மட்டுந்தானா மாதப்பனுக்குப் பொறந்திருக்கறது? மகாதேவியெயும் பெத்திருக்கறேன். அப்பா கண்ணு, நானே பெத்திருக்கறேன். அவளெயும் சேத்துக்குட்டுதான் பாகம் பிரிக்கணும் இங்க’ன்னு சொல்ல, மூனு புள்ளைங்க மொகம் முச்சூடும் தொங்கிப் போனாலும், சித்லிங்கன் தெகிரியம் வரவளச்சிக்கிட்டவனா, ‘அதென்னா அது நியாயம்? மகாதேவிக்கு அதென்னா பண்ணனுமாயிருந்துச்சோ கண்ணாளம், சீர் செனத்தி அதெல்லாம் செஞ்சிருக்கறோம். அவுளுக்கும் சொத்துக்கும் என்னா சம்பந்தம்? மூனு பாகமாப் பிரிக்கிறதுதான் நியாயம்’ன்னு சொல்ல, சிவலிங்கனுக்குத் தம்பி மவராசென் கண்டுபிடிச்சிட்ட லா பாயிண்ட்டால சந்தோசம் வந்து, ‘அப்புடிச் சொல்றா என் கண்ணு! நாங்க பண்ண வேண்டிய கடமெயெ பண்ணியிருக்கறோம். அவ புருசனோட பொளப்பு நடத்தாமெ வந்திருக்கறது எங்க தப்பா? அது எங்க தப்பில்ல. அதனால அவளுக்கு எங்க சொத்துல கண்டிப்பா உரிமையில்ல’ன்னு தான் பேச்செக் காட்ட . . .

‘மகாதேவி . . . கண்ணாளம் . . . சீர் செனத்தி . . .’ இளுத் திளுத்துச் சொல்ல ஆரம்பிச்ச தாயம்மாவோட கண்ணு அந்தப் பசங்க களுத்தெ நெரிக்கற மாதிரிக் கெக்கறிச்சிப் பாத்து ‘நீங்க செஞ்சு அனுப்பனிங்களா நியாயவானுங்களே? பொண்டாட்டிக்குச் சரியா சேலெ வாங்கியாறலன்னு மொவம் வீங்கிக்கிட்டு ஒக்காந்திருந்த ஓங்களெத் தாரெவாத்துக் குடுக்கறுதுக்கு இளுத்துட்டுப் போனதெ நான் மறந்தாலும் இந்த ஊரு ஜனம் மறந்துருக்குமா சிவ்லிங்கா? மகாதேவி ஒன் சொத்து மேலெ உரிமெ கொண்டாடறதுக்கு வந்திருக்காளா என்ன? வாளாவெட்டியா வந்தவன்னு சொல்றதுக்கு ஒனக் கென்னா உரிமெயிருக்குதோ அதெ மொதல்லு சொல்லு கண்ணு! சொத்தெ நாலாப் பாகம் பிரிக்கறதுன்னா . . . இங்கப்

பாகம் பிரிக்கறதெப் பத்திப் பேசுங்க. இல்லன்னா பொச்செ மூடிக்கிட்டு எந்திரிச்சிப் போங்க ரொம்பக் கண்டிப்பாத் தாயம்மா பேசிட்டு ஒக்காற . . .

'ஆமாங்கடாப்பா. மகாதேவி வாளாவெட்டியா வந்த வல்ல. செவென் ஏதோ கஷ்டத்தெக் குடுத்திருக்கறான்! மூனு வேளெயும் படுக்கையிலருக்கற புருசனெ நெரந்தரன்னு நெனக் கிலாமா? நீங்களே யோசனெ பண்ணுங்க. மகாதேவிக்கும் சோத்துக்கு ஒரு வழி பண்ணனுமா வேண்டாமா? நீங்களே யோசிங்கப்பா. தாயம்மா சொல்றதுல நாயம் இருக்குது. அதுக்கு நீங்க ஒத்துக்குட்டா பாகம் பிரிக்கலாம் இல்லன்னா வேண்டாம்' ஈரே கௌடரு நியாயவானுங்க ஒத்துக்கற மாதிரி ஒத்தரவு குடுக்க . . .

ஆம்புளப் பசங்க ஒத்துக்குட்டுத் தலெயாட்டியே ஆகணு மாச்சி. இருந்த நாலேக்கரா வயலு, நாலு எருமெ எந்தத் தகறாரும் இல்லாமெ நாலு புள்ளைங்களுக்கும் பாகமாயி, 'இன்னென்னா தாயம்மா வூட்டுத் தாவுக்குப் போலாமா? பாத்துரம், பண்டம், ஏரு, நொகத்தடி, வூடு எல்லாத்தெயும் பாகம் பிரிச்சுட்டு வந்துடலாந்தானே?' ஈரே கௌடரு சொன்னப்பத் தாயம்மா வோட ஒடம்பு எரிச்சலு திக்குன்னு ஒசந்து, 'அதுங்கல்லாம் அவுங்களுக்கு வேணுங்கற வேணாங்கறபடி முன்னமே பாகம் பிரிச்சாச்சிப்பா. இன்னென்ன இருந்தாலும் வூட்டப் பாகம் பிரிக்கணும் அவ்வளவுதான்'ன்னு சொல்லப் பஞ்சாயத்தோட சவாரி வூட்டுப் பக்கம் போச்சி.

வூட்டெப் பாகம் பண்ணுற விசியத்துனாலயே தாயம்மா வோட துக்கம் ஆகாசத்தெத் தொட்டிருந்துச்சி! தங்கச்சிக்கு ஒரேக்கரா வயலு, ஒரெருமெ பொறப்பட்டுப்போனதெப் பத்திக் குதிகுதின்னு குதிச்சிட்டிருந்த சிவ்லிங்கன் வூட்டுப் படியேறிக் கிட்டே 'கௌட்ரே வயலு எருமெ என்னவோ குடுத்தாச்சி. வூடு . . . என்னருந்தாலும் மூனு பாகமே ஆவணும்'ன்னு பட்டா எடுத்தப்பொ, 'அதுவுஞ் சரிதான். மகாதேவி புருசன் இப்பென்னா செத்தாப்போயிட்டான்? அவ என்னருந்தாலும் புருசன் வூட்டுக்கே போவனும். வயலுன்னா போயிட்டு வந்துகுட்டு வெவசாயம் பண்ணலாம். எருமெயெயாவுது புருசன் வூட்டுக்குச் சொமந்துட்டுப் போவலாம். வூட்டெத் தலெமேலெ தூக்கிட்டுப் போவாளா? நெரந்தரமா இங்கிருக்க றவங்க நாங்க கௌடரே. வூட்டெ மூனு பாகம் பிரிங்க' சித்லிங்கனும் தன் தாளத்தெப் போட்டான். 'என்ன சொல்றே தாயம்மா?'ங்கற மாதிரி கௌடரு நோட்டம் தாயம்மா பக்கம் திரும்ப, போன வாட்டிப் பேச்சுக்காகத் தனக்குக் கௌடரு மதிப்பு கொடுத்ததெ நெனச்சி ஆகட்டுங்கற மாதிரி அவ தலெயாட்ட . . .

புதுக் கதெயொன்னு ஆரம்பமாச்சி. வூட்டெ மூனு பாகமாப் பிரிச்சப்ப 'தலெவாசலு' விசியத்துல தகறாரு வந்துச்சி. அம்மாவுக்கு எதுராப் போன நொடிவரெக்கும் ஒன்னாயிருந்த அண்ணென் தம்பிங்க தலெவாசலு இருக்கற பாகம் அவுங் கவுங்களுக்கே வேணுன்னு அந்த நொடியிலியே விரோதி களாயிட்டாங்க. கருங்காலி மரத்துல சித்திரங்களெ வரஞ்சி குதுரெ, ஒட்டகொம், மணி, கோளி இதெல்லாம் செதுக்கி யிருந்த அந்தத் தலெவாசல் நெலக் கதவெ இப்ப வித்தாலும் அந்தப் பட்டிக்காட்டுல அந்த மாதிரி நாலு பெரிய வூடுகளெக் கட்டலாங்கற கணக்கெ, இதுக்கு மின்னாடியே பட்டணத்தெப் பாத்த அனுபவத்துனால போட்ட மூனுபேர்ல யாரும் தலெவாசலில்லாத வூட்டுப் பாகத்தெ ஒத்துக்காமியே இருக்க . . .

'தலெவாசலு தலெவாசலாவே இருந்துக்கட்டும். நீங்க எப்புடி இருக்கீங்களோ அப்புடியே இருந்துக்குங்க. மொத்தத்துல பாகம் பிரிக்கறதுதானே முக்கியமான விசியம்' ஈரே கெளடரு தோத்துச் சுண்ணாம்பாயிப் பேசுனப்பொ, எல்லாத்துக்கும் தலெயாட்டிக்கிட்டே அவிங்க வூட்டு மானம் இப்புடி நடுவீதியில மூனு காசுக்கு ஏலம்போறதெப் பத்தி உள்ளுக்குள்ளாறயே கவலெயும் வேதனெயும்பட்டுக்குட்டிருந்த நடுவாலவென், 'இருக்கற வீடா? அதுவும் இல்லாமப்போவட்டும்'ங்கற துக்கத் துக்கு ஆளாயி 'ஒண்டிக்கிட்டுப் பொளக்கிற பொளப்பெ அண்ணனுக்கு அந்தெச் செவேங்கறவன் எழுதியிருந்தா எதுக்கு இதெல்லாம் நடக்கனுமாயிருந்துச்சி, கெளடரே? பாகம் பிரிக்கனுன்னு ஒத்தெக்கால்ல நின்னாங்க. அது நடக்கல. ஒருத்தரு மூஞ்சி இன்னொருத்தருக்குத் தெரியக்கூடாதுப்பா சாமி. குறுக்குச் செவுரு வச்சேயாவனும். கமுக்கமா உள்ளுக் குள்ளாறயே எதுக்குச் சண்டெபோட்டுக்கனும் சொல்லுங்க? ஒரே வூட்டுக்குள்ள இருந்துட்டு மறுக்கா சண்டெ சச்சரவு எதுக்குங்க? தலெவாசல் மூனு பாகமாகட்டும். இன்னென்னா மிஞ்சியிருக்குது?'ன்னு பேச ஈரே கெளடரு யோசனெயில முளுவுனாரு. 'அதென்னாத்துக்குப்பா யோசிக்கிறீங்க கெளட்ரே? அதெ மூனு பாகமாப் பண்ணிடுங்க. வித்தோ கித்தோ பணம் எடுத்துக்கறோம்' நடுவாலவெனோட துக்கப் பேச்செயே சிவ்லிங்கன் முகுளமா கவனத்துல எடுத்துக்க . . .

தாயம்மா மறுக்கா பொங்கியெளுந்தா. 'என்னாடா ஒனக்கென்னா அறிவுகிறிவு சரியா இருக்குதா? தலெவாசலெ யாராச்சும் பாகம் பிரிப்பாங்களாடா? ரொம்ப நியாஸ்தண்டா நீ கண்ணு. நியாயக்காரியான என் வவுத்துல அதெப்புடிடாப்பா ஒங்களெப்போல அநியாக்காரங்க பொறந்தீங்க? ஆனெ வவுத்துல சுண்டெலி பொறந்தா மாதிரி. வாயில மண்ணள்ளிப் போடுறவனே,

தலெவாசலெ ஒடக்கிறேன்னு சொல்றதுக்கு ஒன் வாயாற எப்புடி முடிஞ்சுது? எத்தினி வாட்டிப் புள்ளதாச்சியா இந்தத் தலெவாசல்ல நின்னுருக்கறேன். அதோட நெலவாசல்ல உஸ்ஸுன்னு எத்தினி வாட்டித் தலெ வச்சிப் படுத்திருக்க றேன்னு ஒங்களுக்கென்னடா தெரியும். அந்த சாமி, அதென்னா பாவத்துனால ஒங்களயெல்லாம் என் வவுத்துல பொறக்க வச்சானோ? தலெவாசலெ தலெவாசலாவே உட்டுடுங்கப்பா. ஒடம்பு வளஞ்சி ஒளச்சா இது மாதிரிப் பத்துத் தலெவாசலு செய்யலாம். அப்புடி வளத்திருக்கறேன் ஒங்களெயெல்லாம். தலெவாசலெ அப்புடியே உட்டுடுங்கப்பா என் கண்ணுங்களா' ரோசத்தோட ஆரம்பமான பேச்சு, தாயம்மாவோட ஆதரவற்ற வேண்டுதல்ல முடிய . . .

மூனு புள்ளைங்க மனசெத் தாக்கியிருந்தது அவளோட ஒன்னுஞ்செய்ய முடியாத நெலமெயே தவிர அவளோட தாய்மெயோட கலவரமில்லேன்னாயி, 'ஒன்வூட்டுத் தலெ வாசலு மேலெ ஒனக்கு அவ்ளோ பெரிய அக்கறெ இருந்தா நீயே அதுக்கான வெலெ குடு. அதெவ்ளோ வருதோ அதெ நாங்க பங்குபோட்டுக்கறோம்' சித்லிங்கன் யோசனெ சொல்ல . . .

தன்னோடதா இருக்கற பொருளுக்குத் தானே வெலெ குடுத்துப் பணம் தர வேண்டிய அந்தத் தேவையில்லாத நியாத்துக்கு அளனுமா சிரிக்கினுமான்னு தாயம்மாவுக்குப் புரியல. 'இப்ப நியாவானுங்க பேசுற பேச்சுப்பா இது. அதெவ்ளோ வெலெயோ கட்றண்டா' ன்னா ரோசத்தோட. 'கம்மின்னாலும் பத்து பன்னென்டு ஆயிரம் ஆவும்மா. அவ்ளோ பணத்தெ நீ எங்கருந்து கொண்டாருவெ? பேசாமெ ஒக்காரு' நடுவாலவென் சொன்னப்பொ அவ நெஞ்சு திடுக்குன்னுச்சி. 'ஈரண்ணா குண்டாச்சாரியெ வரச் சொல்லுங்க. தலெவாசலெப் பொளந்து மூனு பாகமாப் பிரிச்சிக் குடுத்துங்க' நிதானமாத் தாயம்மாவோட வாயி சொல்லிச்சி. சித்லிங்கன் தான் ஒத்தெக் கண்ணாலியே மச்சினனுக்குச் சைகெ பண்ண அவென் குண்டாச்சாரி வூட்டுக்கு ஒரே ஓட்டம் பிடிச்சான்.

குண்டாச்சாரி வந்து நிபுணத்துவத்தோட தலெவாசலெப் பொளக்க ஆரம்பிச்சப்பொ, தாயம்மா தான் பசங்க தனக்குக் கொட்டிக்கிட்டிருக்கற சொகத்தெக் கண்டு பேய் அடிச்சவளெ மாதிரி ஒக்காந்துட்டா.

○ ○ ○

'எல்லாம் நீங்க நெனச்சாப்பிடியே தீர்மானம் ஆயிடிச் சில்லப்பா? தாயம்மாவோட கதெயெயும் தீர்மானம்

பண்ணிடுங்க. அவ சோத்துக்கும் சாத்துக்கும் பாத்துக்குட்டு வெத்தலெ பொவயிலக்கிக் காசு குடுத்துக்குட்டு வருசத்துக்கு ரண்டு பொடவெ வாங்கித்தரனும் புரிஞ்சுதா?' ஈரே கௌடரு பேசுன பேச்சுக்குப் புள்ளைங்க குடுக்கற பதிலு என்னாங் கறதெத் தெரிஞ்சுக்கறதுக்காகத் தாயம்மாவோட உசுரு மறுக்கா வீறிட்டுச்சி. 'ஒருத்தர் தலெமேல எதுக்குக் கௌட்ரே அத்தினி செலவெ அதிகமாப் போட்றீங்க? அது நியாயமா? நீங்களே சொல்லுங்க. அம்மா நால்நாலு மாசத்துக்கு ஒவ்வொருத்தர் வூட்டுத் தாவுல இருக்கட்டும். இல்லன்னா அதெவ்வளவு செலவா வுதோ கணக்குப்போட்டுப் பங்குபோட்டுக்கச் சொல்லுங்க.' மகாதேவியெயும் கவனத்தோடத் தான் கணக்குல கொண்டாந்து சிவ்லிங்கன் பேசத் தாயம்மா ஒக்காந்த தாவுலயே கல்லானா. 'எம்பொண்டாட்டிக்கும் அம்மாவுக்கும் சரிவரலப்பா. நீங்களே பாத்தீங்கல்ல. நால் மாசத்துக்கு அம்மாவுக்குச் சோத்துக்கும் சாத்துக்கும் ஆகுற செலவெ நான் குடுத்துர்றேன். நீயே பாத்துக் குடா' சித்லிங்கன் மொதல்லியே சொல்லிட்டான். 'அதெப்பிட்றா முடியும் சித்லிங்கா? நானும் பணங்குடுத்துர்றேன். ஒன்னோடயே அம்மாவெ வச்சுக்க' சிவ்லிங்கன் மறுக்காத் தம்பிக்குக் கொக்கி போட்டவனா 'பெரிய மருமவன்னு அம்மாவுக்கு ஓம் பொண்டாட்டிமேலெ கொஞ்சமோ நஞ்சமோ நம்பிக்கெயாவுது இருக்குது. எம்பொண்டாட்டியெக் கண்டா வெளெக் கெண்ணெப்பா'ன்னு சமாதானப்படுத்தத் தொடங்க...

'என்னா தாயம்மா?' ன்னு ஈரே கௌடரு தாயம்மா பக்கம் எரக்கப் பார்வெயெ உட்டாரு. தாயம்மா நெதானமாத் தலெ தூக்குனவளா 'தலெவாசலெ மாதிரி என்னெயும் வெட்டிப் பாகம் பண்ணிக்க முடியிலியாமா கேளுங்க ஈரண்ணா?' நிதானமாப் பேசுனா. 'என்னெ யாரும் காப்பாத்த வேண்டிய தில்ல ஈரண்ணா. கடவுளு எனக்கு இன்னும் வலுவெக் குடுத்திருக்கறான். என் சோத்துக்கும் சாத்துக்கும் என்னால சம்பாதிச்சிக்க முடியும். கெட்டுப் போயி வந்த காலத்துல அவுங்களுக்கே நான் சோறு போடுவேன். அந்த வலுவு எனக் கிருக்குதுப்பா. நான் யாரு பாகத்துக்கும் போகல, பரெம்பரெப் பாகம் அதென்னா வருதோ அதெ எனக்குக் குடுத்துரச் சொல்லுங்க. என் சொத்து எனக்காவும்' பேசிக்கிட்டிருந்த தாயம்மாவோட பேச்செச் சித்லிங்கன் 'பரெம்பரெப் பாகம் வுடறதுக்கு அதென்னா பாட்டென் சொத்தா? அதெப்புடி முடியும்?'ன்னு கத்தரிச்சான்.

'செவசெவா எப்புடியாப்பட்ட கலிகாலம் வந்துடுச்சிப்பா ஏளுமலே மாதேஸ்வரா. நான் சம்பாதிச்ச சொத்துமேலெ எனக்கே உரிமையில்ல. மளெ பெய்யாமெ நீ ஆட்டங்காட்டறது நியாந்தாப்பா' தாயம்மாவோட மனசு தத்துவஞானியா ஆவத் தொடங்கிச்சி. அவ வேதனெயெ ரவ்வூண்டாவுது புரிஞ்சிக்கக்

கூடியவராயிருந்த ஈரே கௌடரு 'தாயம்மா'ன்னாரு. 'ஆகட்டுங்க கௌட்ரே. சோத்துக்கு நான் யாரு கையெயும் எதிர் பாத்து ஒக்காந்திருக்கல. செவன் இருக்கறான். பாகம் பிரிக்கிற பஞ்சாயத்து இதோட முடிஞ்சுதுன்னு நெனச்சுக்குங்கப்பா' தாயம்மா ஒக்காந்த தாவுலயே கையெடுத்துக் கும்புட்டுச் சொன்னா.

○ ○ ○

அன்னக்கி ராத்திரி வூட்டுத் திண்ணெயிலெ வெறும் வவுத்துல படுத்திருந்த தாயம்மா வெடியிறப்பவே வாத்தியாரு சங்கரப்பா வூட்டுக்குக் கௌம்பியிருந்தா. அவ மொவத்தெப் பாத்துச் சங்கரப்பாவோட மொவம் தொங்கிப்போவ, தாயம்மா சிரிச்சிட்டு, 'ஐயா, இதெல்லாம் மனுசனாப் பொறந்தப்பறம், புள்ளெ குட்டிப் பெத்தப்பறம் இருந்தே இருக்கும்பா. என்னு தென்ன புதுசா?'ன்னு தானே சமாதானப்படுத்தி, 'நான் ஏன் இங்கெ வந்தேன்னா மொதலாளிகிட்டெ ஜாமீன் குடுத்து ஒரு எருமெ வாங்கி, பொடக்காளியிலெ ஒரு குடிசெ போட்டுக் கறதுக்கு ஒரஞ்சாயிரம் கடென் வாங்கிக் குடுன்னு கேட்டுக் கறதுக்குப்பா. இந்த என் பாளாப்போன மூஞ்சியெப் பாத்தாக் குடுக்கறதாத் தெரியல. இதொரு ஒதவி செய்யி என்னப்பா' கையெடுத்துக் கும்புட்டுப் பேசிக்கிட்டிருக்க . . .

சங்கரப்பாவுக்குக் கண்ணுல தண்ணிவந்துச்சி. அதே எரக்கத்தோடு, குடிசெ போட்டுக்கறவரைக்கும் தான் வூட்டுத் திண்ணெமேலருக்கற அறையிலெ வந்திருக்க யோசனெ சொன்னப்பொ, 'வேண்டாம் சங்கரப்பா. நான் எதுக்குப்பா கண்டவிங்க வூட்டுல வந்து வுளனும்?'ன்னு நைச்சியமா வேண்டான்னுட்டா.

'கண்டவிங்க வூடுன்னு ஏன் நெனச்சிக்கனும். என்னியும் ஒன் மவென்னு நெனச்சிக்க சங்கரப்பா' சமாதானப்படுத்தறதுக்குச் சொல்ல . . .

தாயம்மாவோட கண்ணுக்கும் நெனப்புக்கும் மொத்த ஒலகமே கிருகிருன்னு சுத்தத் தொடங்குன மாதிரித் தோனி சரிஞ்சிக்கிட்டிருந்த காலெ ஊன முடியாமெ திண்ணெமேலெ ஒக்காற . . .

'அந்தப் பேச்செ வுடு என் அப்பா'ன்னு கன்னத்தெக் கையிலெ தாங்கிக் கலவரத்தோடச் சொல்ல . . .

1992

குறிப்பு

* பெங்களூர், மைசூர்ப் பகுதிகளைச் சுற்றிலும் ராகிக் களி ஜாதிப் பாகுபாடின்றிப் பொது உணவு. எனவே, இப் பகுதியில் உணவு சார்ந்த சொலவடைகள் களியை மையமாகக்

கொண்டிருக்கும். ஆனால், தமிழகத்தில் உணவு சார்ந்த சொலவடைகள் சோற்றை மையமாகக் கொண்டிருக்கும். எனவே, தமிழில் சரளமான வாசிப்புக்காக, மூலத்தில் 'களி' என வருவதை மொழிபெயர்ப்பில் 'சோறு' என்றெடுத்தாண்டுள்ளேன்.

○ ○ ○ ○ ○

நான்காம் தண்ணீர்

ஹெச். நாகவேணி

சித்துர்லி ராமனின் வெள்ளைச்சேவல் ஏற்கனவே நான்குமுறை கூவி ஐந்தாம்முறை கூவக் கொண்டையை நிமிர்த்தித் தயாராவதற்குள் பக்கத்து வீட்டுச் சீனாச் சாரியின் மனைவி ருக்குமிக்கு விழிப்பு வந்திருந்தது.

கட்டுச்சேவலின் கூவலால் என்றைக்கும்போல இன்றும்கூட அவளுக்கு விழிப்பு வந்ததென்னவோ உண்மை. ஆனால் அவளுக்கு அதன் கூவல்மேலிருந்த மலையளவு நம்பிக்கை கடந்த தைமாதப் பௌர்ணமியின் நடு இரவிலேயே காணாமல்போயிருந்தது. இப்போது அதன்மேல் சுண்டுவிரல் முனையளவுகூட நம்பிக்கை மீந்திருக்கவில்லை.

வெள்ளைச்சேவலை ருக்குமாசாரிச்சி இன்று நேற்றுப் பார்க்கிறவளல்ல. முந்தாநாள்வரை அவர்கள் இருவருக்கும் இடையே வளர்ந்துவந்துகொண்டிருந்த உறவும் நம்பிக்கையும் மிகவும் பழையவை. சித்துர்லி ராமனின் முற்றத்தில், ருக்குமியின் வசவுகளைக் கேட்ட படியே, அவள் கண்ணெதிரிலேயே வளர்ந்தது இந்த வெள்ளைச்சேவல்.

தலைக்குமேல் வசீகரிக்கும் ஒரு கொண்டை எழுந்து, தொண்டையில் கர்வம் மிக்க குரலைச் சேர்த்துக் கொண்டு இறக்கைக்கு அடியில் பதினாறு மணங்கு இளமையை நிரப்பிக்கொண்டு தான் வயதுக்கு வந்ததைத் தெரிந்துகொண்ட உடனே, அது வானில் வெள்ளி முளைப்பதைக் கறாராக ருக்குமிக்குக் கூவிச் சொல்லத் தொடங்கியிருந்தது. வெள்ளி முளைக்கும்போதே எழுந்து, வழக்கம்போலத் தன்னை அரிசி ஆட்டத் தொடக்கிவைக்கும் வெள்ளைச்சேவல்மேல் ருக்குமிக்குக் கடலளவு பாசம், நம்பிக்கை.

ஆனால் கடந்த தைமாதப் பௌர்ணமியன்று நடு இரவில் வெள்ளைச்சேவல் செய்ததென்ன? அது எதைப் பார்த்து பயந்து சிலிர்த்ததோ அல்லது பௌர்ணமி வெளிச்சத்தைக் கண்டு ருக்குமியிடம் சேட்டை பண்ணலாம் என நினைத்ததோ என்னவோ? நடு இரவிலேயே எழுந்து கூவி... கூவி... ருக்குமியை எழுப்பி மாவரைக்க வைத்திருந்தது. இன்னும் வெள்ளி முளைக்கவில்லை என்னும் உண்மைச் சங்கதி ருக்குமிக்கு எவ்வளவோ நேரத்திற்குப் பிறகுதான் புரிந்தது. ருக்குமியின் வசவுத் தேன்கூட்டைத் தடியால் அடித்திருந்தது கட்டுச்சேவல். அந்த நடு இரவிலேயே சுற்றிலும் படரும் மௌனத்தில் அது ருக்குமியின் வசவுகளைக் கேட்டுக் கொண்டிருந்தது. ஆனாலும் சும்மா இருக்காமல் மேலும் இரண்டுமுறை கூவி, அவள் நெற்றிக்கு ஏறியிருந்த பித்தத்தை இன்னும் சற்று மேலே ஏறவைத்தது.

மறுநாள் ருக்குமி அதன் நம்பிக்கைத் துரோகத்தைப் பற்றிச் சித்துர்லி ராமனிடம் சொல்லி, அப்படிப்பட்ட நடு இரவில் தான் எழுந்து தூக்கம் கெட்டு மாவரைத்ததால் ஒருபக்கத் தலை இன்னமும் வெடித்துக்கொண்டிருக்கிறது எனப் புகார் மாலை ஒப்பித்துச் சச்சரவு செய்திருந்தாள். சித்துர்லி ராமனிடமிருந்து வெள்ளைச்சேவல் மீண்டும் எட்டு மணங்கு வசவுகளைக் கேட்கவைத்தாள்.

இப்போது சமயலறையின் குறுக்காகப் போட்ட மூங்கில் ஏணியின் அடிப்பகுதியில் ஓலைப்பாயின் மேல் படுத்திருக்கும் ருக்குமிக்கு எழுவதா வேண்டாமா அந்தக் கண்டாரோளி சேவலின் மதமேறிய கூவலை நம்புவதா வேண்டாமா என்னும் துவந்தம் ஆரம்பமாகியிருந்தது. அப்படியே யோசித்துக்கொண்டிருந்தவள், ஆனது ஆகட்டும் என்னும் திடமான தீர்மானத்துக்கு வந்து பாயிலிருந்து எழுவதற்குள் வெள்ளைச்சேவல் மீண்டும் ஒருமுறை கூவியது. வெள்ளைச்சேவலின் அந்தக் கூவல் கேட்டபோதே, ருக்குமி அதற்கு ‘சகஸ்ரநாமம்’ தொடங்கியிருந்தாள்.

‘இந்தக் கண்டாரோளி சேவலுக்கு நிலா வெளிச்சத்தால போதையேறிப் பைத்தியம் பிடிச்சி, தலைக்கேறிப்போயிருக்கிறது ஒரு புது வியாதி. திரும்பத் திரும்பச் சேவக்கட்டுல நாலு தடவை ஜெயிச்சி, வீட்டில பல தடவை மசாலா அரைக்க வச்ச அகங்காரம் தலைக்கேறியிருக்குது இந்த ஊர்மேயிற சேவலுக்கு’ எனத் திட்டிக்கொண்டே கண்ணின் பீழையைத் தேய்த்தபடி சமையலறைப் படியிறங்கி நடு வாசலுக்கு வந்து ஆகாயத்தைப் பார்த்தாள். உண்மையாகவே வெள்ளி முளைத்திருந்தது.

ருக்குமி நடுவாசலிலிருந்து சமையலறை மேடைக்குப் போய்ச் சிம்னிக்காகத் தடுமாறியபோது, வெள்ளைச்சேவல் மீண்டும் ஒருமுறை கூவியது. அந்தக் கூவலால் கோபம் கால் கட்டைவிரலிலிருந்து நெற்றிக்கேறியது ருக்குமிக்கு மட்டுமல்ல, திண்ணையில் முந்தின நாள் முழுவதும் அழுது கோவைப்பழமாகக் கண் சிவந்து படுத்திருந்த கின்னிக்குங்கூட. வெள்ளைச்சேவலைத் தரதரவெனக் கூட்டிலிருந்து இழுத்து நிலத்தில் தேய்க்க வேண்டும்போலக் கோபம் பொங்கியது அவளுக்கு.

ருக்குமியின் மருமகள் கின்னிக்கு இரவு முழுக்க 'சிவா' என்று சொல்லுமளவுக்குங்கூடத் தூக்கமில்லை. கூடவே காதில் புருபுரு என்னும் வலிகூட. விடியற்காலையில் தூக்கக் கலக்கம் அவளை அரவணைத்தபோது, கட்டுச்சேவல் கூவி எழவைத்திருந்தது. கபகபவென எரியும் கண்களைத் திறக்க முடியாமல், மீண்டும் உடனடியாக மூடி முகத்திற்கு முந்தானையை இழுத்துக்கொண்ட கின்னிக்குக் கணவனின் நேற்றைய கோலமும் கடுமையான பேச்சும் நினைவுக்கு வந்து, இதயத்தின் ஆழத்தில் நிறைந்திருந்த வலி மீண்டும் ஒருமுறை மேலெழுந்துவந்து கண்களுக்குப் பரவிப் பொல பொலவெனக் கண்ணீர் வழியச்செய்தது. போர்த்தியிருந்த போர்வையிலேயே மூக்கில் வழிந்துகொண்டிருந்த நீர், சளி அதோடு கண்ணீரையும் துடைத்து ஆசுவாசமடைந்தாள்.

ருக்குமி வெள்ளைச்சேவலின் பைத்தியக்காரப் புத்தியைப் பற்றி முணுமுணுத்தபடி, சிம்னி விளக்கைப் பற்றவைத்து, ஆட்டுக்கல்லின் இடப் பக்கத்திலிருந்து வெண்கலப் பாத்திரத்தை இழுத்து, அதிலிருந்த அரிசியைக் கழுவிக் கொஞ்சம் கொஞ்சமாக ஆட்டுக்கல்லில் போட்டு, குழவியைப் பிடிப்பதற்குள் அவளுக்குக் கின்னியின் நினைவு வந்தது.

இடது கையால் குழவியைத் திருப்பிக்கொண்டு வலது கையால் மாவைத் தள்ளியபடி, நேற்று விடியற்காலையில் நடந்த மகன் – மருமகள் ரகளையை அசைபோடத் தொடங்கினாள். இந்தக் கணம் ருக்குமி 'ரொய்ங் ரொய்ங்' என்று வெட்டவெளிக் காற்று வீசிக்கொண்டு வருவதைப் போலக் கோபம் பொங்கி வந்தது மகன் மேல்தானே ஒழிய மருமகள் கின்னியின் மீதல்ல. நேற்றிலிருந்து, இன்று வெள்ளைச்சேவல் கூவுகிறவரைக்கும் ருக்குமிக்குத் தவறெல்லாம் கின்னியுடையதுதான் என்னும் அபிப்ராயம் இருந்தது.

'இவள் என்னன்னு . . . நாலாம் தண்ணி விட்டுக்கிட்டவ அவன் பட்டறைக்குள்ள நுழைஞ்சா? அவன் கண்ணு மண்ணு தெரியாம அறைஞ்சது மட்டுமல்ல . . . காலைப் பிடிச்சி

நிலத்துல அடிச்சித் தலையைப் பொளந்து வாசல்ல தோரணம் கட்டியிருந்தாலும் ... அது தப்பில்ல.' இப்படி ருக்குமி, நேற்றுப் பொழுதிறங்கும் நேரம் சித்துர்லி ராமனின் மனைவி சரசுவிடம் சொல்லிக்கொண்டிருந்தாள்.

திருமணமான நாளிலிருந்து முதல்முறையாக நேற்று மகன் கண்மண் தெரியாமல் மனைவியை அடித்தது ருக்குமிக்கு ஒரு குடுவை நுரைத்த கள் குடித்த திருப்தியையும் சந்தோசத்தையும் தந்திருந்தாலும், மருமகளின் கண்ணிலிருந்து தாரைதாரையாகக் கண்ணீர் சொரிந்துகொண்டிருந்ததைக் கண்டு மனம் ஒரு கணம் சுருக்கென்னாமலும் இருக்கவில்லை. இப்படிப்பட்ட சின்னச் சின்னச் சண்டைகள் அவர்கள் இருவருக்கும் இடையில் அவ்வப்பொழுது நடந்துகொண் டிருந்தால்தான் நல்லது என ஒரு கணம் ருக்குமிக்குத் தோன்றினாலும், மற்றொரு கணம் அப்பொழுதே பஞ் சாயத்துப் பண்ணிச் சமரசம் செய்துவைக்க வேண்டும் என்றும் தோன்றியது.

'ஏண்டா அவள அடிச்சிச் சாகடிச்சிப் பொளந்து தோரணம் கட்டப்போறியா திங்கப்போறியா ... எப்படி?' என்று மருமகளை அடித்துக்கொண்டிருந்த மகனின் பட்டறைப் பக்கம் பார்த்து ஆர்ப்பரித்திருந்தாள். ஆனால் அத்தையின் இந்தச் 'சிபாரிசு' வார்த்தைகளைக் கேட்டுக் கின்னி சும்மாயிருக்க வேண்டுமே?

அழுதுகொண்டிருந்த கின்னி உடனடியாகக் கண்ணைத் துடைத்தபடி, 'நீங்க கொஞ்சம் சும்மாயிருக்கீங்களா மாமி, உங்களை யாரு கூப்டாங்க பஞ்சாயத்துக்கு ... ? என்ன இருந்தாலும் நாங்க ரண்டு பேரும் பாத்துக்கறம்' எனச் சட்டென்று சொல்லிவிட்டிருந்தாள். ருக்குமிக்குக் கண்ணில் சீரகமும் மிளகும் தூவியதைப் போலிருந்தது.

மருமகளின் பேச்சால் கோபமும் பொறுமையின்மையும் உருண்டை உருண்டையாகத் தொப்புள் மூலத்திலிருந்து நெற்றிக்கேறின. 'இந்தத் தட்டுவாணி, சோக்குக்காரிக்கு அகங்காரம் கொஞ்சம் அதிகந்தான் ..., அவன் இவளை அடிச்சது போதாது ... ஏழு அடி பெரிய குழி தோண்டி உயிரோடு புதைக்கணும்' என மனசுக்குள்ளேயே முணு முணுத்தபடி கோபத்தை எப்படியோ கஷ்டப்பட்டு விழுங்கிக் கொண்டு நேற்று இரவு முழுவதையும் கழித்திருந்தாள்.

இப்போது ருக்குமியின் மனம் நேற்றைய மகன் – மருமகள் ரகளையைச் சுற்றித் திரிந்தபடி ... சண்டைக்கு முதல் நாள்வரைக்கும் அந்தக் கணவன் மனைவிக்கு இடையேயிருந்த விசித்திரமான அன்பைச் சூட்சுமமாக விடுவிக்கத் தொடங்கி,

ஆழ்ந்த சிந்தனையைத் தொடங்கி ... ருக்குமிக்குச் செய்தி ஒப்புவித்தது. நேற்றைய ரகளையில் மகனுடையதுதான் முதன்மைத் தவறு என்னும் தீர்மானத்துக்கு அவள் வந்து விட்டிருந்தாள்.

'இவன் பொண்டாட்டி தாசன் ... அவ முந்தானையைப் புடுச்சித் தொங்குறவன் ... இந்தச் சீமையிலயே வேற யாருக்கும் அவளைப் போலப் பொண்டாட்டி இல்ல ... ரொம்ப அழகிங்கற மாதிரி தலயில தூக்கிவச்சிக் கொண்டாடுனதுக்கு, அவ செஞ்சது நூத்துக்கு நூறு சரிதான். கால்ல போடறதக் கால்ல போட்டா அழகு; அதைத் தலயில தூக்கிவச்சிக்கிட்டா நல்லாவா இருக்கும்? இவனோட பொண்டாட்டி தலயில ஏறி மூத்திரம் பேஞ்சாலும் அது மூத்திரமல்ல, நாராயண னோட தீர்த்தம்னு சொல்றவன் ... இந்தச் சண்டாளப் பய' என்று ருக்குமி மகனையே திட்டிக்கொண்டு அதில் மருமகளின் தவறொன்றுமில்லை என்னும் தீர்மானத்துக்கு வந்தபோது, அரைத்துக்கொண்டிருந்த மாவு நயமாகியிருந்தது.

'கல்யாணமான புதுசுல இந்த மாதிரியான கொண்டாட்ட மெல்லாம் ரொம்பப் பரிமளிக்கும். நாலு நாள் கழிஞ்சா நாறிடும். இன்னக்கித் தலயில ஒக்காந்தவ, நாளக்கிக் கீழே இறங்கியே ஆகணுமில்ல ... எத்தனை நாளக்கித்தான் தலயில தூக்கிவச்சிக்குவான் ...? இவன் கில்லாடி.'

மனைவியைச் சந்தோசப்படுத்திக் கொஞ்சி, அவள் செய்ததையெல்லாம் ஜீரணித்துக்கொண்டு சரி என்று இடம் கொடுத்து மகன் தன் தலையில் தூக்கிவைத்துக்கொள்வதை ருக்குமி கண்டபோதெல்லாம் பொறுமையற்றுக் கோபத்தோடு கூவிக்கொண்டிருந்தாள்.

மகன் சிவப்பா, தாயின் கூவலுக்கும் அலட்டல்களுக்கும் காலணா மதிப்புப் கொடுத்தவனல்ல. அவன் கின்னியை மேலும் அதிகமாகக் கொஞ்சிப் பிரியம் காட்டிக்கொண் டிருந்தான். அப்போதெல்லாம் ருக்குமி ஏதும் செய்ய முடியாமல் பிதற்றியபடி, சொறிபிடித்த நாயைப் போல உடம்பைக் கீறிக்கொண்டு அழுகின்ற நிலையை அடைந்து, சமையலறை ஏணியின் கீழ் உட்கார்ந்து பொலபொலவென அழுதுவிடுவாள். சிலசமயம் அழுவதற்கும் திராணி இல்லாமல் பைத்தியம் பிடித்தவளைப் போலக் கத்திக்கொண்டிருப்பாள்.

மகன் தன் கைப்பிடியிலிருந்து நழுவி மனைவியின் முந்தானையைச் சேர்ந்துவிட்டான் என்னும் உணர்வு அவளைத் தீர்க்கமாகப் பீடித்தவுடனே, 'இவன் திருட்டுத் தேவடியாப் பையன். பொண்டாட்டி முந்தானைக்குள்ள பூந்துகிட்டு, பெத்த தாயோட பேச்சைக் காதுலயே போட்டுக்

காம குண்டியில தடவிக்கிறது நல்லதுக்கில்ல. அவன் பாதியிலயே மண்ணு திங்கப்போறான்' என்று சாபம் நிறைந்த வசவுகளைக் கொட்டி நாலு ஊர்ச் சனத்தைக் கூட்டுவதற்குள் கின்னி அத்தையைச் சமாதானப்படுத்தப் புறப்பட்டுக்கொண்டிருந்தாள். கின்னி தன் வாயில் சிக்கித் தத்தளித்த பிறகே ருக்குமிக்குத் திருப்தி.

'நீ வேற! சும்மாயிருடி, மோகினிப் பிசாசே. எம் மகனை முழுங்கித் தண்ணி குடிக்க வந்தவ. சென்னாச்சாரி குடும்பத்துப் பொண்ணுங்களே இப்படித்தானாம். பாக்கறதுக்கு நாடகத்துல வர்ற பொம்பள வேசத்தைப் போல அழகென்னா, ஓய்யாரமென்னா. அவளுங்க பேச்சோ வாழை இலையில நெய் தடவுன மாதிரி, நயமென்னா நாசூக்கென்னா . . .? புருசனை வசியம் பண்ணி முந்தானை மொனயில முடிஞ்சி வெச்சுக்க வேறென்னா வேணும்?'

கின்னியின் அப்பனோட சந்ததியைத் துவைத்துப் பிழிந்து அவள் கண்ணில் நீரை வரவழைத்த பிறகே ருக்குமி தன்னுடைய அழுகையையும் வசவுகளையும் நிறுத்திப் பழையபடியானாள்.

இரண்டு உரல் மாவு அரைக்கிற வரைக்கும் நேற்றைய ரகளையில் முக்கால் பாகம் தவறு மகனுடையதே என்னும் தீர்மானத்துக்கு ருக்குமி வந்திருந்தாள். ஆனால் அடுத்த உரல் உளுந்து அரைத்துக்கொண்டிருந்தபோது, அவள் மனம் நேற்றைய ரகளையை மற்றொரு கோணத்தில் பார்க்கத் தொடங்கியது. கல்லிலிருந்த உளுந்து நயமாகிக்கொண்டிருக்க மகன் மேலிருந்த கோபமும் பதமாகக் கரையத் தொடங்கி, நேற்றைய ரகளையில் மருமகளின் பங்கும் குறைந்ததல்ல; இருவருடையதும் சமபங்கு தவறிருந்தது என்னும் தீர்மானமே அவளிடம் பலமாக வேரூன்றியது.

தன் தீர்மானத்தையோ எண்ணத்தையோ எந்த மனுசனாயும் கேட்காது என்பது ருக்குமிக்குத் தெரிந்திருந்தாலும், ஆட்டுக்கல்லின் முன்னால் உட்கார்ந்தபோதெல்லாம் அவளிடம் இப்படிப்பட்ட தீர்மானங்களும் எண்ணங்களும் அபிப்ராயங்களும் வேண்டாமென்றாலும், நான் முந்தி நீ முந்தி எனத் தோன்றிக்கொண்டிருந்தன. சேவல்கட்டுக் குத்தகைக்காரச் சங்கப்ப செட்டிக்கு வயல் வரப்பில் நாற்று நடும் பெண்களுக்கு முன்னால் உட்கார்ந்தபோதெல்லாம், வேண்டாமென்றாலும் ஏதேதோ ஆசையும் கனவும் நமைச்சலும் எழும்பி வருவதுபோல ருக்குமிக்கு ஆட்டுக்கல் முன்னால் உட்கார்ந்தவுடன் இப்படிப்பட்டதொரு தொல்லை.

'நாலாம் தண்ணி ஊத்திக்கிட்ட ஒடனே இந்தப் பரதேசி, அதென்னவோ பரமமோசத்தினால அவனோட பட்டறைக்

குள்ள போயிட்டா; அஞ்சாம் தண்ணிவரைக்கும் காத்திருந் திருக்கணும் அவ. அவளுக்குச் சின்ன வயசு, விளையாட்டுப் புத்தி. அதுக்கு இவன் கண்ணு மண்ணு தெரியாம அடிக்கிறதா? யார் தப்பு செய்யல? மடி, சுத்தம் வேணுங்கற அந்தச் சாமி தப்பு செஞ்சதில்லியா? பிரம்ம தேவர் செஞ்சதென்னா? மகளையே கல்யாணம் பண்ணிக்கலியா? சிவபெருமான் செஞ்சதென்னா? மகன் தலைய வெட்டலியா? கடவுள் என்ன செஞ்சாலும் சரி. மனுசங்க எதாவது முன்ன பின்ன செஞ்சா தப்புன்னு சொல்றது எந்தளவு சரி?'

ருக்குமி இப்போது கடவுளர்களின் ஓரவஞ்சனையைத் தூக்கிப் பிடித்துப் பிரம்மன், சிவபெருமான் போன்றவர்களின் குணம், நடத்தைகளைப் பழித்துத் திட்டித் தீர்ப்பதற்குள் கல்லிலிருந்த உளுந்து மேலும் நயமாகியிருந்தது. கல்லிலிருந்து மாவை எடுத்துப் பாத்திரத்தில் வழித்தபோது, ருக்குமிக்கு மருமகளின் அழும் முகம் திடுக்கெனக் கண்முன் வந்து வயிற்றைப் பிசைந்தது.

இரவு முழுக்கக் கின்னி துக்கப்பட்டு அழுதுகொண் டிருந்தது ருக்குமியின் கவனத்துக்கு வந்தது. 'பொண்ணு, நேத்துக் காலையிலருந்து சோறு தண்ணி இல்லாம ராத்திரி முழுக்க அழுதுட்டிருந்தா. அதோட மூஞ்சி எப்படி இருந் திருக்கும்?' என யோசித்தபடியிருந்த அவள் மனத்தின் மூலையிலிருந்து ஊசிமுனையளவு குரூர ஆசை விழிப்படைந்து கின்னியின் வீங்கிய முகத்தை ஒருமுறை பார்க்கும் இச்சையை வெளிப்படுத்தியது. ஆசை கணத்துக்குக் கணம் அதிகரித்துக் கொண்டே போனது.

ஆசையை அடக்க முடியாமல், ஆட்டுக்கல்லைக் கழுவிக் கொண்டிருந்த ருக்குமி தொண்டைக் கபத்தைக் காறி உமிழ்ந்து கின்னியைக் கூப்பிட்டாள். ருக்குமி கூப்பிட்டதால் திடுக்கிட்டவள் கண்ணீர் சொரிந்தபடி அதைப் போர்வையில் ஒற்றிக்கொண்டிருந்த கின்னி மட்டுமல்ல அறையில் ஆளுயர குதிர்க்கட்டிலின்[1] மேல் படுத்திருந்த சிவப்பாசாரிக்கும் விழிப்பு வந்தது. கின்னியைப் போலவே அவனுக்கும் இரவு முழுக்கத் தூக்கமில்லை. கின்னியின் மேல் முதல் தடவையாகக் கருணையற்றுக் கை ஓங்கியிருந்ததைப் பற்றி அவனுக்குத் துக்கமிருந்தது; வலியிருந்தது. கின்னியைவிட அதிகமான துக்கம் அவனுக்கிருந்தது.

நேற்று மாலை சூரியன் கடலில் இறங்கிக்கொண்டிருந்த நேரம். குதிர்க்கட்டிலின் மேல் உட்கார்ந்து விக்கி விக்கி அழுதுகொண்டிருந்த கின்னிக்கு எதிரே நின்று வகை வகையாக மன்னிப்புக் கேட்டவாறும் சமாதானப்படுத்திய

படியும் தன் தவறுக்காகப் பரிதவித்துக்கொண்டு ... அவள் கையைப் பிடிப்பதற்குள் அவள் திமிறிக்கொண்டு அழுதவாறே புழக்கடைக்கு ஓடினாள். அப்படிப் புழக்கடைக்கு ஓடித் துணி துவைக்கும் கல்லின் மேல் உட்கார்ந்த கின்னி திண்ணையில் ஏறியது இரவில்தான்.

திண்ணைக்குப் போன கின்னி அறைக்குள் நுழைந்து அங்கேயே அந்தரத்தில் தொங்கவிட்டிருந்த பாய் ஒன்றை எடுத்துக்கொண்டு திண்ணைக்கு வருவதற்குள், சிவப்பா மீண்டும் அவளைத் தடுத்துச் சமாதானப்படுத்த முயன்றான். கோபத்தில் குதித்தபடி கொஞ்சங்கூடக் கரையாமல் திமிறிக்கொண்டு வெளியே வந்தாள் கின்னி. ஆனாலும் மனைவியைச் சமாதானப்படுத்தி, மனம் ஒப்பவைத்து மன்னிப்புக் கேட்கும் முயற்சியைச் சிவப்பா கைவிடவில்லை.

அம்மா சமயலறை லாந்தரை அணைத்துவிட்டுப் படுத்த உடனே சிவப்பா திண்ணைக்கு வந்து அங்கேயே பாய் விரித்துப் படுத்தான். கின்னி கொஞ்சங்கூட இளகவில்லை; விசும்பலை மீண்டும் தொடர்ந்தாள். தனது எந்த முயற்சிக்கும் அவள் 'உம்' கொட்டாமல், முகத்தைப் பழையபடி வைத்துக் கொண்டு படுத்தபோது, சிவப்பா அவள் முழங்கால்மேல் தலைவைத்து அங்கேயே படுத்துக்கொள்ள முயன்றான். கின்னி கோபத்தால் கனன்றுகொண்டிருந்தாள்.

'இங்கிருந்து ... நல்லவிதமாப் போறீங்களா இல்ல ...? எம் பேச்சுக்கு ஏதாவது வந்தா நல்லாருக்காது சாமி மேல ஆணை' எனச் சீறி, ஆர்ப்பரித்து மிரட்டியபோது, சிவப்பா திடுக்கென்று எழுந்து, அம்மாவின் வாயில் சிக்குவதற்கு முன்பாகவே இடத்தைக் காலிசெய்திருந்தான்.

சிவப்பா தன் பாயை எடுத்துக்கொண்டு அறைக்கு ஓடிக் குதிர்க்கட்டிலில் படுத்துத் தன் தவறுக்காகக் கண்ணீர் சொரிந்தான்; இரவு முழுக்கக் கண்ணிமைக்காமல் புரண்டுகொண்டிருந்தான்.

இரவில் கின்னி எழுந்துவந்து அறையிலிருந்து தன் படுக்கையை எடுத்துக்கொண்டு போவதைப் புளுக் புளுக்கென்று கண் திறந்து உற்றுப் பார்த்துக்கொண்டிருந்தான் சிவப்பா. அவளது உப்பியிருந்த கண்களைப் பார்த்தவுடனே அவனுக்கு உடல் முழுவதையும் பிழிந்ததைப் போன்ற வலி! குதிர்க்கட்டிலில் பலமுறை எழுந்து உட்கார்ந்து திண்ணையில் சுருண்டு படுத்து 'சர் சர்' என அவ்வப்போது சளியை வழித்தெடுத்துப் பாயின் ஓரத்தில் துடைத்துக் கொண்டிருந்த கின்னியைத் திரும்பத் திரும்ப உற்றுப் பார்த்துக்கொண்டிருந்தான்.

சிவப்பா, இப்பொழுது விடியற்காலையில் தாயின் ஆர்ப்பாட்டத்தால் எழுந்து, திண்ணையில் பாயின் மேல் மண்டியிட்டு உட்கார்ந்து எதையோ யோசித்தபடியிருந்த கின்னியையே பார்த்துக்கொண்டிருந்தான். எழுந்து உட்கார்ந் திருந்த கின்னி சாவதானமாக உடம்பை முறித்து எழுந்து நின்றபோது, மாமியார் மீண்டும் ஒருமுறை கூப்பிட்டிருந்தாள். இந்தமுறை ருக்குமி கூப்பிட்டதற்குக் கின்னி உண்மையாலுமே பயந்தாள். நேற்று விடியற்காலை கணவனின் கையால் அடி விழுந்த கணத்திலிருந்து, மாமியாரின் முகத்தை நேராகப் பார்க்க அவளுக்கும் பயம்; ஒருவிதமான வெட்கங்கூட. அது மாமியாருக்கு வாயைக் கிளறும் வாய்ப்பு என அவளுக்குத் தெரியும். அது சிவப்பாவுக்கும் தெரியும். அவனும் அம்மாவின் பார்வையிலிருந்தும் வாயிலிருந்தும் தப்பித்துக்கொண்டே நேற்று முழுவதும் நடமாடியிருந்தான்.

நேற்று மாமியார் புழக்கடைக்கு வந்தபோது, கின்னி முற்றத்துக்குத் தாவினாள்; மாமியார் முற்றத்துக்கு வந்தபோது, தான் நேராகக் கொட்டகைக்குள் புகுந்து காடி மீதேறி உட்கார்ந்துகொண்டாள். மருமகளின் முகத்தை ஒருமுறை நிமிர்ந்து பார்க்க வேண்டும் என்னும் ஆசையைக் கின்னி நிறைவேற்றாமல் புழக்கடையிலிருந்து முற்றம், முற்றத்திலிருந்து கொட்டகைக்குத் திரிந்துகொண்டிருந்ததால், ஆத்திரமடைந்த ருக்குமி கோபத்தால் நேரடியாகவே திட்டத் தொடங்கினாள்.

'வேலையைச் செய்யறது யாரு? யாரோட அப்பன் இருக்கறான் உள் வேல, வெளி வேலன்னு எல்லா வேலையும் செய்யறதுக்கு? எனக்கு ஒருத்திக்குத்தானா இந்த வீடு? இப்படிப் பொழக்கடையிலருந்து முற்றத்துக்கு, முற்றத்துலருந்து கொட்டகைக்கு ஓடி வந்தா, கோயில்ல எளுந்தருளியிருக்கற பூதம்[2] வந்து செய்யுமா வேலயை?'

ருக்குமாசாரிச்சி கின்னிக்குக் கேட்கும்படி நேற்றுக் கத்தியிருந்தாலும் கின்னி அதையெல்லாம் பொருட்படுத்தவே இல்லை. வீட்டு வேலைகளைக் கண்டுகொள்ளவே இல்லை. அந்தப் பயமே இப்பொழுது மனம் நிறைய. மாமியார் கூப்பிட்டதற்குத் தடதடவென்று அடியெடுத்துவைத்து 'இதோ வந்துட்டேன் மாமி' என்றபடியே நடுவாசலிலிருந்து முற்றத்தில் இறங்கியிருந்தாள். கின்னி முற்றத்தின் இடது மூலையிலிருந்த குளியல் அறைக்கு வந்து தண்ணீருக்காக மண் பானையில் மரச் சொம்பைப் போட்டபோது. அதில் ஈரப்பசையே இல்லை. எரியும் கண்ணுக்குத் தண்ணீர் தடவலாம் என்றால் பானையில் தண்ணீர் இல்லை. அங்கேயே இருந்த மண் குடத்தைத் தூக்கிக்கொண்டு புழக்கடைக்கு வந்தபோது, அங்கே வந்திருந்தான் சிவப்பா.

இடது கண்ணின் பீழையை வழித்துக்கொண்டே, 'கின்னி இந்த ஒரு தடவ என்னை மன்னிச்சுடு' என்று மீண்டும் கெஞ்சத் தொடங்கினான். கின்னியோ அவன் பேச்சு தன் காதிலேயே விழாததுபோலக் கிணற்றின் ஆழ அகலத்தை அளந்தபடி, கணவன் மேலிருந்த மணங்கு கோபத்தைத் தண்ணீர் இழுக்கும் கயிற்றின் மேல் காட்டத் தொடங்கினாள். 'சரசர' என்று தண்ணீர் இறைத்துக் குடத்தில் கவிழ்த்துக் குளிர்ந்த நீரை முகத்தில் அறைந்துகொண்டு முந்தானையில் முகத்தைத் துடைத்துக்கொண்டபோது, இதமாயிருந்தது அவளுக்கு. கின்னியின் இந்த எல்லாத் திமிரையும் சிவப்பா கல்பூதம்போல நின்று திருதிருவென விழித்துப் பார்த்தான்.

'நீயல்ல, உன் அப்பன் சீனாச்சாரியும் என் கட்டை விரலுக்குச் சமமல்ல' என்னும் முகபாவனை சுமந்து, தட தடவென்று அவள் புழக்கடையிலிருந்து முற்றத்தில் கால் வைப்பதற்குள் ருக்குமி பொறுமையற்று மற்றொருமுறை வீறிட்டாள்.

'பொழுது விடிஞ்சு அவ்வளவு நேரமாச்சு. இன்னும் காலைப் பலகாரத்துக்கான அரிசி ரொட்டிக்கு அரைச்சாகல. நான் அப்பவே சாயந்தரத்துப் பலா இலைப் புட்டுக்கு அரிசியும் உளுந்தும் அரச்சாச்சு. ஒன்னுல்ல ரண்டுல்ல . . . மூணு உரலு. ரொட்டிக்கு என்னால அரைக்க முடியாது' என்று ருக்குமி சொல்லிக்கொண்டிருந்தபோதே, கின்னி சமையலறைக்குச் சென்றுவிட்டாள்.

அத்தையின் கையிலிருந்த ஆட்டுக்கல்லின் குழவி கின்னியின் கைக்குள் வந்து ரொட்டிக்கான அரிசி நயமாகிக்கொண்டிருந்தபோதே, கின்னியின் மனசு நேற்றைய ரகளையில் தன்னுடைய பங்கு எவ்வளவு, சிவப்பாவின் பங்கு எவ்வளவு எனக் கணக்குப் போடப் புறப்பட்டிருந்தது.

நேற்று விடியற்காலை, முற்றத்தின் குளியல் அறைக்குப் பக்கத்திலிருந்த பசலைப் பந்தலைப் போர்த்தியிருந்த இளம் வெயில் மேலே ஏறும் நேரம். அந்த நேரத்தில்தான், கின்னி தீட்டின் நான்காம் தண்ணீர் விட்டுக்கொள்ளக் குளியல் அறைக்குப் போயிருந்தாள். விடியற்காலையின் இளம் குளிருக்குச் சொம்பு சொம்பாக வெந்நீர் ஊற்றிக்கொண் டிருந்தபோதே, அப்பாவின் வீட்டில் அறுவடையின்போது நடக்கவிருக்கும் விஷ்ணுமூர்த்தி தெய்வத்தின் தனி அலங்காரம்[3] அவளுக்குச் சட்டென்று நினைவுக்கு வந்தது.

ஒவ்வொரு வருடமும் விஷ்ணுமூர்த்தி தெய்வத்தின் வெட்டவெளி அலங்காரம்[4] ஏற்பாடு செய்யும் கின்னியின் அப்பா சென்னாச்சாரி இந்தமுறை தனி அலங்காரம் ஏற்பாடு

செய்யவிருக்கிறார். கடந்த வருடம் வெட்டவெளி அலங்காரத்தில் பூதம் சென்னாச்சாரியை அழைத்து, ‘சென்னாச்சாரி, விஷ்ணுமூர்த்தி இன்னும் குளிரில் நடுங்கிக்கிட்டிருக்காரல்ல... அவரை நெருப்புக் குவியல்மேல ஏத்தி அதுல உருளவைத்து அவரோட குளிரைப் போக்கற மாதிரி தனி அலங்காரத்துக்கு ஏற்பாடு செய்யறது எப்ப?’ என்று கேட்டது. அன்றே சென்னாச்சாரி, எவ்வளவு செலவானாலும் பரவாயில்லை, விஷ்ணுமூர்த்தி தெய்வத்தை நெருப்புக் குவியலில் உருளவைக்கும் தனி அலங்காரத்துக்கு ஏற்பாடு செய்யத் தீர்மானித்திருந்தார்.

முந்தாநாள் மகள் வீட்டுக்கு வந்திருந்த சென்னாச்சாரி, இந்தமுறை ஏற்பாடுசெய்யவிருந்த தனி அலங்காரத்தைப் பற்றிப் பேசியவாறே, பத்து நாளைக்கு முன்னதாகவே வீட்டிற்கு வந்துவிட வேண்டுமென்று மகளுக்குக் கட்டாய ஆணையிட்டிருந்தார். ‘எல்லா வருஷமும்போல இந்த வருஷம் வெட்டவெளி அலங்காரமல்ல! தனி அலங்காரம்! அதைப் பார்க்கக் கிடைக்கிறது ரொம்பவும் அபூர்வம் என்கிறதால, நாலு ஊர்லயிருந்தும் சம்பந்திங்க, ஊர்க்காரங்க கண்டிப்பா வருவாங்க. எல்லாரையும் என் ஒருத்தனால சமாளிக்க முடியாது’ என்று மருமகன் சிவப்பாசாரியை முதுகைத் தட்டி எச்சரித்திருந்தார். அங்கேயே நின்று முகத்திற்குக் கைகொடுத்துச் சென்னாச்சாரியின் வாயையும் முகத்தையுமே பார்த்துக்கொண்டிருந்த ருக்குமியையும் அலங்காரத்துக்குத் தவறாமல் வர வேண்டும் என அழைத்து, பத்து நாளைக்கு முன்னதாக மருமகளை அனுப்பித்தர வேண்டும் என்று விண்ணப்பித்துக்கொண்டார்.

அவரெதிரில் எல்லாவற்றுக்கும் தலையாட்டியிருந்த ருக்குமி அவர் முதுகு தெரிந்தவுடனே, ‘பத்து நாளைக்கி முன்னாடி எதுக்கு? மகளை இப்பவே கூட்டிக்கிட்டுப் போகக் கூடாதா? அவளென்னா இங்க மலையையா பொளக்கறா? ஒரு குச்சியை எடுத்து அந்தாண்டை இந்தாண்டை போடறதில்ல... இவனோட மக அச்சு வெல்லம்’ என்று கின்னியின் வீட்டுவேலை வைபவத்தை மருகளுக்கும் மகனுக்கும் தெளிவாகக் கேட்கும்படி முனகினாள்.

இவையெல்லாம் கின்னிக்கு, நேற்றுக் குளியல் அறையில் உடம்புக்கு வெந்நீர் ஊற்றிக்கொண்டபோது, திடுக்கென்று நினைவுக்கு வரத் தொடங்கி, பூதத்தைப் போலத் தன் ஆசைக்குத் தடையாக அத்தை வருவதற்கு முன்னரே, தான் அப்பாவின் வீட்டுக்கு நான்கு நாள் முன்னதாகவே போகக் கணவனிடம் அனுமதி வாங்க வேண்டும் என்னும் ஆசை அவளுக்குப் பிறந்தது. சடசடவென்று, காதில் காற்றுப்

புகுந்த கன்றைப் போல 'திடும் திடும்' என்று குதித்தபடி திண்ணைக்கு வந்தபோது, அதுவரைக்கும் திண்ணையின் குதிர்க்கட்டிலில் உட்கார்ந்திருந்த கணவனைக் காணவில்லை. கணவனிடமிருந்து ஒப்புதல் கிடைக்கவில்லை என்னும் அவசரமும் ஆவேசமும் கண்களிலிருந்தன; அவள் நடையிலிருந்தன; அந்த விளையாட்டுத்தனத்திலிருந்தன.

திண்ணையில் கணவன் இல்லாததைக் கண்டு பட்டறைக்கு வந்தபோது, கணபதிக்கு ஊதுவத்தி கொளுத்திக்கொண்டிருந்த சிவப்பா கின்னியைப் பார்த்துத் திடுக்கிட்டான்... பயந்து விட்டான். கண்ணை மூடித் திறப்பதற்குள், மாரியம்மனுக்கு வெட்டும் கோழியின் கழுத்தை அழுத்துவதைப் போல அவள் கழுத்தை அழுத்திப் பிடித்து, 'நட வெளியே, அல்பநாயே' என்று வெளியே தள்ளியதுமல்லாமல், அவன் பட்டறைக்குள் தான் நுழைந்ததற்குக் கின்னி விளக்கம் தருவதற்குள் சிவப்பா அவள் கன்னத்தில் பட்பட்டென்று அறைந்துவிட்டான்.

'கேடுகெட்டவளே, தேவடியா. அஞ்சாம் தண்ணி ஊத்திக்கிறதுக்கு முன்னால என் பட்டறைக்கு வந்து பூதத்துக்கு விழுப்பு உண்டாக்குனா உசுரோட புதைச்சுடுவேன். இதுவே மொதலும் கடைசியுமா இருக்கட்டும்' என்று உதட்டைக் கடித்தபடி மேலும் ஒன்றிரண்டுமுறை அறைவதற்குள் கின்னி திண்ணையில் தொப்பென்று உட்கார்ந்து அழத் தொடங்கி யிருந்தாள். என்ன ஏது என்பதற்குள் எல்லாமே நடந்து விட்டிருந்தன. சிவப்பாவின் தாண்டவ அவதாரம் அவன் குரலின் மூலம் ருக்குமியின் செவிப்பறைக்கும் போய்ச் சேர்ந்திருந்தது. என்ன கதை ஏது சமாச்சாரம் என்று விசாரிப்பதற்கு அவள் திண்ணைக்கு வந்தபோது, சிவப்பா கண்ணில் நெருப்புக் கங்குகளை உமிழ்வதைக் கண்டு மௌனமாகச் சமையலறைக்குத் திரும்பிப் போனாள்.

இப்போது தலை தாழ்த்தியபடி கண்ணில் ஒரு துளி நீரைத் தேக்கிக்கொண்டு, ஒரே சீராக 'கரகர' என்று ஆட்டுக்கல்லின் குழவியைச் சுழற்றிக்கொண்டிருந்த கின்னி, நேற்றைய ரகளையை யோசித்துக்கொண்டிருந்தாள். யோசிக்க யோசிக்க அவளுக்கு விசித்திரமான பயமும் சந்தேகமும் சிந்தனைகளும் தோன்றிக் கண், மூக்கிலிருந்து வழிய வேண்டிய நீருக்கும் சளிக்கும் அவை தற்காலிகத் தடையேற்படுத்தின.

தன்னோடு என்றைக்கும் இல்லாமல் அந்த வகையாக ராட்சதனைப் போலக் கருணையற்று நடந்துகொண்ட கணவனை நேற்று ஏதாவது பூதமோ பிசாசோ பிடித் திருக்கலாமோ என்னும் சந்தேகம் ஒரு பக்கம். தன்மீதான அன்பு, பாசம், அக்கறை குறைந்துபோயிருக்கலாமோ என்னும் பயம் இன்னொரு பக்கம்.

இவை எல்லாவற்றுக்கும் நடுவே கணவனின் அளவற்ற ஆசாரத்தின் விசித்திரமான பழக்கம் பற்றிய சிந்தனையும் அவளுக்குள் எழுந்தது. மாமியார் ஒருத்தியைத் தவிர மற்றவர்கள் எல்லோரும் கண்ணை மூடிக்கொண்டு உடனடியாக ஒப்பக் கூடிய சிந்தனை அது.

'நான் பட்டறைக்குப் போகணுன்னா அஞ்சாம் தண்ணி ஊத்திக்கணுமாம். அவ்வளவு மடி சுத்தம் இருக்கறவரு, மூணாம் தண்ணி ஊத்திக்கிட்டவளை ராத்திரியில வந்து தொடலாமா? அப்ப மடி சுத்தமெல்லாம் எங்கே போயிருந்துச்சாம்? அதனால மடி கெட்டுப்போகாதாமா? என்னைத் தொட்டுத் தடவி, நான் அரைச்சு, துருவிச் செய்து தந்ததையெல்லாம் தின்னுட்டு, குளிக்காமப் பட்டறைக்குள்ள நுழைஞ்சு கணபதிக்கு ஊதுவத்தி கொளுத்துனா மடி கெட்டுப் போகாதாமா? அதென்னா காலணா ஆச்சாரம்? அது பூதத்துக்கு விழுப்பில்லையா?'

இப்படிக் கின்னியின் சிந்தனை ஒரு போக்கில் சென்று கொண்டிருந்தபோது, திண்ணையில் மர முக்காலிமேல் உட்கார்ந்திருந்த சிவப்பா செய்துகொண்டிருந்தது என்ன? அவனும் யோசனையில் இருந்தான்; நொடிக்கு நொடி கின்னிக்காக மருகிக்கொண்டிருந்தான். 'நான் அளவில்லாத ஆச்சாரத்துனால கின்னியோட மனசுக்கு விழுப்பு உண்டாக்கிச் சாதிச்சதுதான் என்ன?' என்று யோசிக்க யோசிக்க அவனுக்கு உடம்பு முழுக்க ஒருவிதமான வெட்கமும் வலியும் நிறைந்தன.

'என் கின்னியோட மனசையும் அன்பையும் நோகடிச்ச பிறகு, இனி நான் பட்டறையைச் சுத்தமா வச்சிக்கிட்டா என்ன இல்லன்னா என்ன?' என்னும் கவலை ஏற்கனவே அவனுக்குப் பிறந்திருந்தது. அந்தக் கவலையோடு துல்லிய மான ஒரு தீர்மானங்கூடப் பிறந்தது. கின்னியின் மனம் அழுகி நாறுவதற்குள்ளாகவே அவளுக்கு மகிழ்ச்சியூட்டிச் சமாதானப்படுத்தி, என்றைக்கும் அதை நோகடிக்காமல் எச்சரிக்கையாயிருக்க வேண்டும் என்று அவன் தீர்மானித் திருந்தான். தன்னுடைய அந்தத் தீர்மானத்தைச் செயல்படுத்த நேராக அவன் சமையலறைக்குப் போனான். ஆனால் அங்கிருந்த அம்மாவின் கிழித்தெடுக்கும் பார்வையை எதிர்கொள்ள முடியாமல் மீண்டும் திண்ணைக்குத் திரும்பினான்.

திரும்பி வந்து முக்காலியின் மேல் உட்கார்ந்த சிவப்பா வுக்கு மீண்டும் வினோத யோசனை. நேற்றைய தன் கடுமை யான நடத்தையை நினைக்க நினைக்க, கின்னி நேற்று முழுவதும் அனுபவித்துக்கொண்டிருந்த வலியைவிட அதிக வலி அவனுக்கு. அந்தப் பாழாய்ப்போன மடித்தனத்துக்கு

வளைந்து வளைந்து ... வளைந்தே போனான். அது இப்போது கொண்டுவந்து சேர்த்துள்ள கெடுதலைப் பற்றி யோசிக்க யோசிக்க அவனுக்கு விசித்திரமான கவலை தரும் வெட்கம். சிவப்பா கடைப்பிடிக்கும் மடித்தனம் அவனுடையதல்ல; அப்பா சீனாசாரியுடையது.

சிவப்பாவுக்கு அப்பா சீனாசாரி; சீனாசாரிக்கு அப்பா ஜனார்த்தனாசாரி. அவர்கள் அந்தப் பட்டறையை இவனை விட அதிகச் சுத்தமாகவைத்திருந்தார்கள். பூதத்தின் முகம், கிரீடம், மணி போன்றவற்றைச் செய்துகொடுக்கும் ஆசாரி குடும்பம் அந்த நான்கு ஊர்களுக்கும் இது ஒன்றுதான். விஷ்வகர்மா புராணத்துக்குச் சம்பந்தப்பட்ட சாஸ்திர விதிகளை நிறைவேற்றித்தான் பூதத்தின் வேலையைத் தொடங்க வேண்டும் என்பதைத் தாத்தா ஜனார்த்தனாசாரியே சிவப்பாவுக்குப் போதித்திருந்தார்; பயிற்சியும் கொடுத்திருந்தார்.

பூதத்து முகக் கவசங்களின் வடிவமைப்பும் நிர்மாணிக்கும் சூத்திரமும் பரம்பரையாக வந்தபோது, கூடவே வந்தவை இந்த மடித்தனமும் சட்டதிட்டங்களும். இந்த விஷயத்தில் மட்டும் அப்பா கிழித்த கோட்டை அவன் இதுவரை தாண்டியதில்லை. தாண்டும் தைரியமும் அவனுக்கு இல்லை. விழுப்பானால் குடும்பம் முழுவதும் பூதத்தின் கோபத்துக்கு ஆளாகிப் பரம்பரையே நாசமாகும் என்று அப்பா சீனாசாரி ஊன்றியிருந்த பயத்தின் விதை சிவப்பாவிடம் முற்றிப் பழுத்திருந்தது.

சீனாசாரியேகூடத் தன் ருக்குமி வீட்டுக்கு விலக்கானபோ தெல்லாம், பட்டறை வேண்டாம்... திண்ணையைக்கூட அண்டவிட்டவரல்ல. ஐந்தாம் தண்ணீர் ஊற்றிக்கொள்கிற வரை அவளைக் கொட்டகைக்குப் பக்கத்து அறையில் தங்க வைத்துத் தானே சமைத்துப்போட்டார். கண்ணில் விளக் கெண்ணெய் விட்டுக்கொண்டு விழுப்பாகாதபடி வீடு முழுவதையும் சீனாசாரி பார்த்துக்கொண்டார். ஆனால் சிவப்பாவின் நிர்வாகத்தில் பட்டறைக்குள் மட்டுமே மடித்தனம் நின்றுவிட்டிருந்தது.

வரும் பங்குனி மாதம் முதல் இரண்டு நாள் கழிந்து, மதிரங்கிப் பெரியதனக்காரர் ஹொன்னைய்ய ஷெட்டி பஞ்சுருளியின்[5] முகமும் கல்லுருட்டியின்[6] கிரீடமும் வாங்கிக் கொண்டு போவதற்காக வர இருந்தார். கடந்த மாசிப் பௌர்ணமிக்கே முகத்தைச் செய்து முடித்திருந்தாலும் கிரீட வேலையில் இன்னும் கைவைக்கவில்லை. நேற்று வேலையைத் தொடங்க வேண்டுமென்று சாஸ்திரத்துக்காகத் தலையில் நான்கு துளி தண்ணீர் தெளித்துக்கொண்டு சிவப்பா தன்

பட்டறைக்கு வந்து கணபதிக்கு ஊதுவத்தி கொளுத்திக் கொண்டிருந்தபோதுதான் – கிழங்குக் காட்டில் முள்ளம்பன்றி நுழைந்ததைப் போல – கின்னி உள்ளே நுழைந்தாள் .

இந்த நினைவுகள் எல்லாம் ஆஸ்துமா இளைப்பைப் போலப் பொங்கிவந்து சிவப்பாவின் நிம்மதியை மேலும் குலைத்துக்கொண்டிருந்தபோதே, அவனுடைய அம்மா சொம்பும் தம்ளரும் எடுத்துக்கொண்டு நடையிலிருந்து முற்றத்தில் இறங்கியிருந்தாள். பால் கறப்பதற்காகக் கொட்டகைக்குப் போய்க்கொண்டிருந்த தாயைக் கண்டு சிவப்பாவுக்கு எவ்வளவு மகிழ்ச்சி! சித்திரை மாதம் புஞ்சை நிலத்தில் காய்ந்துபோன பயிர்களுக்கு ஒரு மழை பெய்தால் எவ்வளவு மகிழ்ச்சியாயிருக்குமோ அவ்வளவு மகிழ்ச்சி! குதிபோடும் மனசை அடக்கிவைக்க முடியாமல், சிவப்பா ஆட்டுக்கல்லுக்கு அருகில் வந்தான்.

சிவப்பா கின்னிக்குப் பின்பக்கம் நின்று அவள் உச்சந் தலையில் ஒரு குட்டுவைத்தான். செத்த கோழியின் குடலைச் சாப்பிட்டுக்கொண்டிருந்த நாய் வாலை இழுத்தாற் போலாயிற்று. கின்னி கோபத்தோடு சிவப்பாவின் மேல் எரிந்துவிழுந்தாள்; கையிலிருந்த மாவு கையிலேயே இருக்க எழுந்து நின்றாள்.

'பாருங்க ... என்னோட சங்காத்தமே வேண்டாம் உங்களுக்கு ... சும்மா இருந்தா பரமசுகம். கேப்மாறி மாதிரி எம் பின்னாடி பின்னாடி அலைஞ்சா நான் சும்மா இருக்க மாட்டேன்.' கண்களில் தளும்பி நின்ற நீரைத் துளித்துளியாகக் கீழே வழியவிட்டுக்கொண்டே, வசவுச் சொற்களைத் தெளிவாகச் சொல்லாமல் பாதிப்பாதி விழுங்கிக்கொண்டே சிவப்பாவை எரித்துவிடுவதைப் போல முறைத்தாள்.

அவளை எப்படியாவது சமாதானப்படுத்தி, கொஞ்சிப் பழைய நிலைமைக்கே திருப்பும் நோக்கத்தோடு சமையலறையில் கால் எடுத்துவைத்தான் சிவப்பா. ஆனால் கின்னியின் அந்த அவதாரத்தில், சமாதானம் உண்டாகும் சாத்தியமே இல்லை யென்று அவனுக்குப் புரியத்தொடங்கியபோதே அவன் தன் மாநிற முகத்தில் நாலங்குல கர்வத்தைத் தடவிக்கொண்டான்.

தன் உடம்புக்குள் தேங்கியிருந்த உணர்வு, விருப்பம், வலி, துக்கம் ஆகியவற்றைக் கலங்கியிருந்த அவள் அடி மனசுக்குள் இறக்குவதற்குச் சிவப்பா நேற்றிலிருந்து தடுமாறிக் கொண்டிருந்தான். ஆனால் கின்னி எதற்கும் வளைந்து கொடுக்கவில்லை. அருகில் அம்மா இல்லாத அந்தக் கணத்தில், தன் சமாதானத்துக்கான காரியம் நிறைவேறாமல் பின்வாங்கக் கூடாதெனச் சிவப்பா தீர்மானித்திருந்தான். திடீரென்று தன்

குரலைச் சற்று உயர்த்திக்கொண்டு முகத்துக்குக் கொஞ்சம் கர்வத்தைத் தடவிக்கொண்டு கின்னியின் பக்கம் திரும்பி நின்று, 'பாருடி, உங்கிட்டப் பேசணும். இன்னக்கி முருங்க மரத்துக்கு வெயில் ஏர்றதுக்கு முன்ன நீ எங்கூடப் பொறப் பட்டு நின்னா சரி... இல்லன்னா உங்கப்பா ஏற்பாடுசெய்யற தனிக்கோலத்துக்கு நான் வரமாட்டேன்...' என்று பயமுறுத்தியவன் மீண்டும் அங்கே நிற்காமல் திண்ணைக்குத் திரும்பினான்.

கணவன் திண்ணைக்குத் திரும்பிய உடனே மீண்டும் குழவியைப் பிடித்த கின்னி, தர்மசங்கடத்தில் சிக்கினாள். கணவனிடம் அவளுக்குக் கோபம் இருக்கிறது; ஆனால் அவன் மேலிருக்கும் அன்பு குறையவில்லை. கணவன் உடன் வராமல் பிறந்த வீட்டுக்குத் தனிக்கோலத்துக்குப் போகும் விஷயத்தை அவள் கனவிலும் கற்பனை செய்ய விரும்பவில்லை. அதிலும் தனிக்கோலமென்றால் அப்படி இப்படிப்பட்ட கோலமல்ல. நெருப்பின் மேல் பூதம் உருளுவதைப் பார்க்க ஊர் முழுக்கப் புறப்பட்டு வரும். மூலைக்கு மூலை பிரிந்துபோன உறவினர்கள் கண்டிப்பாக வருவார்கள். தன்னுடன் கணவன் வராமல் தான் ஒருத்தியே போனால் எல்லோரும் அவனைப் பற்றியே விசாரிப்பார்கள். கின்னியின் தர்மசங்கடம் அந்தரங்கத்துக்குள் புரண்டுகொண்டிருந்தபோது, மாவரைத்து முடித்திருந்தாள். ஆட்டுக்கல்லிலிருந்த மாவை எடுத்துவிட்டுக் குழவியைக் கழுவிக்கொண்டிருந்தபோது, கின்னி கணவனோடு புறப் பட்டுப் போகும் தீர்மானத்துக்கு வந்திருந்தாள்.

ருக்குமி பால் கறந்து வருவதற்குள், இளம் வெயில் பசலைக் கொடிப் பந்தல் தாண்டி வைக்கோல் பொதி ஏறி வலுத்தவாறு கீழே இறங்கிக்கொண்டிருந்தது. கின்னி அவசரத்தோடு ரொட்டி சுடும் மண் அச்சை அடுப்பில் வைத்து, ரொட்டி தட்டத் தொடங்கியிருந்தாள். கின்னி ரொட்டி தட்டிக்கொண் டிருக்க. திண்ணையில் வெறிநாயைப் போலச் சுற்றிக்கொண் டிருந்த சிவப்பாவின் இதயமும் நிதானமாக அடித்துக்கொள்ளத் தொடங்கியிருந்தது. 'அடம்பிடிக்கிற இந்த அல்ப நாய் என்னோடட வர ஒப்புக்குறாளோ இல்லியோ? அப்பா வீட்டுக்கு இவன் வராமயிருந்தா, ஒன்னும் கொறஞ்சிபோயிடாது. நான் ஒருத்தியே போறேன்' என்று சொல்லிவிடுவாளோ என்னும் பயம் அவனுக்கு. ஆனாலும் தன் முயற்சியைக் கைவிடாமல், அலமாரியிலிருந்து எண்ணெய்க் கிண்ணம் எடுத்துப்போகத் திண்ணைக்கு வந்த தாயைப் பேச்சுக்கிழுத்து, 'கின்னியை இன்னக்கி ராஜு பண்டிதரிடம் கூட்டிக்கிட்டுப் போகணும். அவளுக்கு அதென்னவோ எழவு வலியாம். அவர்கிட்டயே காட்டுறது நல்லதில்லையா? தூரமாகுறதுக்கு நாலஞ்சு

நாளுக்கு முன்னாடியே ஆரம்பிச்ச வலி இன்னைக்கும் கொஞ்சங்கூடக் கொறையிலயாம்' என்று பச்சைப் பச்சையான பொய் உதிர்த்தபோது, ருக்குமி தன் மகன் பேச்சிலிருந்த உண்மையை அளக்க அவன் முகரக்கட்டையை நாலங்குல ஆழம் கீறுவதைப் போல உற்றுப் பார்த்தாள். கிண்ணத்தி லிருந்து எண்ணெய் வழிந்தாற்போல ஈரமற்ற அந்த முகத்தி லிருந்து பொய் ஜல்லென்று வழிந்திருந்தாலும், இதயத்தில் மட்டும் பயம் குதியாட்டம் போடத் தொடங்கியிருந்தது. எங்கே கின்னி திண்ணைக்கு ஓடிவந்து அது பச்சைப் பொய் என்று உதறுவாளோ என்ற பயம் சிவப்பாவுக்கு.

அத்தனை நாள் பட்டறையிலிருந்த பஞ்சுருளியின் முகத்து அருளோ அல்லது சிவப்பாவின் அப்பா சீனாசாரி செய்த புண்ணியமோ கின்னி சிவப்பாவுடன் புறப்பட்டு நின்றாள்.

சிவப்பா கின்னியோடு திண்ணையிலிருந்து இறங்கி, முற்றத்தின் படலைத் தாண்டியபோது, ஒருமுறை முருங்கை மரத்தடியை உற்றுப்பார்த்தான். தவழும் எட்டு மாதக் குழந்தையைப் போல வெயில் நிதானமாக வைக்கோல் பொதியிலிருந்து முருங்கை மரத்தடிக்குத் தவழ்ந்துவந்து கொண்டிருந்தது.

கின்னி சிவப்பாவோடு முற்றத்தின் படலைத் தாண்டிச் சித்துர்லி ராமனின் பின்புறத்துச் சந்துக்கு வந்துகொண்டிருந்த போது, அவள் கண்ணில்பட்டது வெள்ளைச்சேவல். அது சிவப்புப் பெட்டைக்கோழியைச் சுற்றித் தனிச் சிறப்பான 'சிருங்கார ராகம்' வெளிப்படுத்தியவாறு, அரை நிலா வடிவத்தில் சுற்றியபடி காதல் சேட்டை செய்துகொண் டிருந்தது. வெள்ளைச்சேவலின் காதல் முயற்சியைக் கண்டு கின்னியின் காணாமல்போயிருந்த சிரிப்பு திடுமென்று உதடுக்கு ஏறி வந்தது. தனிப்பட்ட அந்த அவசர காரியத்துக்கு நடுவிலும், தன் கொண்டையை நிமிர்த்திக் கம்பீரமாகக் கின்னியையும் சிவப்பாவையும் வெள்ளைச்சேவல் ஒருமுறை பார்த்தது. கின்னிக்கு வெள்ளைச்சேவல்மீதிருந்த கோபம் அதன் கொண்டையைப் பார்த்த உடனே காணாமல் போய்விட்டது.

வெள்ளைச்சேவலின் வசீகரிக்கும் உடற்கட்டையே வைத்த கண் வாங்காமல் பார்த்தபடி சந்தைக் கடந்து கொண்டிருந்த கின்னிக்குக் கோபமூட்டச் சிவப்பா அவளது இடது பக்கம் குத்தினான். அடைகாக்க உட்கார்ந்த பெட்டைக் கோழியைப் போலக் கின்னி கோபத்தில் குதித்தாள். கின்னிக்குச் சிவப்பாவை வெட்டி, வறுத்துத் தின்றுவிட வேண்டும் என்னுமளவுக்குக் கோபம் வந்தது. அந்தக் கணத்தில்

அது காதலின் சேஷ்டை என்று அவளுக்குத் தோன்றவில்லை. சிரிப்பின் சுவடே இல்லாத கின்னியின் சிடுமூஞ்சியைச் சிவப்பா உற்றுப் பார்த்தான். அது சித்திரையின் கத்திரி வெயிலில் காய்ந்துபோன விளைச்சலற்றுக் களையிழந்த வயலைப் போலத் தெரிந்தது சிவப்பாவுக்கு.

இப்போது சிவப்பா கின்னியைச் சமாதானத்துக்காக அழைத்துப்போகத் தீர்மானித்தது, அவளுக்கு மிகவும் பிரியமான நேத்ராவதி ஆற்றங்கரைக்கு. நேத்ராவதி பாலத்திற் கடியில் திட்டின் மேல் உட்கார்ந்து, தூரத்தில் தெரியும் முகத்துவாரம், அந்த முகத்துவாரத்துக்குச் சற்றுத் தூரத்தில் கடலுக்குள் சரியும் கிழட்டுச் சூரியன், அஸ்தமனக் காலத்தில் வெளிப்படும் அதன் வண்ணம், அஸ்தமனத்துக்கு முன் வானத்தில் நடக்கும் வண்ணங்களின் விழா இவையெல்லா வற்றையும் பார்ப்பதில் கின்னிக்கு அளவற்ற மகிழ்ச்சி. அதுமட்டுமல்ல, ஆற்றுக்கு வேர்க்குரு வந்தாற்போல அங்கங்கே தெரியும் குன்றுகள், அவற்றில் வளர்ந்திருக்கும் தென்னை மரங்கள், அவற்றின் கீற்றுகளில் அமர்ந்து கிறீச்சிடும் பலவகையான வண்ண வண்ணப் பறவைகள் ... இவை யெல்லாம் கின்னியின் மனதைக் கவரக்கூடியவை. இந்த நேத்ராவதியின் முந்தானையில் நடக்கும் விவகாரங்கள் இவ்வளவே அல்ல. குன்றுகளிலிருந்து மணல் எடுத்துச் செல்லும் தோணிகள், சளக் புளக் என்று தண்ணீரிலிருந்து எம்பிப் பறக்கும் வெள்ளி மீன்கள், ஆற்றுக்கு அக்கம் பக்கத்தில் செங்கதிர் போர்த்தியிருக்கும் தென்னை மரங்கள், கடற்கரைக் காற்றால் தலையசைக்கும் கரும்புச் சோகைகள், அவற்றின் மேல் மிதக்கும் பொன்நிற மேகங்கள் இவையெல்லா வற்றையும் பார்ப்பதில் கின்னிக்கு மகிழ்ச்சி.

ஆனால் என்றைக்கும் கின்னி நேத்ராவதியின் ஓரத்தில் உட்கார்ந்து இயற்கை அழகைப் பார்ப்பது சூரியன் வேகம் தணிந்தவனாகும்போது மட்டுமே. ஆனால் இன்றைக்குச் சிவப்பாவுக்குச் சூரியன் அடிவானத்தைச் சேரும்வரைக்கும் காத்திருக்கப் பொறுமையில்லை. சூரியன் உஷ்ணத்தை உமிழ்ந்துகொண்டிருந்தபோதே, கின்னியைச் சமாதானப் படுத்தும் இச்சையை மனம் முழுக்க நிறைத்துக்கொண்டு அவன் கிளம்பி வந்திருந்தான். கோடையில் மிகவும் வறண் டிருந்த நேத்ராவதியின் கரைக்குக் கின்னி சிவப்பாவுடன் வந்தபோது, அவள் வழக்கமாக உட்காரும் திட்டின் மேல் வெயிலே விழுந்திருக்கவில்லை. கின்னி திட்டில் ஏறி உட்கார்ந்து கொண்டு, ஆற்றிலிருந்து சிப்பிகளைப் பொறுக்கிக்கொண்டிருந்த பெண்களையே பார்த்துக்கொண்டிருந்தாள்.

சிவப்பாவோ கின்னியின் மூக்குத்தியையே பார்த்துக் கொண்டிருந்தான். இருந்திருந்தாற்போல அவன் அவள் இடக்கையைப் பிடித்து இழுத்தபோது, கின்னி அவன் கையைச் சடக்கென்று தள்ளி, 'மூணுகாசு பெறாத இப்படிப்பட்ட தந்திரம் பண்ணி மயக்குற வேலை வேண்டாம்' என்று சிடுசிடுத்தபோது, சிவப்பா வெறுமனே சிரித்தான். அவன் புன்சிரிப்பைக் கண்டு கின்னியின் கோபம் பாதத்திலிருந்து தலைக்கேறியது. வாயிலிருந்து வசவுகள் வெளிவரத் தொடங்கின. நடு நடுவே கண்ணீரும் சளியும் கலவரத்தில் இருந்தன. இந்த வகையாக 'இடி, மழை' இரண்டும் தொடங்கின என்றால் அது அவள் கரைந்துகொண்டிருப்பதற்கான தெளிவான அறிகுறி என்பது சிவப்பா அனுபவத்திலிருந்து தெரிந்து கொண்ட சங்கதி. சிவப்பாவுக்குச் சந்தோசத்தால் மூச்சே நின்றுவிட்டதைப் போன்ற அனுபவம். வசவுகள் கண்ணீரோடு தண்ணீரைப் போல வழிந்து வந்தன. அவற்றைக் கேட்டுக் கொண்டிருந்த சிவப்பாவுக்கு விசித்திரமான சந்தோசம், உற்சாகம். தன் உற்சாகத்தைத் தாங்கிக்கொள்ள முடியாமல் கின்னியைக் கட்டித் தழுவினான் – வெள்ளைச்சேவலுக்குக் காதல் வந்தால், அது சிவப்புப் பெட்டையை அமுக்கிக் கொள்வதைப் போல.

கின்னி கோபத்தால் காளியாகிவிட்டாள். உதறிக்கொண்டு சிவப்பாவைப் பின்னுக்குத் தள்ளியவள் அவன் கன்னத்தில் சப்பென்று அறைந்தாள். அடி வாங்கிய சிவப்பா கின்னியை உணர்ச்சியற்றுப் பார்த்தான். திடீரென்று மௌனமானான்; தலைகுனிந்து நிலத்தைக் கீறினான்.

சிவப்பாவின் மனசுக்கு ஏதோ ஒருவகையான வலி. அதைவிட அதிகமான அதிர்ச்சி அவனுக்கு. ஆனாலும் சஞ்சலப்படாமல் நிலைமையை ஒரு கணம் சூட்சுமமாக அலசினான்.

அதிர்ச்சியையும் வலியையும்விட அதிகமாக அவனுக்குள் சந்தோசம் பிறந்திருந்தது. கின்னியின் இந்த அடியால் சமாதான முயற்சி வெற்றிபெறும்; நிறைவேறும் என்னும் சந்தோசம். ஆனாலும் பொங்கி வரும் சந்தோசத்தைச் சிவப்பா தன் முகத்திலிருந்து வழியவிடாமல், ஏற்கனவே வேண்டியளவு கோபம் தணிந்திருந்த கின்னியிடம், 'இதை எதுக்கு விட்டு வச்சிருக்க. இதையும் அடி மகராசி' என்று வற்புறுத்தியபடி கின்னியின் முகபாவத்திலிருந்தே அவள் மனத்தைப் படிக்கத் தொடங்கியிருந்தான். காரியம் நிறைவேறுகிறது என்னும் சமாதானம், மகிழ்ச்சி அவனுக்கு.

தன் கன்னத்தில் அடிப்பதன் மூலம் கின்னியின் கலக்கமுற்ற மனசுக்கு எவ்வளவு நிம்மதி கிடைத்திருக்கலாம்?

தொடைச்சந்தில் எழுந்த சிலந்தி பழுத்து வழிந்துபோகும் போது, உடம்புக்கு ஏற்படும் ஆசுவாசத்தின் அளவே அவளுக்கு நிம்மதி ஏற்பட்டிருக்க வேண்டும் என்று கணக்குப்போட்டுக் கொண்டிருந்த சிவப்பாவின் மனசுக்குள்ளும் ஒருவிதமான நிம்மதி படரத் தொடங்கியது.

கின்னியின் கோபம் கொஞ்சம் கொஞ்சமாகப் பிள்ளைத் தாய்ச்சியின் உடம்பு கரைவதுபோலக் கரைந்துகொண் டிருந்தது தெளிவானபோது, 'இந்தக் கன்னத்திலும் அடி மகராசி' என்று அவளைக் குத்திக்காட்டுவதுபோலச் சிவப்பா மீண்டும் மீண்டும் தொந்தரவுசெய்து வற்புறுத்தத் தொடங்கினான். கின்னி கண்ணிமைக்காமல் கணவனையே பார்த்தாள். அதிகக் கோபத்தினால் கணவனின் கன்னத்தில் அறைவதன் மூலம் தன் வலியையும் கோபத்தையும் ஆற்றிக்கொண்டாலும், இப்போது அவள் நிலைமை அடுப்பில் விழுந்த கத்தரிக்காயைப் போலிருந்தது. கின்னி நிதானமாக வேகத் தொடங்கியிருந்தாள். கணவன் முகத்திலிருந்த உணர்ச்சியின்மையைக் கண்டு அவள் மனத்துக்குள் விதவிதமான உணர்வுகள் இணைந்து ஆர்ப்பரிக்கத் தொடங்கின. சிவப்பா அவ்வப்போது, 'இன்னொரு கன்னத்துலயும் அடிச்சிட்ரி' என்று வற்புறுத்திக் கொண்டே இருந்தான். இருந்திருந்தாற்போலக் கின்னியின் கண்ணில் நிதானமாகக் கண்ணீர் வலை படரத் தொடங்கிய போது, கோபம் தணிவது சிவப்பாவின் முறையாக இருந்தது. சிவப்பா தன் வற்புறுத்தலை நிறுத்தி மௌனமாக இருந்து விட்டான். அவள் கண் ஓரத்திலிருந்து நீர்த்துளி உதிரத் தொடங்கியபோது, அவள் உட்கார்ந்திருந்த இடத்திலிருந்து எழுந்து நின்று, அங்கேயே சற்றுத் தூரத்திலிருந்த மற்றொரு திட்டின் பக்கம் நடக்கத் தொடங்கினாள். சிவப்பாவின் பார்வை அவளையே பின்தொடர்ந்தது.

கின்னி திட்டின் மீதேறி உட்கார்ந்துகொள்வதற்குள், 'என்ன மகராசி, என்னை அடிச்சதுனால உன் மனசுக்கு நிம்மதியாச்சா? ஏன் பேசாமயிருக்கற? இன்னும் கொஞ்சம் திட்டி என்னை முழுசாச் சுத்தம் செஞ்சுரு' என்று சொன்ன சிவப்பா வாய் திறந்து கேலி செய்தான் அவ்வளவே. அதற்குள் கின்னியின் செவிப்பறைக்குள் 'சுத்தம்' என்னும் அந்தச் சொல் இடியைப் போல இறங்கி, முந்தைய நாளின் கசப்பான ரகளையை மீண்டும் நினைவுக்கு இழுத்து வந்தது; அது வரைக்கும் அவளைப் பீடித்திருந்த விதவிதமான உணர்வுகளை எல்லாம் முழுமையாக விழுங்கிவிட்டு, அவள் மீண்டும் வாய் திறக்கும் வாய்ப்பை ஏற்படுத்தித் தந்தது.

இடைவிடாமல் ஜோவென்று கொட்டும் ஐப்பசி அடை மழையைப் போல, கனமான வசவு மழை சொரிந்து

சிவப்பாவை முழுக்க அவள் 'சுத்தம்' செய்துகொண்டிருந்தபோது, அவன் செய்துகொண்டிருந்ததுதான் என்ன? புன்னகை செய்தபடி கைகட்டி நின்று அவளையும் அவள் உட்கார்ந்திருந்த திட்டையும் மாறி மாறிப் பார்த்துக் கொண்டிருந்தான்.

சிவப்பாவின் புன்னகையைக் கண்டு கின்னிக்குத் தன் கீழ்வயிற்றில் யாரோ சிறுகத்தியால் கீறிய அனுபவம். தன் வசவுகள் அவனிடம் எந்த விளைவையும் ஏற்படுத்தவில்லை என்று யோசித்தபடி அவள் மீண்டும் வசவுகளின் வீரியத்தை அதிகப்படுத்தினாள். அதெதுவும் சிவப்பாவுக்குப் பதியவே இல்லை. அவன் திட்டை ஒருமுறை பார்த்தவாறு முகத்தில் சிரிப்பலைகளை விரிவுபடுத்திக்கொண்டே இருந்தான்.

'உங்க வீட்டு மடி சுத்தத்தையெல்லாம் ஆத்துல வீசலன்னா நான் எதுக்கு உயிர்வாழணும்...?' என்னும் சாபத்தில் தொடங்கி, அத்தை ருக்குமியையும் மாமனார் சீனாசாரியையும் ஒன்று சேர்த்துக் காறி உமிழ்ந்து வைது கொண்டிருந்தபோதே, கின்னி ஒருமுறை திட்டிலிருந்து தாவிக் குதித்தாள். கின்னியின் உடம்பு முழுக்கச் செவ்வெறும்புகள் ஊர்ந்துகொண்டிருந்தன.

சிவப்பா கின்னியின் உடம்பில் ஏறியிருந்த செவ்வெறும்புகளை அவசரம் அவசரமாகத் தட்டிவிட்டுக்கொண்டிருக்க, இந்தப் பக்கம் கின்னியின் கோபம் தணியத் தொடங்கியது. கணவன்மேல் அந்தக் கணத்திலிருந்து அபாரமான அன்பு பொங்கினாலும், அவன் பக்கம் திரும்பாமல் நதிக் கரையிலிருந்த காண்டல் மரங்களின் மேல் உட்கார்ந்திருந்த கொக்குகளையே பார்த்துக்கொண்டிருந்தாள். கின்னியின் மனத்துக்குள் எப்படிப்பட்ட ஆலோசனைகள் நடந்துகொண்டிருந்தன என்பதைச் சிவப்பாவும் ஊகித்துக் கணக்குப் போட்டுக்கொண்டிருந்தான்.

சிவப்பா கின்னியின் மேலிருந்த எறும்புகளை எடுத்து எறிவதற்குள் கின்னியின் கோபம் முழுவதுமாகத் தணிந்திருந்தது. மிகுந்த கஷ்டத்திலிருந்து விடுபட்ட சந்தோசத்தைச் சுமந்த சிவப்பா கின்னியோடு நேத்ராவதியின் முந்தானையைவிட்டு மெதுவாகச் சந்தில் ஏறியபோது, பொழுது மெதுவாக இறங்கிக்கொண்டிருந்தது. மேற்குத் திசையில் வண்ணங்களின் சந்தை. இன்னென்ன சந்துக்குள் போகலாம் எனச் சிவப்பா நினைப்பதற்குள், சந்தின் முனையிலிருந்து சித்துர்லி ராமனின் கொட்டும் வசவு மழை வழிந்துவந்தது. அங்கேயே புளிய மரத்தடியில் மண்ணைக் கிளறிக்கொண்டிருந்த வெள்ளைச் சேவலின் பக்கம் அது வழிந்துவந்தது. சிவப்பா படலைத்

தாண்டி முற்றத்துக்குப் போவதற்குள் சித்துர்லி ராமனும் அங்குத் தாவியிருந்தான்.

சிவப்பாவிடம் அவன் ஏதோ சொல்வதற்குள், சிவப்பா திண்ணைக்குப் போயிருந்தான். திண்ணையில் தெரிந்த காட்சி அவன் உடம்பின் எல்லாச் செயல்பாடுகளையும் கண நேரத்துக்கு ஏறுமாறாக்கியது. திண்ணையில் ருக்குமி வலியோடு படுத்திருந்தாள். சிவப்பா கலவரத்தோடு தாயின் பக்கம் தாவுவதற்குள் சித்துர்லி ராமனின் மனைவி சரசுவும் மகள் கிரிஜாவும் நடந்த சம்பவத்தை விவரிக்கத் தொடங்கினார்கள்.

தூணில் கட்டியிருந்த வெள்ளைச்சேவலின் கைகால் கொஞ்சம் நெகிழத் திரிந்துவிட்டு வரட்டும் என்று சித்துர்லி ராமன் அதை அவிழ்த்துவிட்டிருந்தான். அங்கேயே சிவப்புப் பெட்டையோடு சேவல் சிறிது நேரம் காதல் விளையாட்டு விளையாடி, ருக்குமியின் முற்றத்தில் காலெடுத்துவைத்தது. வெள்ளைச்சேவலுக்கு என்றைக்கும் தன் முற்றத்தைவிட ருக்குமியின் முற்றம் என்றால் மிகவும் விருப்பம். நேராக அங்கு வந்த சேவல் திண்ணையேறிப் பூதத்தின் முகவறைக்குப் போயிருந்தது அவ்வளவே. அதற்குள் கழுநீர்ப்பானையை எடுத்துக்கொண்டு மாட்டுக் கொட்டகைப் பக்கம் புறப்பட்டிருந்த ருக்குமியின் கண்ணில்பட்டது வெள்ளைச்சேவல். கழுநீர்ப்பானையை அங்கேயே விட்டுவிட்டுக் குரலை உயர்த்தியபடி வெள்ளைச்சேவலை விரட்டுவதற்காக முகவறைக்கு அவள் வருவதற்குள், நடையின் படிக்கல்லில் ஏறிக்கொண்டிருந்தபோதே வாசல் நிலைப்படியில் இடறி மல்லாந்து விழுந்தாள். விழுந்தவளால் எழ முடியவில்லை. காலுக்கும் இடுப்புக்கும் தொடர்பு அற்றுப்போயிருந்தது.

வெள்ளைச்சேவலைத் தேடிக்கொண்டு சிவப்பாவின் முற்றத்துக்கு வந்த சித்துர்லி ராமன் ருக்குமியின் வேதனையைக் கண்டு, தன் வீட்டவர்களைக் கூவி அழைத்து அவளைக் கவனிக்கத் தொடக்கிவைத்தான். சித்துர்லி ராமனின் மனைவியும் மகளும் வெந்நீர் ஒத்தடம் கொடுத்து, தியாம்பண்ண பண்டாரியின் கடஞ்சம் எண்ணெய்' தடவிக்கொண்டிருந்த போதுதான், சிவப்பா திண்ணை ஏறினான்.

என்ன நடந்தது என இந்தப் பக்கம் சரசு விவரித்துக் கொண்டிருக்க, சிவப்பா நீண்ட பெருமூச்சொன்றை விட்டு, தாயின் பக்கம் உட்கார்ந்து அவள் காலை நீவத் தொடங்கினான். அவன் பெருமூச்சில் தெய்வத்தின் முகம், நான்காம் தண்ணீர், வீட்டுவிலக்கின் தீட்டு, பூதத்தைப் பற்றி பயம், விழுப்பின் தூய்மை போன்ற விஷயங்கள் ஒன்றுக்கொன்று பிணைந்திருந்தன.

ருக்குமியின் காலடியில் உட்கார்ந்து மௌனமாக அழுது கொண்டிருந்த கின்னியின் மனசுங்கூட அத்தையின் இடுப்பு

எலும்புக்கும் வீட்டு விலக்கின் நான்காம் தண்ணீருக்கும் தொடர்பைப் பின்னிக்கொண்டிருந்தது. வலியால் வேதனைப் பட்டவாறு, விழியோரத்தில் கண்ணீர் சொரிந்துகொண் டிருந்த ருக்குமியின் மனசு மட்டும் எங்கே மகன் தன்னை இப்போது ராஜு பண்டிதரிடம் அழைத்துப்போகாமல், பூதத்தின் முகவறையைச் சுத்தம்செய்வதற்குத் தந்திரிகளை[8] அழைத்துவரப் போய்விடுவானோ என்று சிந்தித்துக்கொண் டிருந்தது. மகன் தன்னை அப்போதே ராஜு பண்டிதரிடம் அழைத்துப்போகட்டும் என்று ஊரின் விஷ்ணுமூர்த்தி தெய்வத்தை அவள் வேண்டிக்கொண்டிருந்தபோதே, இந்தப் பக்கம் கின்னி, 'மாமியை இப்பவே ருக்கைய்யனின் மாட்டு வண்டியில் எடுத்துக்கொண்டு ராஜு பண்டிதரிடம் அழைத்துப்போகலாமா?' என்று சிவப்பாவிடம் மல்லிகை போன்ற மிருதுவான சொற்களில் கேட்டாள் அவ்வளவுதான். சிவப்பாவின் உடம்புக்குள் கொதித்துக்கொண்டிருந்த எண்ணற்ற உணர்வுகளும் துவந்தங்களும் ஒருமுறை வெடித்து வெளியே இறைந்தன. கோபத்தோடு பளாரென்று கின்னியின் கன்னத்தில் அறைந்தான்.

சித்துர்லி ராமன் நடுவில் வருவதற்குள், சிவப்பா வெறும் காலோடு வட்டக்கண்ணி மரத்தடிக்குப்போய், வரப்பையேறி தந்திரிகளின் வீட்டுப் பக்கம் நடந்துவிட்டான். மகன் முதுகையே பார்த்துக்கொண்டு திண்ணையில் படுத்திருந்த ருக்குமி கின்னியின் பக்கம் பார்வையைச் செலுத்தினாள். கின்னி முகத்தை முழங்காலுக்குள் புதைத்திருந்தாள்.

1995

குறிப்புகள்

1. குதிர்க்கட்டில்: அரிசி அல்லது மற்ற தானியங்களைச் சேமித்துவைக்க வசதியுள்ள ஆளுயர மரக்கட்டில்.
2. பூதம்: தென்கர்நாடகப் பகுதியில் பூதங்களை வழிபடும் வழக்கம் உண்டு. இவை பேய், பிசாசுகளோடு சேர்த்தி யில்லை. இவை கடவுளரின் பூதகணங்கள். இங்குப் பூதங்களுக்கு வண்ணமயமான திருவிழாக்களும் நடை பெறும். இங்கு விஷ்ணுமூர்த்தி தெய்வம் என்பதும் ஒரு பூதமே.
3. தனி அலங்காரம்: நேர்ச்சையின்படி தனி ஒரு குடும்பம் வழிபடுவதற்காகப் பால் சொட்டும் பலா போன்ற மரங்களின் கீழ் ஏற்படுத்தும் அலங்காரம். அதிலும் குறிப்பாக, விஷ்ணுமூர்த்தி தெய்வத்தை வழிபடுவதற்குச் செய்யும் அலங்காரம்.

4. வெட்டவெளி அலங்காரம்: பூதங்களை வழிபடுவதற் காக ஊர் மக்கள் சேர்ந்து வருடந்தோறும் வயல் போன்ற வெட்டவெளியில் ஏற்படுத்தும் உருவங்களின் அலங் காரம்.

5. பஞ்சுருளி: தென்கர்நாடகத்தின் துளு பேசும் பகுதியில், மாமிசம், சாராயம், சுருட்டு முதலானவற்றைப் படைத்து வழிபடப்படும் பூதம்.

6. கல்லுருட்டி: இதுவும் பஞ்சுருளி போன்ற ஒரு பூதம்.

7. சுளுக்கு, வலி போன்றவற்றைக் குணப்படுத்துவதற்காகத் தேய்க்கப்படும் எண்ணெய். கடஞ்சம்: ஊர்ப் பெயர். தியாப்பண்ண பண்டாரி: அந்த எண்ணெயைக் கண்டு பிடித்தவர் பெயர்.

8. தந்திரி: பூஜை, புண்ணியாதானம், விக்கிரகங்களின் பிரதிஷ்டை போன்றவற்றைச் சைகையால் நடத்தி வைப்பவர்.

○ ○ ○ ○ ○

ஒருமுறை பெண்ணாகு பிரபுவே

பானு முஷ்தாக்

லட்சோப லட்சம் வருடங்களாக என்னைப் போன்ற கோடானுகோடிக் கிருமிகளைப் படைத்து, எங்களுடைய பாவ புண்ணியங்களுக்காகச் சொர்க்கத்தை யும் நரகத்தையும் நிர்மாணித்து எங்களுக்காகக் காத் திருக்கும் பிரபுவே!

சொர்க்கத்தின் நந்தவனத்துப் பரிமளம் சுமந்த காற்று வாங்க இப்போது நீ புறப்பட்டிருக்கலாம். இல்லையா? தேஜஸின் ஒளிமயமான கிரணங்களுடன் கைதொழுது நின்றிருக்கும் கந்தர்வர்களுக்கு நீ ஆணையிட்டுக்கொண் டிருக்கலாம். இருந்தாலும் உன் நிம்மதிக்குக் கொஞ்சமும் குறைவில்லை. உனக்கு நிவேதனம் செய்யும் உரிமை உன் ஆத்மாவின் துகள் எனப்படும் எனக்கு உண்டல்லவா? ஏனென்றால் . . .

நான் மிகவும் மென்மையாயிருந்தபோது நடந்த சங்கதி. அப்பொழுது எனக்கு அதிகமான தொந்தரவெதுவு மில்லை. என்னெதிரில் சதா நான்கு சுவர்கள். உன் இனிய கற்பனையின், அற்புத சிருஷ்டியின் எல்லாத் தந்திர, சுதந்திரத்தையும் பெற்ற காற்று என் முகத்தில் வீசிக்கொண்டிருந்தது, ஜன்னலைத் திறந்தபோது மட்டும். நறுமணத்தைக் கர்வத்தோடு வீசிக்கொண்டிருந்த மல்லிகைக் கொடியை நான் வருடிக்கொண்டிருந்தது, இரவில் மட்டும். பருத்தியைப் போன்ற வெண்மையான மேகம் சிவந்த நாக்கைப்போல மாலை நேரக் கிரணத்தை ஓரமாகக் கட்டியிருந்த சித்திரங்களை நான் ரசித்துக் கொண்டிருந்தது, பின்பக்க முற்றத்திலிருந்த ஒற்றைக் கருவேப்பிலை மரத்தின் கீழிருந்து. மதம் கொண்ட யானைகளைப் போன்ற கறுத்த மேகங்களின் ஆர்ப் பாட்டத்தை உடம்பெல்லாம் கண்ணாகிக் கவனித்தது, நடுவீட்டின் ஜன்னல் வழியாக. முத்துகளைக் கோத்த மாலை போன்ற அடைமழையையோ ஆவேசத்தோடு

விழுந்து புகை வலையை எழுப்பிக்கொண்டிருந்த மழையின் ரௌத்திரத்தையோ நான் பார்த்துக்கொண்டிருந்தது, என் வீட்டு உள்முற்றத்தி லிருந்து. தெருவில்கூட இறங்காத என் பாதங்கள் பதிந்துகொண் டிருந்தது, வீட்டின் வெளிமுற்றத்து நிலத்தின் மீது மட்டும் ... தலையிலிருந்து முந்தானை சரிந்ததில்லை. நாணம் கண் இமைகளுக்குள்ளேயே தளும்பிக்கொண்டிருந்தது. சிரிப்பும் உதட்டோரத்தைத் தாண்டவில்லை. பார்வை பட்டாம்பூச்சியாய்ப் படபடக்கவில்லை. இப்படியாக அம்மா என்னை அதிகம் கண்காணிக்கவில்லை. அதைச் செய்யாதே ... இதைச் செய்யாதே ... இப்படி நிற்காதே ... அப்படிப் பார்க்காதே ... என்று சொல்ல வில்லை. எனக்கு மிகையான யோசனைகளும் தோன்றவில்லை. ஆனாலும், ஒரு சின்னக் கேள்வி! இவையெல்லாம் அதாவது ... இந்தப் பளபளக்கும் பச்சைப் பொன்வண்டு, முகத்திலடிக்கும் இந்த வண்ணங்கள், பளபளக்கும் கற்கள், இனிய வாசனை பரப்பும் மண், வீசிக்கொண்டிருக்கும் காற்று, இந்தச் சுகந்தம், மரங்கள், செடிகள், தோட்டம், காடு, ஆர்ப்பரிக்கும் கடல், இந்த மழை, மழை நீரில் காகிதப் படகு ... இவை யாவும் நான் தொடக் கூடாதவை, முழுகக் கூடாதவை, முகரக் கூடாதவை, பார்க்கக் கூடாதவை, முகம்காட்டக் கூடாதவை. இவையெல்லாவற்றையும் நீ தந்திருப்பது அவனுக்காக. உன் சாலச் சிறந்த படைப்புக்காக. இல்லையா? எனக்கு இந்த ஓர் உண்மை மட்டும் தெரியும். அதனால் அதிகம் தகராறு செய்யவில்லை. ஏனென்றால், இது உன் கட்டளையாம்! பாவம் அம்மா! அவள்தான் என்ன செய்வாள்?

அதற்காக நான் மறுபேச்சில்லாமல் அம்மா சொன்ன எல்லாவற்றையும் கேட்டு, அப்படியென்றால் ... அதைச் சொல்லிவிடுகிறேன், ‘பணிவு, மரியாதையுடன் நடக்க வேண்டும் ... அவன் உன் தெய்வம் . . . அவன் சொன்னபடி கேட்க வேண்டும் ... பக்தியோடு அவனுக்குச் சேவைசெய்ய வேண்டும் ...’ இவையெல்லாம் என் மனத்தில் ஆழமாகப் படிந்துவிட்டிருந்தன.

அப்பாவைப் பிரிவதாவது பரவாயில்லை ... அம்மாவைப் பிரிவது மட்டும் என் இதயத்தையே பிடுங்கி உள்ளங்கையில் வைத்து நசுக்கியதைப் போலாயிற்று. அம்மாவும்கூட வேதனைப் பட்டாள். ஆனால், அவள் வாயிலிருந்து ஒரு சத்தமும் வெளியே வரவில்லை. அவள் வயிற்றுக்குள் ரம்பம் அறுத்தது. ஆனாலும், அவள் கண்ணில் நீர் வரவில்லை. உன் சொர்க்கத்தின் எல்லை யற்ற புனிதமான இரண்டு குளங்களைப் போல அவள் கண்கள் மின்னிக்கொண்டிருந்தன. விழியோரம் மட்டும் ஈரம். அநேகமாக இது உனக்குப் புரியும். ஏனென்றால் எங்கள் ஒவ்வொருவர்

மீதும் உனக்கு எழுபது தாய்மார்களின் அன்பு உள்ளதாம். ஒரு தாயின் இதய நெருப்பு அநேகமாக உன் எழுபது இதயங்களுக்கும் பரவியிருக்கலாம். ஆனால் அங்கெல்லாம் நீ எனக்குத் தென்படவில்லை. நான் மிகவும் பயந்தவளாயிருந்தேன். அம்மா என்னை நெஞ்சோடு அணைத்துக்கொண்டாள். அவளது தண்ணென்ற கை என் சுடும் கன்னங்களைத் தடவியது. அதற்குள்ளாக, அம்மாவிடமிருந்து என்னை விடுவித்து, அவன் என்னைத் தூக்கிக்கொண்டு புறப்பட்டான். கிங்காப்புத்* துணியில் சுற்றப்பட்ட மதிப்புமிக்க நகையாயிருந்தேன் நான்.

இப்போது அம்மா லேசாக விசும்பினாள். எவ்வளவோ தூரம் கடந்தாலும், அவள் விசும்பல் எனக்குக் கேட்டுக்கொண்டிருந்தது. இங்கும் ஒரு சின்னக் கேள்வி! அவனென்பது நமக்குள் ஆழமாகப்பதிந்திருந்தால் என்னவாகும்? இப்படிப்பட்ட பிராணிகளின் உலகம், பூவின் மனசுக்குள் மெல்லிய நுட்பமான அலங்கார வேலை, தங்க முலாம், அற்புதமான குளம் குட்டை நதி சுனைகளை ஓய்வாக அமர்ந்து படைத்த உனக்கு என் இதயத்துக்குள் எட்டிப் பார்த்து என் அச்சங்களையும் ஆசைகளையும் நிராசைகளையும் கனவுகளையும் பார்க்க நேரமில்லையா?

இன்னும் எனக்கென்று சொந்தமாக எதுவுமில்லை. மாற்றார் முற்றத்தில் நான் வேர்விட வேண்டியிருந்தது, துளிர்க்க வேண்டியிருந்தது, பூக்க வேண்டியிருந்தது. ஐக்கியமாகிக்கொண்டிருந்தவன் அவன். கரைந்துகொண்டிருந்தது என் இருப்பு. என் பெயரையும் இழந்தேன் ... புதுப் பெயர் என்ன தெரியுமா? அவன் மனைவி என்பது. என் உடம்பு, மனசு எதுவும் என்னுடையதாக இல்லை. அதுவரை என் அறிவுக்கே எட்டாதிருந்த என் உடம்பின் நெகிழ்திறத்தின் வலிமையை எனக்கே ஆச்சரியமேற்படும் அளவுக்கு அவன் விரும்பினான் ... அதில் மூழ்கிக்கொண்டிருந்தான். அந்தக் கணம் தவிர, எப்போதும் உன் கட்டளையின் அதிகாரக் கோல் அவன் கையில் மின்னிக்கொண்டிருந்தது.

அவன் கில்லாடித்தனம் எங்கெங்கே எப்படி எப்படி வெளிப்பட்டதோ எனக்குத் தெரியாது. கணநேரத்துக்குள் என் இதயத்தைத் தூள் தூளாக்கிக்கொண்டிருந்தான் ... மூலைக்கு மூலை வீசிக்கொண்டிருந்தான். என் தேகம் அவனுக்கு ஒரு விளையாட்டுத் திடல்; மனசு அவன் கையில் ஒரு விளையாட்டுப் பொம்மை. இப்படி ... இப்படி ... எச்சரிக்கையோடு எடுத்துத் தேர்ந்து ஒட்டுப்போட்டுக்கொண்டிருந்த மனத்தை ... மீண்டும் கிழித்துக்கொண்டிருந்தான். பிரபுவே, நான் ஏன் இந்தப் பொம்மையாக வேண்டியிருந்தது? அவன் மேல் எனக்கொன்றும் வெறுப்பில்லை. அவன் என்

கைப்பொம்மையாக வேண்டுமென நான் விரும்பியதுமில்லை. நான் அவன் முதுகெலும்பாகி, அவன் என் கண்ணீரைத் துடைக்கும் கரமாக இருந்திருந்தால் . . .

ஒரு வாரம்கூடக் கழிந்திருக்கவில்லை. அவன் வெறி கொண்டவனாகக் கூச்சலிட்டான். 'நான் யார்? என் அந்தஸ் தென்ன? எனக்கு லட்சம் லட்சமாகக் கொடுப்பவர்களிருந்தார் கள். போயும் போயும் உன்னைப் போன்ற பிச்சைக்காரியைக் கட்டிக்கொண்டேன் . . .' இதற்கு நான் என்ன பதில் சொல்ல வேண்டும். அம்மாவின் உபதேசப்படி நான் மௌனமாயிருந்தேன். 'இப்போதே உன் பிறந்த வீட்டுக்குப்போய் ஐம்பதாயிரம் ரூபாய் வாங்கி வா. இல்லையென்றால் நீ மறுபடியும் இங்கே கால் வைக்க முடியாது' என அவன் கட்டளையிட்டான். மலினமான துணியில் சுற்றப்பட்ட கில்ட் நகையைப் போல நான் அம்மாவிடம் திரும்பிப் போனேன்.

அம்மாவின் முகம் ஒளிர்ந்தது. ஒரே நேரத்தில் நூற்றுக் கணக்கான சூரியசந்திரர்கள் அவள் கண்களில் ஒளிர்ந்தார்கள். அவன் என்னோடு வராமல்போனதற்காக அந்த ஒளி சட்டென அணைந்தது. மெல்ல அணைத்துக்கொண்டாள். ஐம்பதாயிரம் ரூபாய் என் சுகத்தையும் அமைதியையும் கெடுத்தது. அந்த இரவு அம்மாவின் பக்கத்தில் படுத்தபோது, இதமாகத் தோன்றினாலும், அவன் நினைவுக்கு வந்தான். அம்மாவின் பாசக் கோட்டையில் ஓட்டை விழுந்தது. அவன் உள்ளே நுழைந்தான். மூன்று தினங்கள் கழிவதற்குள்ளாகவே நானும்கூட ஆர்வத்தோடு எதிர்பார்த்தேன். 'பணம் கிடைச்சுதா?' என்று விசாரித்தான். வாடிய என் முகத்தைப் பார்த்து, 'நீ அவங்களப் பார்க்கறது இதுவே கடைசி. இனிமே நீ இங்க வரக் கூடாது. அவர்களும் நம்ம வீட்டுக்கு வரக் கூடாது' என்றான்.

அம்மா வயிறு நிறையச் சாப்பிடவைத்தாள்; மனம் நிறைய வாழ்த்தினாள்; என் கூந்தலைச் சிக்கில்லாமல் வாரினாள்; தன் அன்பின் முத்துகளையெல்லாம் கோக்கும்விதமாக நீண்ட சடை பின்னிவிட்டாள். அவள் சூட்டிய மல்லிகை தலை நிறைய அவளைப் போலவே கமகமத்தது. இடையில் கோத்த கனகாம்பரங்கள் கண்ணாமூச்சி விளையாடின. அம்மாவை அடிக்கொரு தரம் பார்த்தவாறு பெயர்த்தெடுக்க முடியாத காலடிகளைப் பெயர்த்தபடி அவன் பின்னால் அடியெடுத்து வைத்தேன்.

இந்த விஷயத்தில் மட்டும் அவன் பேச்சுத் தவறுவதில்லை. அவனது அகங்காரத்துக்கு ஒரு மகுடம் தேவையல்லவா? அம்மாவுடைய அன்பின் முத்துகள் எங்கே சிதறிவிடுமோ

என்று நான் அவன் வீட்டுக்குப் போய் மூன்று தினங்கள் வரை என் சடையை அவிழ்க்கவில்லை. அது என் இதயத்தின் அநுபந்தம். அவனுக்கோ அவனுடையதே அதிகாரம் . . . சட்டம் . . . அவன் சொல்வதே முடிவான வார்த்தை. நான் மறுபடியும் அம்மாவைப் பார்க்கவில்லை. இவற்றையெல்லாம் நான் உன்னிடம் சமர்ப்பித்துக்கொள்ள வேண்டிய அவசியமும் இல்லை. எனக்குத் தெரியும், உன் கணக்குப்பிள்ளைகள் இப்படிப் பட்ட கோடிக்கணக்கான செய்திகளை உனக்கு ஒவ்வொரு நாளும் அனுப்பிவைக்கிறார்கள். இல்லையா? அவையெல்லாம் எழுதுகோல்களால் எழுதப்பட்டவை. ஆனால், இது இதயத்தால் எழுதப்பட்டது. அதுவும் பெண் இதயத்தின் கூரான முனையால் அதற்குள்ளிருக்கும் சிவப்பு மையால் எழுதப்பட்ட எழுத்து களின் மாலை. அநேகமாகக் கணக்குப்பிள்ளைகளில்கூடப் பெண்கள் இல்லாவிட்டாலும், பெண் இதயம் கொண்டவர்கள் கூட இல்லாததினால் இப்படிப்பட்டதொரு நிவேதனம் உனக்கு இதுவரைக்கும் வந்து சேர்ந்திருக்காது.

என்றைக்கும்போல ஜன்னல் கதவுகள் மூடப்பட்ட ஆத்மாவின் கைதி நான். அம்மாவையோ அப்பாவையோ தம்பியையோ மறுபடியும் நான் பார்க்கவில்லை. ஆனாலும் அம்மா முயலாதிருப்பவளல்ல என்று எனக்குக் கொஞ்சம் எதிர்பார்ப்பு. எனக்குத் தெரியும், அவள் என்னைக் காண்பதற்கு வேண்டியளவு முயன்றிருக்கிறாள். ஆனால் அவை எதுவும் பலிக்காதபடி புகமுடியாத கோட்டையை அவன் கட்டியிருந்தான். அவனுக்குப் பணத்தின் மீதிருந்த பேராசை எங்களுடைய உறவு, அன்பு, வாத்சல்யம் எல்லாவற்றையும் விழுங்கிவிட்டது. அவன் குருடானாலும், தன் நிலைப்பாட்டில் உறுதியாயிருந்தான்.

சுற்றியிருந்தவர்களில் பலரும் சொல்லிக்கொண்டிருந்தார்கள், ‘அவன் விருப்பப்படி நடந்துகொள்.’ அதோடு, பிரபுவே, நீயும் பல இடங்களில் உன் குரலை முழக்குகிறாய் அவனே என் தெய்வம், அவனை அனுசரித்து நடப்பது என் கடமை என்று. அவன் இந்த உலகத்தில் உள்ள எல்லோரையும் எங்கேயும் எப்போது வேண்டுமானாலும் சந்திக்கலாம். ஆனால் நான்? பிரபுவே, நீயே சொல்லியிருக்கிறாய், தாய் தெய்வமென்று. யார் காலடியில் சொர்க்கம் உள்ளதென நீ காட்டியிருக்கிறாயோ அவளை ஒருமுறையாவது பார்க்கும்படியில்லை. இந்தச் சிறுமதிக்குத் தோன்றும் இப்படிப்பட்ட சின்னச் சின்னப் பிரச்சினைகளைக் கேட்க உனக்கு நேரமிருக்கிறதோ இல்லையோ! என் மொத்த வாழ்க்கையும் மூன்று மணிநேர நாடகமாக உனக்குத் தோன்றலாம். நான் ஒரு பாத்திரத்தில் நடிப்பவளாகத் தோன்றலாம். ஆனால் ஒன்றை ஞாபகத்தில் வைத்துக்கொள். என்னுடையவை இரவல் சுக துக்கங்களல்ல. அவை அபிநயிக்கத்

தக்கவையல்ல. அவை சொந்த அனுபவங்கள். நீயோ பங்கு கொள்ளாத சூத்ரதாரி. உன்னுடையதே ஒரு பாத்திரமாக என் உடம்பு மனசிலெல்லாம் ஏறி விழுந்து தாக்குதல் நடத்திக் கொண்டிருக்கும்போது, சூத்திரதாரியான உனக்குக் கடமை என்று எதுவும் இல்லையா? போகட்டும் ஒரே ஒரு பதிலை யாவது சொல். இதில் என்னுடைய தவறென்ன இருக்கிறது?

சாப்பிட்டாயா கொண்டாயா என்று அவன் கேட்க வில்லை. ஆனால் அவன் உழுதான், விதைத்தான். சிதறுண் டிருந்த மனசுக்கும் ஆயாசத்தோடு இருந்த ஆத்மாவுக்கும் இடையில் முதல் கர்ப்பத்தால் உடம்பு மட்டும் அழகாயிருந்தது. அதோடு அவனுக்குப் பசியும் தீவிரமாயிருந்தது. நானே தாயாகும் பாதையில் சென்றாலும் திருப்பத்தில் நின்று ஒவ்வொரு கணமும் பிறந்த வீட்டுத் தடத்தைத் திரும்பிப் பார்த்துக்கொண்டிருந்தேன். தொலைதூரம் வரை எந்த உருவத்தையும் காணவில்லை. அங்கொன்றும் இங்கொன்றுமாக ஞாபகத்தின் பசுமையான மரங்கள் மட்டும் அவ்வப்பொழுது இலை உதிர்த்தபடி மொட்டையாகும் காரியத்தில் மூழ்கி யிருந்தன.

பிறகு எனக்குத் தெரியவந்தது என்னவென்றால், அப்பாவைச் சம்மதிக்கவைத்து அவர்களுக்குச் சொந்தமாயிருந்த எல்லாவற்றையும் விற்று இருபதாயிரம் ரூபாய் திரட்டிக் கொண்டு, அம்மா எங்கள் வீட்டுக்கு வந்துகொண்டிருந்தா ளாம். அன்று காகம் ‘கா’ என்று கரைந்துகொண்டிருந்தது. என் வலது கண் துடித்தது. அடுப்பு சடபடத்தது. அநேகமாக அம்மா வருவாளோ? புறப்பட்டிருந்த அம்மா வரவில்லை. அங்கெங்கோ விபத்தாம். அந்த இடத்திலேயே அவள் உயிர் பிரிந்ததாம். எல்லாம் ‘அப்படியாம்’ செய்திகள். அப்போதும் அந்த நேரத்திலும் அம்மாவின் பிணத்தைப் பார்க்கக்கூட அவன் என்னை அனுப்பவில்லை. அதற்குப் பதிலாக அந்தச் செய்தி என்னை வந்து சேராதபடி எச்சரிக்கையாயிருந்தான்.

இங்கேதான் எங்கள் ஊர்ப் பெரிய ஆஸ்பத்திரியில் அவள் பிணத்தை அறுத்தார்களாம். அநேகமாக இதயத்தை அறுத்திருக்கமாட்டார்கள். அதைத் துண்டாக்கியிருந்தால், அதில் கிடைத்திருக்கக்கூடியது உறைந்துபோன ரத்தமல்ல. பதிலுக்கு உறைந்துபோன ஆத்மா, மங்காத லக்ஷ்மண ரேகைகள், பல அக்னிப் பரீட்சைகளின் அடையாளங்கள். ஆனால், ஒன்று மட்டும் உண்மை. அவள் தேகம் பிளக்கப்பட்டாலும், உயிரோடிருந்தபோதும் இறந்தபோதும் அவளது மனசையும் ஆத்மாவையும் யாரும் தொட்டதில்லை. கன்னியாகவே இருந்த அவளது கண்கள் மட்டும் திறந்தேயிருந்தனவாம்!

யாரை எதிர்பார்த்திருந்தாளோ? அந்த வரவுக்காகப் பாவப்பட்ட அவளது கண்கள் திறந்திருக்கலாம்.

அங்கிருந்து இங்கிருந்து ... ஜன்னலிலிருந்து வென்ட்டிலேட்டரி லிருந்து துணுக்குத் துணுக்காகச் செய்திகளைக் கேட்டுக்கொண் டிருந்தாலும், எல்லாவற்றையும் பார்த்து வந்திருந்த அவன் இறுக்கமாகவும் மௌனமாகவும் இருந்தான். அம்மாவின் பிணத்துக்குப் பக்கத்தில் உட்கார்ந்திருந்த காயம்பட்ட என் அப்பா அம்மாவின் மடியிலிருந்த இருபதாயிரம் ரூபாயை எடுத்து அவன் கையிலிட்டாராம். 'இப்பவாவது அவளக் கூட்டிட்டு வா' என்று வேண்டிக்கொண்டாராம். அவன் இதையும் எனக்குத் தெரிவிக்கவே இல்லை. என்னை அழைத்துப்போகவும் இல்லை.

ஒரு மகள் பிறந்தாள். அம்மாவைப் போலவே ஜாடை. கண்களோ ஆழமான குளங்கள். அம்மாவைப் போலவே அவளைத் தூக்கிக் கொஞ்சித் தாலாட்டினேன். இப்போது கண்ணீர் ஆறாக வழியவில்லை. பதிலுக்குப் பனியைப் போல் கண்ணோரத்தில் மட்டும் பிரதிபலித்துக்கொண்டிருந்தது. உன் அற்புத நன்கொடைக்கு வந்தனம். மறக்கும் சக்தியைக் கொடுத்து வாழும் மனவுறுதியைத் தந்தாய். ஞாபகத் தென்றல் வாழ்க்கைப் பாழ்நிலத்தில் குளிர்ச்சியாக வீசிக்கொண்டிருந்தது. அவளுக்குப் பால்கொடுத்துக்கொண்டிருந்தபோதே, மீண்டும் ஒருமுறை சூல்கொண்டேன். அவளைத் தூக்கித் தாலாட்டிக் கொண்டிருந்தபோதே, வேறொரு ஜோடிக் காலின் இனிய உதையும் சின்னஞ்சிறு இதயத்தின் துடிப்பும் எனக்குள் முளைத்தன.

நான் ஆதங்கத்துக்குள்ளானேன். அவன் மீசையை முறுக்கினான். 'வளர்க்கறவன் நான். சொமக்கறதுக்கு உனக்கென்ன கஷ்டம்?' பாவம், சரியாகவே சொல்கிறான். பிள்ளையை வயிற்றில் சுமக்கும் கஷ்டம் என்னவென்பதை நீ ஒருமுறையாவது அவனுக்குக் காட்டியிருந்தால் ... அவன் இவ்வாறு எப்படிப் பேசியிருப்பான்? காறி உமிழ்வதைப் போல, இறுக்கத்தைக் குறைக்கச் சிறுநீர்கழிப்பதைப் போல, சிறிது உன்மத்த சந்தோஷத்தை எளிமையாகப் பிரயோகித்துச் சுலபமாகப் படைப்புத் தொழிலை நிரூபித்துவிட்டு நீ கவலை யற்றிருக்கிறாய். அவன் என்ன ரத்தம் சதைகளால் உயிரூட்ட வேண்டுமா, தன் எலும்பு மஜ்ஜைகளைக் கரைத்து வயிற்றுக் குழந்தைக்கு ஊட்ட வேண்டுமா, சதைக் கண்டங்கள் மட்டு மல்லாமல் இடுப்பு எலும்புகளின் கீல்கள் முறியும்படியான வலிக்கு இடையே அவன் பிளவுபட வேண்டுமா? இவை எல்லாவற்றையும் அவன் அனுபவித்திருந்தால்? இல்லை, இவ்வாறு கேட்பதற்கும் எனக்கு வாய்ப்பில்லை. ஏனென்றால்,

நீ படைப்பவன். அவன் உனக்கு பிரியமான படைப்பு. நான் பிரியமற்ற படைப்பா?

அவன் மகிழ்ச்சிக்கு இணையில்லாதபடி, அவன் விரும்பியபடியே ஆணே பிறந்தது. எனக்குத் தனியான மகிழ்ச்சி இல்லாவிட்டாலும் ஒரு சமாதானம் உண்டாயிற்று. வாழ்நாள் முழுக்க என்னைப் போலவே பிரக்ஞையின் நிராதரவான கைதியாகும் ஜீவன் படைக்கப்படவில்லை. எந்த வசிப்பிடமும் வீடும் இல்லாமல் பிறரைச் சார்ந்து வாழ வேண்டிய துர்ப்பாக்கிய நிலையில்லாத, ஆண் என்னும் அகங்காரத்தின் உச்சமான அடிகளை எடுத்துவைக்கக்கூடிய மகன் பிறந்தானல்லவா! இருந்தாலும் மூத்த குழந்தையின் மீதே எனக்கு அதிகமான பாசம்.

பிள்ளைகள் இருவரும் வளர்ந்தார்கள். அவனது அகங்காரத்தின் முட்டைகள் உடைந்து குஞ்சுகள் பொறிந்து கொண்டேயிருந்தன. நான் பணிவான சேவகியாக அடியோடு மாறிவிட்டிருந்தேன். ஏனென்றால், அது மட்டுமே என் வாழ்வின் பாதையாக இருந்தது. உலகத்துக்கு எந்தக் காணிக்கையும் செலுத்தாத, உலகத்திடமிருந்து எதையும் பெறாத, சமூக உறவைப் பற்றிய அறிவே இல்லாத, பெயரற்ற, அடையாளமில்லாத நான் வெறுமனே அவனுடைய மனைவி அல்லது இலவசமாகக் கிடைத்த சேவகியாயிருந்தேன். ஒருவேளை அவனுடைய பாதுகாப்பு இல்லாதுபோனால் என்னாவேன் என்று இரவின் அமைதியில் ஊகித்தாலே நான் நடுங்கிக்கொண்டிருந்தேன். அவனில்லாமல் நானில்லை என்கிற உண்மை முகத்திலறைந்தது. நான் அவனுடைய நிழல், அவ்வளவே. இதை ஒத்துக்கொள்ள நான் முதன்முதலில் தயாராயில்லை. எனக்குள்ளேயே தீவிரப் போராட்டம் நடந்தது. அவனில்லாமல் இனி என்ன என்னும் கேள்வி தோன்றிய உடனே நான் பயந்துகொண்டிருந்தேன். அந்தச் சந்தர்ப்பத்தை நினைத்துப் பார்க்கக்கூட எனக்குப் பயமா யிருந்தததது. வேலைக்காரியானாலும் பரவாயில்லை வேலை வாங்கிக்கொண்டு சாப்பாடு, துணிமணி வழங்கிக்கொண் டிருந்த அந்த மகானுபவன் எனக்கு நிஜமாகவே மகாத்மாவாகத் தோன்றினான்.

இப்படியே தொடர்ந்திருந்தால் அநேகமாக நானும்கூடப் பிள்ளைகளுக்குத் திருமணம் செய்து ஒரு நாள் இறந்தும் போயிருப்பேனோ ... அம்மாவைப் போல ... ஆனால், அன்றொரு நாள், வயிற்றில் ஏதோ கட்டி வளர்ந்திருக்கிறதென்று என்னை ஆஸ்பத்திரியில் சேர்த்தான் அவன். டாக்டர்கள் என்ன வெல்லாமோ சோதனைகள் செய்து ஆபரேஷன் செய்ய

வேண்டும் என்றார்கள். அவன் முகம் சுளித்தான். அனேகமாக என்மேல் கோபம்கொண்டிருப்பான். ஆனால், அவர்கள் எல்லோர் எதிரிலும் தெரியப்படுத்திக்கொள்ளவில்லை. அவ்வளவே. இருந்தாலும் எனக்கு ஆபரேஷன் நடந்த பிறகு அவன் வந்து நின்றான். வேறொன்றும் விசாரிக்கவில்லை. 'உன் கழுத்திலிருக்கும் சங்கிலியைக் கொடு' என்று கேட்டான். அந்தச் சங்கிலியைப் பற்றிக் கொஞ்சம் சொல்வது நல்லது. அந்த இரட்டை வடச் சங்கிலி எனக்குத் திருமணமானபோது, அம்மா செய்தது. அதுவுங்கூட அவளுடைய அம்மா அவள் திருமண சமயத்தில் கொடுத்திருந்த தங்கத்தை உருக்கிச் செய்தது. அம்மாவின் ஞாபகமாக நான் அதைச் சதா என் கழுத்திலேயே அணிந்திருந்தேன். இப்படி இருந்திருந்தாற்போலக் கேட்டதால் கொடுப்பதற்கு உடனே மனம் வரவில்லை. தாமதப்படுத்திய படியே, 'அது இப்ப எதுக்கு வேணும்?' எனக் கேட்டேன்.

அனேகமாக என் வாழ்க்கையில் அவனை எதிர்த்துக் கேட்ட முதல் கேள்வி அது. அவன் கொஞ்சங்கூடத் தாட்சண்யமோ கருணையோ இல்லாமல், 'மறுபடியும் கல்யாணம் பண்ணிக்கிட்டிருக்கறேன். அந்தப் பொண்ணுக்குப் போடணும்' என்றான். எனக்குக் கண்கள் இருட்டிக்கொண்டு வந்தன. இந்த க்ளுகோஸ் பாட்டில்களைக் கழற்றியெறிந்துவிட்டு ஓடிப்போய்விடவா? ஓடிப்போவதென்றால், எங்கே போவது? அவன் கன்னத்தில் அறையவா? சே. முடியாது! பிள்ளைகளின் கதி என்ன? என் வீட்டின் நான்கு சுவர்கள்கூட எனக்கு இனி வாய்க்கமாட்டா என்னும் உண்மை என் முன்னால் திறந்துகொண்டிருந்தபோதே நான் நினைவிழந்தேன்.

நான் என் கழுத்திலிருந்த சங்கிலியை என் உயிரைப் போல இடது கையில் பிடித்து, 'நான் குடுக்கமாட்டேன்' என்றேன். இதை எதிர்பார்க்காத அவன் அனேகமாக அதிர்ச்சி யடைந்திருக்க வேண்டும். குரூரமான பார்வையை வீசினான். சங்கிலி கிடைக்காமல் போனதைவிட என் நிராகரிப்பாலேயே அவனுக்கு அதிக அவமானமாயிற்று. மூச்சையிழுத்துக்கொண்டு அவன் கொதித்தான். 'ஓஹோ, அப்படின்னா உன் சங்கிலியக் குடுக்கலன்னா என் கல்யாணம் நடக்காதுன்னு நெனச்சிட்டிருக்கறியா?' என்று அதட்டினான். நான் பலகீனமான குரலில், 'இப்ப இன்னொரு கல்யாணம் எதுக்கு?' எனக் கேட்டேன்.

'ஏன்னு விளக்கம் வேறெ குடுக்கணுமா உனக்கு? அப்டின்னா கேளு. உன்னப் போலப் பிச்சக்காரியக் கட்டிக்கிட்டு வாழ்க்கைய இழக்கறதுக்கு எனக்கு இஷ்டமில்ல. உன்னப் போல நோயாளியால என்ன உபயோகம்? அதுக்குத்தான் வசதியான குடும்பத்தச் சேர்ந்த நல்ல பொண்ணக் கல்யாணம் பண்ணிகிட்டிருக்கறேன்.'

பிரபுவே, எனக்கு வலிகளைத் தாங்கும் சக்தியை நீ தந்திருக்கிறாய். ஆனால், வலிகளைக் கொடுக்கும் இத்தனை குரூரத்தை அவனுக்குத் தந்திருக்கக் கூடாது. பொறுமைக்கு எல்லை எது? பொறுமையே என் தாரக மந்திரமாயிருந்தாலும், நிராதரவான அந்த நிலைமையிலும் நான் எரிந்து விழுந்தேன். நான் பேசுவதற்கு முன்பே அவன், 'இன்னும் கேக்குறியா? உன்னால எனக்கு என்ன சுகம் கிடைச்சிருக்குது? வீட்டுக்கு விலக்கானப்பல்லாம் பொணம் மாதிரி விழுந்து கெடந்தியல்ல? அதுக்குத்தான் இன்னொரு கல்யாணம் பண்ணிக்கிட்டிருக்கறது' எனச் சொன்னான்.

என் மனசின் சிந்திக்கும் ஆற்றல் வெட்டுப்பட்டிருந்தது. பேச்சற்றுப்போனேன். கண்ணீர் அலைகளால் கண்கள் பஞ்சடைந்தன. இருந்திருந்தாற்போல நான் வீதியில் எறியப்பட்ட குப்பையைப் போலானேன். எனக்கு ஆக்ரோசம் நிரம்பி வழிந்தது, படுக்கையிலிருந்து எழ விரும்பினேன். ஆனால், எழ முடியவில்லை. நிதானமாக ஆலோசிக்கத் தொடங்கினேன். அவன் திருமணத்தைத் தடுக்க என்னால் முடியுமா? நான் அவனைச் சார்ந்துள்ள வேலைக்காரி என்னும் உரிமையை மீண்டும் பெற முடியுமா? என் எளிய மூன்று நான்கு கேள்விகளுக்கு ஆயிரமாயிரம் எதிர்க் கேள்விகள் கிடைத்தன. 'பார், நீயோ நோயாளி. அவன் இன்னொரு திருமணம் செய்துகொள்ளட்டும் விடு.'

'அட, நல்லாருக்குதே இது! அவன் ஆம்புள, ஒன்னுல்ல நாலு கல்யாணம் பண்ணிக்குவான். அதயெல்லாம் நீ கேட்க முடியுமா?' என்று ஒரு குரல் சொன்னால், 'பாரும்மா, அவன் கல்யாணம் பண்ணிக்கிறதுன்னா பண்ணிக்கட்டும். உனக்கு மாசாமாசம் கொஞ்சம் பணம் வர்ற மாதிரி கேஸ் போடு. தீர்ப்பு வர்றதுக்கு ஒரு நாலஞ்சி வருஷமாகும். அது வரைக்கும் கூலி வேல கீலி வேல செஞ்சிக்கிட்டிரு' என்றது மற்றொரு குரல். மீசைக்குக் கீழே புன்னகை பூத்த இரண்டொருவர் 'பாவம்!' என்று போலி இரக்கம் காட்டினார்கள். அப்படியென்றால் அவன் செயலுக்குச் சமூகத்தின் ஒப்புதல் இருக்கிறது. அதோடு இதற்கெல்லாம் உன்னுடைய தூண்டுதலும் இருக்கிறதாம்! உன் பெயரைச் சொல்லியே அவன் இப்படியெல்லாம் அதிகாரம் செய்கிறானாம். நான் முழுமையற்ற உன் படைப்பு என்னும் காரணத்துக்காக எல்லாக் கதவுகளும் எனக்கு மூடியிருக்கின்றன. ஹே பிரபுவே, என் முறையீடு கேட்கிறதா? என் அழுகை உனக்குத் தெரிகிறதா? நான் என்ன செய்யட்டும்? நான் என்ன செய்யட்டும்?

மூன்று தினங்களாக அவன் ஆஸ்பத்திரிக்கு வரவில்லை. ஆஸ்பத்திரிக்காரர்கள் கொடுக்கும் இலவச உணவை நானும் குழந்தைகளும் பகிர்ந்து உண்டு உயிர் பிழைத்திருக்கிறோம். அதற்கும் தடை ஏற்பட்டது. அன்று ஆஸ்பத்திரிக்காரர்கள் என்னை வீட்டுக்கனுப்பினார்கள். பிள்ளைகள் இருவரையும் அழைத்துக்கொண்டு மிகுந்த கஷ்டத்தோடு நான் என் வீட்டுக்குச் செல்லும் பாதையில் போய்க்கொண்டிருக்கிறேன். ஆனால், வீட்டின் முன் பக்கம் பெரிய பூட்டு. வீட்டின் முன்னால் பச்சைத் தென்னங்கீற்றுப் பந்தல். வீட்டில் யாரும் இல்லை. அக்கம் பக்கத்தவர்கள் ஜன்னல் வழியாக எட்டிப் பார்த்துவிட்டு மறைந்தார்கள். பிள்ளைகள் என்னை நெருக்கிக் கொண்டு உட்கார்ந்தன. வீட்டின் முன்பக்கம் திண்ணையின் மேல் உட்கார்ந்திருக்கையிலேயே, பகல் கழிந்து இரவு அடியெடுத்து வைத்தது.

எல்லா வீட்டு மனக் கதவுகளும் மூடிவிட்டன. இரவின் மௌனம் அதிகரித்துக்கொண்டிருந்தது. என் நிராதரவான நிலையைக் கண்டு பிள்ளைகளும்கூட ‘அம்மா பசிக்குது . . .’ என்று சொல்லவில்லை. கால் மரத்துப்போனதுபோலத் திண்ணையின் மேலேயே கையை நீட்டினேன். பிள்ளைகள் இரண்டும் என்னை ஒட்டிக்கொண்டே படுத்தன. அப்படியே தூக்கக் கலக்கத்திலேயே விழிப்பு வந்தது. நேரம் எவ்வளவோ தெரியவில்லை. உடம்பு வெந்துபோகிறாற்போல அலறல் ஒன்று தாக்கிக் கண்திறந்தபோது, மகன் பக்கத்திலிருந்து சரிந்து சாக்கடையில் விழுந்திருந்தான். ஒரே தாண்டலில் ஓடிச் சேறு படிந்திருந்த குழந்தையைத் தூக்கி நெஞ்சோடு அணைத்துக் கொண்டேன்.

. . . அப்போதுதான் பந்தலுக்குப் பக்கத்தில் டெம்போ நின்ற சத்தம். ஜனங்களின் உற்சாகம், மகிழ்ச்சி, ஆரவாரம். அவன் கீழே இறங்கினான். டெம்போவின் பின் பக்கத்திலிருந்து சிவப்புத் துணி உடுத்திருந்த ஒரு பெண்ணைப் பலமான தன் இரண்டு கைகளிலும் தூக்கிக்கொண்டு . . . கிங்காப்புத் துணியில் சுற்றியிருந்த மதிப்புவாய்ந்த நகையைப்போல . . . திடமான அடிகளை எடுத்துவைத்து அவன் முன்னேறினான். வீட்டின் கதவு திறந்தது. எல்லோரும் அவனோடிருந்தார்கள். என் மகன் நடுங்கியபடி என்னைக் கட்டிக்கொண்டான். விரிந்த கண்கள் நிலைகுத்தியிருக்க நான் அதையெல்லாம் பார்த்துக்கொண் டிருந்தேன்.

சிவப்பு மை நிரம்பிய இதயத்தின் முனை உடைந்துள்ளது. சொல்வதற்கு நாவெழவில்லை. எழுத வார்த்தைகளில்லை. பொறுமை என்பதன் அர்த்தம் தெரியவில்லை. நீ மீண்டும்

ஒருமுறை பிரபஞ்சத்தை நிர்மாணிப்பதானால், ஆணையும் பெண்ணையும் சிருஷ்டிப்பதானால் அனுபவமற்ற குயவனைப் போலச் செய்யாதே. பூமிக்கு ... வா ... ஒருமுறை பெண்ணாகு பிரபுவே!

1997

குறிப்பு

*கிங்காப்புத் துணி: ஜரிகை வேலைப்பாடமைந்த விலையுயர்ந்த பட்டுத் துணி.

○ ○ ○ ○ ○

புதிய பிறப்பு

நேமிசந்திரா

எத்தனையோ தினங்களுக்குப் பிறகு ராஜி வீட்டுக்குப் போயிருந்தேன். மூன்று வருடங்களே கழிந்திருந்தன. அவள் திருமணத்தின்போது பார்த்தது. பெங்களூரின் பரபரப்பான வாழ்க்கையில் அவ்வப்போது சந்திப்பதே கடினமாயிருந்தது. கல்லூரி நாள்களில் நாங்கள் இருவரும் பிரிந்ததே இல்லை. கல்லூரி இதழுக்கு நான் படம் வரைந்து கொடுப்பேன், ராஜி கதை எழுதுவாள். அதே பழைய நெருக்கத்தை எதிர்பார்த்துச் சென்றிருந்தேன். ஆனால், எனக்கும் ராஜிக்கும் இடையே இந்த மூன்று வருடங்கள் ஏதோ ஒருவிதமான அகழியைத் தோண்டி யிருந்தன.

'உனக்குத் தெரியாது சசி, எங்க ரவி ஆறே மாசத்துல பேசறதுக்கு முயற்சி செஞ்சான். எட்டு மாசத்துல நடக்க ஆரம்பிச்சான். எனக்கோ ஒரு மாதிரிப் பயமாயிருக்குது. இவன் ரொம்பவே புத்திசாலி, எல்லாத்தையும் ரொம்பச் சீக்கிரமாவே கத்துக்கறான். அங்கப் பாரேன், அங்கே. எப்படி ஜன்னல் மேல ஏறி நிக்கிறதுக்கு முயற்சி பண்ணிட்டே இருக்கறான் ...' ராஜி ஒரே மூச்சில் பேசிக் கொண்டேபோனாள். இந்தப் பெண்கள் அம்மாவான உடனே ஏன் இவ்வளவு உணர்ச்சிவசப்படுகிறார்கள் என்று முணுமுணுத்துக்கொண்டே, உள்ளுக்குள் சலிப்பா யிருந்தாலும் மிகுந்த ஆர்வமிருந்ததைப் போல அவள் மகனுடைய பிரதாபத்தை 'அப்படியா ...? ஆஹா ...' என்று சொல்லிக் கேட்டுக்கொண்டேன்.

'என்ன சொன்னாலும் சட்டுன்னு புரியுது. எங்கடா கண்ணா, ஆண்ட்டிக்கு வணக்கம் சொல்லு ... தன் பாட்டுக்கு டப்பா மூடியை வைத்து விளையாடிக் கொண்டிருந்த குழந்தையைத் தூக்கிக் கசக்கிப் பலவந்தப்படுத்தினாள். சிறிதும் ஆர்வம் காட்டாத

குழந்தை திமிறிக்கொண்டு கீழே இறங்கி, மீண்டும் டப்பாவின் மேல் கரண்டியால் அடிக்கத் தொடங்கியது.

'அவனுக்கு மூட் வரணும்... அதுக்குள்ளயே ஏ பி சி டி எல்லாம் சொல்லக் கத்திருக்கறான்...' அவளுடைய சளசளப்பு முடிவதாய்த் தெரியவில்லை. இடையில் குறுக்கிட்டுக் கேட்டேன், 'அதிருக்கட்டும் சமீபத்துல ஏதாச்சும் எழுதுனியா?'

'ஓ, ஒரு நிமிசங்கூட ஓய்வு ஒழிச்சலில்ல. இன்னும் இவன் பெரியவனாகணும்...'

'அத்தை நாத்தனார் ரண்டு பேரும் இருக்காங்கல்ல...?'

'ஓ, இவன் எப்பவும் என் கண்ணு முன்னாடியே இருக்கணும் சசி. இவன விட்டுட்டு எழுத மனசே வரல. எங்க விழுந்து என்ன பண்ணிக்குவானோ என்கிற கவலை. அங்கப் பாரு குறும்புக்காரன்! எப்படிச் சிரிக்கிறான்! இவனை இப்படியெல்லாம் பாக்கறபோது எழுதுறதல்லாம் எதுக்குன்னு தோனுது.' மகனைத் தூக்கி முத்த மழை பொழிந்தாள். மகிழ்ச்சியின் மனநிறைவில் பூரித்த அவள் முகத்தையே வியப்போடு பார்த்தேன். தாய்மை உலகத்தையே மறக்கடிக்குமா? இந்தப் பெண்கள் ஏன் தாய்மைக்கு இப்படி ஏங்குகிறார்கள்? அப்பாவான ஆண் அநேகமாகத் தந்தை என்னும் தன் பெருமையை இத்தனை வழிகளில் இணைத்துக் கொள்வதில்லை. எனக்கு என்றைக்கும் இப்படிப்பட்ட தீவிரமான ஆசைகள் ஏன் முளைக்கவில்லை? குழந்தை வேண்டும் என்று நினைத்தபோதும் தாய்மையை இவ்வளவு தீவிரமாக விரும்பியதில்லை.

அன்று மாலை வீட்டிற்கு வந்தபோது, வண்ணத்தில் தோய்த்த என் தூரிகை கான்வாஸ் நிறைய வரைந்தது சின்னச் சின்னக் குழந்தைகளை. தங்கையின் குழந்தை, இவருடைய அக்காவின் குழந்தை... எத்தனைக் குழந்தைகளைப் பார்ப்பதற்காகச் சென்றிருக்கிறேன்? அப்போதுதான் பிறந்த பச்சை உடம்பு, மொட்டைத் தலை, சிவப்புச் சிவப்பான குழந்தைகள்!

ஆனால், தூரிகை பிடித்து இப்போது ஆறுமாதங்களே ஆயிற்றல்லவா! எதை வரையப்போனாலும் கடைசியில் கான்வாஸ் நிறையக் குழந்தையின் முகத்தைக் கண்டதுபோல்... மனம் வெறுமை வெறுமை.

ஒவ்வொரு சித்திரமாக நினைவின் கொக்கியிலிருந்து விடுவித்து விடுவித்து வெளியே எடுத்தேன்.

○ ○ ○

மூன்று வருடங்களுக்கு முன்னால் . . .

ஒன்றின் கக்கத்தில் இன்னொன்றைச் சொருகிக் கட்டிய பெங்களூர் வீடுகள். இரண்டு பக்கத்து வீட்டுப் பையன்களுக்கும் எங்கள் வீட்டு ஜன்னல் சுவரில் ஏறிக் கீழே குதிக்கும் ஆட்டம். சொல்லியும் அதட்டியும் பார்த்த பிறகு பலமாகவே திட்டினேன். நாள் முழுக்க வீட்டிலேயே இருக்கும் என்னால் கவலையின்றிப் படுக்க முடியவில்லை, ஓவியம் தீட்ட முடிய வில்லை. பையன்களுக்குக் கோடை விடுமுறை. வீதிக்கோ திடலுக்கோ போய் விளையாடக் கூடாதா? இருக்கிற கிஷ்கிந்தை போன்ற வீட்டில் இன்னோர் அறை இல்லை. பக்கத்து வீட்டுக்காரி கர்ஜித்து சண்டைக்கே வந்துவிட்டாள்.

‘குழந்தைங்க சத்தம் போடாம, நாங்களாங்க போடறோம்?’

‘இங்க பாருங்க, ஜன்னலுக்குப் பக்கத்துல கூச்சல் போட வேண்டான்னு சொல்லுங்க. ஒரு நிமிஷம் அமைதியில்ல. தூங்க முடியல. வேலை செய்ய முடியல. வீதியில போய் விளையாடச் சொல்லுங்க.’

‘சின்னக் குழந்தைங்கள வீதிக்கு அனுப்பமாட்டங்க. குழந்தைங்களோட ஆட்டம் பாட்டத்தைப் பாத்துச் சந்தோஷப்படணுங்க. அத விட்டுட்டு . . .’ இந்தப் பக்கத்து வீட்டுக்காரி சொல்ல, ‘அவங்களுக்குக் குழந்தைங்க கலாட்டா தெரியாது பாருங்க பாவம் . . .’ மூன்று பெற்ற சௌபாக்கியவதி யான அந்தப் பக்கத்து வீட்டுக்காரி பெருமையோடு குறுக்கிட்டாள். பேச்சுக்கு எதிர்ப் பேச்சு. பிறகு பேச்சற்ற கடும் மௌனம்.

‘இல்ல, குழந்தை இல்லாதவங்க குழந்தைங்கன்னா உயிரை விடணும். அத விட்டுட்டு இப்படியா அதட்டறது?’

‘அதனாலதான் பொறக்கல, விடுங்க . . .’ இந்தப் பெங்களூர் வளவுகளில் வேண்டாமென்றாலும் சுவருக்கு அப்பால் பேசுவதும் முனகுவதும் கேட்கிறது.

○ ○ ○

இன்று ஜெயநகர் ஃபிளாட் ஒன்றில் நிம்மதியாக இருக்கிறேன். அக்கம்பக்கத்தில் நெருக்கமாக அமைந்த வீடுகளின் சத்தம் இல்லை. ஜன்னலுக்கு அப்பால் திறந்த நீல வானம். ஆனாலும், அந்த வார்த்தைகள் என் காதில் மீண்டும் மீண்டும் வலம் வருகின்றன. நிற்கும்போது, உட்காரும்போது, பால்கனியில் தொடுவானத்தைக் காணும்போது, கறுத்த இரவுகளில் நட்சத்திரங் களை எண்ணும்போது, இவர் நெஞ்சில் சாயும்போது . . . ‘அவங்களுக்குக் குழந்தைங்களோட கலாட்டா தெரியாது . . .’ அப்பா, எப்படிப்பட்ட பெருமையிருந்தது அந்தக் குரலில், பிள்ளை பெற்ற பெருமை!

அப்படிப் பார்த்தால், அப்போது எங்களுக்குத் திருமணமாகி நான்கு வருடங்கள்கூட ஆகியிருக்கவில்லை. எனக்குக் குழந்தை வேண்டுமெனத் தோன்றவில்லை. ரமேஷின் வேலை அவரை ஒரு நாளில் பதினான்கு மணி நேரம் கட்டிப்போட்டிருந்தது. ஒன்றுக்குப் பின்னால் ஒன்றாக என் ஓவியக் காட்சிகள். இரவு பகல் வண்ணங்களின் சகவாசம். கற்பனை அரும்பிய தூரிகை, ஓவியக் காட்சிகள், பத்திரிகைகள், புகழ், விமர்சனம். ஓய்வில்லாத வாழ்க்கையில் குழந்தையில்லாத குறை தெரிந்ததா? மூன்று வருடங்கள் எனக்குச் சின்னவளான பெரியம்மாவின் மகள் விஜிகூட உபதேசம் செய்திருந்தாள்!

'இந்தப் பாழாப்போன பெயிண்டிங், எக்ஸிபிஷன்னு எத்தனை நாளக்கித் தள்ளிப்போடுவே?'

'எனக்குக் குழந்தை வேணுன்னு இன்னும் தோணல. இப்போதைக்கு வாழ்க்கை குறையில்லாமத்தான் இருக்கு. ஒன்னும் பயப்படாத, எனக்கு முப்பது முடியறதுக்குள்ள ஒரு குழந்தையைப் பெத்துக்கறேன் . . .' என்று சிரித்தேன்.

'சீக்கிரம் ஒரு குழந்தையைப் பெத்துக்க. இவ்வளவு தாமதப்படுத்தக் கூடாது. குழந்தைங்க இல்லாத வாழ்க்கை வெறும் பாழ்நிலம். தாய்மையைவிடப் பெரிய சாதனை எதுவும் இல்லை. கல்யாணமான ஒன்னு ரண்டு வருஷத்துக்குள்ள உண்டானா நல்லது . . .'

விஜிக்குத் திருமணமான ஒன்பதரை மாதத்திலேயே ரஷ்மி பிறந்தாள். புதிதாக உற்சாகத்தோடு கணவன் வீட்டிற்கு முகம் மலரச் சென்ற விஜி திருமணமான பிறகு மாதவிலக்காக வில்லை. ஏதாவது 'முன்னெச்சரிக்கை நடவடிக்கை எடுக்க வேண்டும்' என்று நினைப்பதற்குள் ரஷ்மி எதிர்பாராதவித மாகக் கருக்கொண்டுவிட்டிருந்தாள். இருபது வயது இளமை, கும்மாளம்போடும் ஆசை. கர்ப்ப அவஸ்தையில் கட்டுண்டபோது கலங்கிப்போனாள். 'இப்பவே யாருக்கு வேணுமாயிருந்துச்சி இந்தத் தொல்லை. ஒரு வருஷங்கூட அக்கடான்னுல்ல' என்று முணுமுணுத்தபடியே கர்ப்பத்தைச் சுமந்தாள். பிறந்தபோது சிவப்புச் சிவப்பான மெத்தென்ற உடம்பு, நெற்றி நிறைய முடி, குச்சி போன்ற கைகள், தோல் உரியும் தேகம், பேண்டேஜ் போட்டிருந்த தொப்புள் . . . இரண்டு மூன்று மாதங்களில் ரஷ்மி குண்டுகுண்டான குழந்தையானபோது, இயல்பாகவே தூக்கி முத்தமிட்டாலும், மணிக்கொரு தடவை ஈரமாக்கிக்கொண்டு, கொஞ்சம் வயிற்றை அமுக்கினால் பாலை யெல்லாம் வாயிலிருந்து வழியவிட்டபடி, குடிக்கவைத்துத் துடைத்துக் கழுவும் வாழ்க்கை. சிறைப்பட்டாற்போலிருந்தது. 'யார்தான் இஷ்டப்பட்டு இஷ்டப்பட்டுக் குழந்தை பெத்துக்கறாங்க'

என்றெல்லாம் விஜி அரற்றியிருந்தாள். தாய்ப்பால் குடிப்பதை நிறுத்தியதிலிருந்து குழந்தை வளர்ந்தது, பெரியம்மாவின் வீட்டில். விஜி கர்ப்பமானது, எதிர்பாரதவிதமாக. பெற்றதும் பாலூட்டியதும் தவிர்க்க முடியாமல். காலம் கழிந்த பிறகு அவற்றையெல்லாம் கொள்கையாக்கிப் பெருமையோடு சொல்லிக்கொண்டாள் அல்லவா!

○ ○ ○

அப்படிப் பார்த்தால் குழந்தை வேண்டும் என்று கிளம்பியது எப்போது?

அந்த முறை பிறந்த வீட்டுக்குப் போனபோது தங்கை அடுத்த பிரசவத்துக்கு வந்திருந்தாள். அம்மா ஏற்கனவே தன் அம்பறாத்தூணியிலிருந்து அம்பைத் தீட்டி எய்திருந்தாள் 'பெரியவளே, உன்னோட பேறுகாலம் பார்த்துட்டுக் கண்ணை மூடுறேன்' என்று சொன்னது கசப்பாயிருந்தது. அத்தைகூடப் பலமுறை சொல்லிக்காட்டியிருந்தாள். கடைசியில் இவருடைய அக்காவின் அந்தக் கடிதம் – 'குழந்தை இல்லாதுபோனால் வாழ்க்கைக்கு என்ன அர்த்தம்? நீங்கள் இருவரும் கை நிறையச் சம்பாதிப்பது யாருக்காக? சசியை டாக்டரிடம் காட்டக் கூடாதா, என்ன குறை இருக்கிறதோ, நீ என்ன யோசித் திருக்கிறாய்?'

திடுக்கென்று இதயத்தில் குத்தியது, கூரான கற்றாழை முள்ளைப்போல!

அன்று இரவு ரமேஷிடம் சொன்னேன், 'இனி ஒரு குழந்தை பெத்துக்கலாம் . . .'

'உன்னோட பம்பாய் ஓவியக்காட்சி முடிஞ்சிரட்டும் சசி, ஆர்ட் காலரியை புக் பண்ணியாச்சு . . .'

'எனக்கு இப்ப எந்த ஓவியக்காட்சியிலயும் ஆர்வமில்ல . . .'

'இதென்ன இருந்திருந்தாப்புல . . .' என்றவர் என் கையிநீலிருந்த அவர் அக்காவின் கடிதத்தைப் பார்த்து உரக்கச் சிரித்தார்.

'அப்ப, உனக்கு எல்லாம் சரியாயிருக்குன்னு நிரூபிக்கிற உற்சாகமா?'

ஒரு கணம் என் சிறுபிள்ளைத்தனமான நடத்தைக்காக வெட்கினேன். வெறுமனே சிரித்துவிட்டேன். எல்லார் வாயையும் மூடுவதற்காக எனக்குக் குழந்தை பிறக்க வேண்டிய தில்லை; அதை வரவேற்க நான் தயாராயிருக்க வேண்டும் என்று நினைத்துக்கொண்டேன். என் ஓவியக்காட்சியில்

கவனத்தைச் செலுத்தினேன். அது முடிந்து ஆறு மாதங்களில் எதுவும் நடக்காதபோது, இவ்வளவு சீக்கிரம் பயப்படத் தேவையில்லை என்று கலவரமடையாவிட்டாலும், 'இருக்கட்டும், ஒருமுறை செக் பண்ணலாம்' என்று கிளம்பினேன்.

பரிசோதனைக்குப் பிறகு டாக்டர் ரமேஷிடம் சொன்னார், 'உங்ககிட்ட எந்தக் குறையும் இல்லை. ஆனால், சாரி, உங்க மிஸஸ்சுக்குக் கர்ப்பப்பை வளரல. குழந்தை பிறக்கிற வாய்ப்பு குறைவு.' ஒரு கணம் என் காதுகளை நான் நம்பவில்லை!

ரமேஷ் தாள முடியாமல் கேட்டுக்கொண்டார்; நீலகண்டனைப் போல ஒரே முழுங்கில் ஏமாற்றத்தை விழுங்கினார். மிருதுவாக என் தோள்களை அழுத்தி வெளியே அழைத்துவந்தார். ஆனால் நான்? நாமே வேண்டாம் என்பதற்கும், 'பிறக்காது' என்பதற்கும் விளைவு ஒன்றானாலும் எத்தனை வேறுபாடு! எனக்குக் குழந்தை பிறக்காது என்பது தெரிந்த உடனே எவ்வளவு ஏமாற்றமாயிருந்தது! எப்படியாவது தாய்மையடையும் தீர்மானத்தில் கண்ட கண்ட டாக்டர்களை, ஹோமியோபதி, அலோபதி, ஆயுர்வேதம், கடைசியில் வீதி வீதியாக நாட்டு வைத்தியர்களையும் பார்த்துவிட்டு வந்திருந்தேன். புத்தி வரம்பு மீறி, மனம் கட்டவிழ்த்துக்கொண்ட எருதைப் போல ஓடியது.

முன்பெல்லாம் கவனத்துக்கே வராத, கவனித்தாலும் அல்லாடவைத்துக்கொண்டிருந்த எல்லோரது சின்னச் சின்னப் பேச்சுகளும் ரெக்கார்ட் போட்டாற்போலக் காதில் ரீங்கரித்தன. கருவுற்ற, பிரசவித்த சில முகங்கள் வேண்டா மென்றாலும் சுவரில் பதிந்த நிலையான ஓவியங்களைப் போலக் கண்ணைப் பறித்து நின்றன.

கடந்த கோடையில் நாங்கள் ரமேஷின் அக்கா வீட்டுக்குப்போனபோது, இரண்டு பிள்ளைகளும் ரமேஷை நச்சரித்த அந்தக் காட்சி – 'மாமா, பிஸ்கட் வாங்கித்தா. மாமா, சாக்லெட் ...' அவர்கள் கேட்டவற்றுக்கு அளவேயில்லை. கடைசியில் அந்தச் சின்னக்கார் ... ஸ்டியரிங்கைத் திருப்பினால் முன்னால் ஓடக்கூடியது ... இரண்டு சின்ன செல்களை நுழைத்தால் ஹெட்லைட் மின்னக்கூடியது ... ஐநூறு விலையுள்ளது ... அடம்பிடித்து ராஜு வாங்கிக்கொண்ட போது, அக்காவின் கணவர் சற்று சங்கோஜத்துடன், 'சே, ரமேஷ், ஏன் இவ்வளவு செலவு செஞ்சே?' என்று ஆட்சேபித்துக் கொண்டிருந்தபோது, ரமேஷின் அக்கா சாவதானமாக, 'செய்யட்டும் விடுங்க. அவன் வேற யாருக்குச் செய்யனும்?' என்று சொன்னாள். தன் பிள்ளைகளுக்குச் செலவு செய்ய அனுமதி வழங்கி உதவியதைப்போலிருந்தது அவள் தோரணை!

அந்த முகபாவனை . . . அலட்சியமா? நிராகரிப்பா? எந்தப் பாவனை அச்சாக என் கண் முன்னால் நிற்கிறது?

மற்றொருமுறை கௌரிப் பண்டிகைக்கென்று தங்கைக்குத் தொள்ளாயிரம் ரூபாயில் மைசூர் ஜார்ஜெட் புடவை எடுத்துக் கொடுத்திருந்தேன். அவள் பூரிப்படைந்து சந்தோஷப்படக் கூடும் என்று எதிர்பார்த்தால் தங்கையிடமிருந்து உற்சாகத்தின் ஒரு சத்தமும் வெளியே வரவில்லை. அம்மா 'இப்ப எதுக்கு இவ்வளவு விலை ஓசந்த புடவை எடுத்துக் கொடுத்தே?' என்றால், தங்கை 'அவளுக்கென்னம்மா ஒரு பெயிண்டிங் வித்தா ஆயிரக்கணக்குல வருது, அத்தானுக்கும் கை நிறையச் சம்பளம். புருஷன் பெண்டாட்டி ஜம்முன்னு இருக்காங்க . . .' என்றாள். அவள் குரலில் சற்றுப் பொறாமையும் இருந்ததே! என்னுடைய ஒவ்வொரு பெயிண்டிங்கும் ஆயிரக்கணக்கில் விலைபோவதற்கு நான் என்ன பிக்காசோவா இல்லை எம். எஃப். ஹுசேனா? தங்கையின் முகத்தில் தெரிந்தது என்னவிதமான பாவனை? பொறாமையா? மனக்குறையிருந்தாலும், குழந்தை பெற்ற நிறைவா? பெருமையா குதர்க்கமா? என்ன பாவனை? அந்தமுறை என் ஓவியக் காட்சியில் உருவப் படங்களே அதிகமிருந்தனவல்லவா! எதிர்பார்ப்பைச் சுமந்த அம்மா, நீண்ட உபதேசம் செய்த விஜி, கோடை வெயிலிலும் காதில் பஞ்சைத் திணித்துக்கொண்டு மப்ளர் கட்டியிருந்த பிள்ளைத்தாய்ச்சி தங்கை, இரண்டு பெற்ற காரணத்தால் யானையைப் போலான ரமேஷின் அக்கா . . . எத்தனை முகங்கள்! நபர்களல்ல வெறும் முகங்கள். அவர்கள் சுமந்திருந்த பாவனைகளின் ஓவியங்கள் என் மலட்டுத்தனத்தின் நானாவித வழிகளில் பிரதிபலித்தன. அந்தமுறை ஓவியக் காட்சிக்கு எதிர்பார்த்ததைவிட அதிகமான பாராட்டுக் கிடைத்தது எப்படி? என் ஓவியங்கள் வெறும் ஓவியங்களாயில்லாமல் பலரது பாவனைகளைச் சுமந்து உயிரோட்டம் உள்ளவையாயிருந்தன அல்லவா? முதல்முறையாக உணர்ந்தேன் – கலைஞர்களின் வாழ்க்கையில் எந்த அனுபவமும் வீணல்ல, கசப்பான அனுபவங்களுங்கூட!

புதிய உற்சாகத்துடன் ஓவியம் வரைவதைத் தொடர்ந்தேன். என் உடற்குறையை மறக்க முயன்றேன். ஆனால் என்னைச் சுற்றியிருந்த மக்கள் சுலபத்தில் அதை மறக்கவிடவில்லை. தினசரி வாழ்க்கையின் சாதாரணப் பேச்சிலும் என் மலட்டுத்தனம் பலர் நாக்கில் புரண்டுகொண்டிருந்தது. கோபுவின் திருமணத்தில் அத்தை மகள் லல்லி கிடைத்தாள்.

'எப்படியிருக்கற?' எனக் கேட்டேன்.

'ஹூம், இருக்கறேன் . . .' என்று என்னென்னவோ சொன்னாள்.

‘குழந்தைங்க எங்கே?’ என்று தனியாக வந்திருந்த அவளைக் கேட்டபோது, ‘ஐயோ, பெரியவளுக்கு முந்தா நாள் பேதி. கல்யாணச் சாப்பாடு வேண்டான்னு விட்டுட்டு வந்தேன். சின்னதுக்கு இன்னும் சளி போகவே இல்ல’ என்றாள்.

‘குழந்தைங்கன்னா இதெல்லாம் இருக்கத்தான் செய்யும். நல்லாயிடுவாங்க, விடு’ சமாதானம் செய்யும் விதமாகச் சொல்லியிருந்தேன்.

‘நீதான் புண்ணியவதி. குழந்தைங்க இல்லங்கறத விட்டா வேறெ கவலையில்ல . . .’ அவள் அப்படிச் சொன்னாலும், இரண்டு பெற்ற பெருமை அவள் குரலில் எட்டிப்பார்த்தது. என் மலட்டுத் தனத்தைச் சுட்டிக்காட்டிய கிண்டல் இருந்தது. அல்லது அதெல்லாம் என் கற்பனையா?

‘அப்புறம் எதுக்குப் பெத்துட்ட, அதுவும் ஒன்னுல்ல ரண்டு?’ என்று கேட்டுவிட்டேன். என் இந்தக் கேள்வியை எதிர்பார்க்காத அவள் தத்தளித்துப்போனாள். முகத்தைச் சுருக்கிக்கொண்டு போனவள் உறவினர்களுக்கு மத்தியில் கிசுகிசுவை எழுப்பினாள்.

○ ○ ○

அன்று ஷியாம்லால் வீட்டுப் பார்ட்டியிலும் அதேபோல ஒரு நிகழ்ச்சி. அடிமுதல் முடிவரை அலங்கரித்துக்கொண்டு சரசரவென நடமாடிக்கொண்டிருந்த தன் மனைவி ஷீலாவுக்கு, ‘இவங்க ஸ்ரீமதி சசி. ரொம்ப நல்ல ஓவியர் . . .’ என்று என்னை அறிமுகப்படுத்தியிருந்தார்.

ஏதேதோ பேச்சுக்கு நடுவே நானும் கேட்டிருந்தேன், ‘உங்க பொழுதுபோக்கு என்ன?’

‘எதுவும் இல்லை. சாப்பாடு – டீனி – தூக்கம் . . .’ அவளுடைய கணவன் இடையிட்டுப் பதில் சொன்னபோது, ஒரு கணம் அவமானத்தால் முகம் சிவந்து, அடியோடு வெறுமையான தன் வாழ்க்கையை நியாயப்படுத்துவதுபோல, ‘காலேஜில டான்ஸ் ஆடிக்கிட்டிருந்தேன். எல்லா நிகழ்ச்சிங்கள்லயும் என்னோட நாட்டியம் இருந்தே ஆகணும். கல்யாணம் குழந்தையெல்லாம் ஆனப்பறம் எப்படி முடியும் சொல்லுங்க?’ வெறுமையான நிகழ்காலத்தை நிரப்பக் கழிந்துபோன பொற்காலத்தை இழுத்து வந்தாள். ‘நானென்னமோ டான்ஸை விட்டுட்டேன். என்னோட மகளைப் பெரிய நாட்டியக்காரியாக உருவாக்குவேன் . . .’ என்று ஐந்து வயது மகளை மடியில் இழுத்துக்கொண்டு தலையை வருடினாள்.

‘நீங்க விட்டுட்ட மாதிரி அவளும் ஒன்னு பெத்தப்பறம் நாட்டியத்தை விட்டுட்டா?’ சும்மாயிருக்காத என் வாய் துடுக்காகக் கேட்டுவிட்டது. ஒரு கணம் கனவு வெட்டுப்பட்டாற் போலத் திடுக்கிட்டு, மறுகணம் சம்பந்தமே இல்லாததுபோல, ‘உங்கள விடுங்க, குழந்தை குட்டி தொல்லையில்ல. ஜாலியா பெயிண்டிங் பண்ணிக்கிட்டுப் பரிசு வாங்கிட்டு இருந்துட்டீங்க’ என்று சொல்லும்போதுதான் என் தவறு தெரியவந்தது. தம்முடைய கனவுகளைக் குழந்தைகளின் தோளுக்கு மாற்ற, முழுமையடையாத ஆசைகளை நிறைவேற்ற, தம் வெறுமையான வாழ்க்கையை நியாயப்படுத்தும் உறுதுணை என்பதைப் போல இந்தக் குழந்தைகள் தோன்றுகின்றன. வெளியே வரத்துடித்த என் உணர்வுகளை அமுக்கிவைத்தேன்.

கடைசியில் என் நெருங்கிய சினேகிதி சுதாவுங்கூடக் குழந்தை பிறந்த ஒரு வருடத்துக்குள் ‘கருச்சிதைவு’ என்று சொல்லி ஒன்றரை மாதம் விடுப்பு எடுத்தது ஆச்சரியத்தைத் தந்தது. அது யாரோ தெரிந்த டாக்டர் பொய் சர்ட்டிபிகேட் கொடுத்திருந்தார். குழந்தையை விட்டு வரமுடியாமல் விடுப்பு எடுக்க வேண்டியதாயிற்று என்றெல்லாம் அவள் சொல்லிக் கொண்டபோது திக்பிரமை உண்டாயிற்று. எனக்குத் தெரிந்த அளவு சுதா அவ்வளவு கருத்தூன்றிய பெண். ஆசிரமம், ஆன்மிகம் என்றெல்லாம் ஈடுபாடுகொண்டிருந்தாள்.

‘சுதா, நீயுமா இப்படிச் செய்வது?’ நொந்துபோய்க் கேட்டேன். ‘உனக்கும் குழந்தை பிறந்தால் தெரியும்...’ என்று சொல்லிவிட்டாள்.

அன்று இரவு படுக்கையில் நீண்ட நேரம் புரண்டு கொண்டிருந்தேன்.

குழந்தை ... குழந்தை ... ராஜி எழுதுவதை நிறுத்தியதற்குக் காரணம் குழந்தை, சுதாவின் பொய் விடுப்புக்குக் காரணம் குழந்தை, இவருடைய அக்கா குண்டாக யானைக்குட்டியான தற்குக் காரணம் குழந்தை, விமலா வாரத்தில் மூன்று நாள் கையெழுத்துப் போட்டுப் பன்னிரண்டு மணிக்கே வீட்டுக்கு ஓடிப்போகக் காரணம் குழந்தை ... கடைசியில் என்னுடைய எல்லாச் சாதனைகளுக்கும் மலட்டுத்தனமே காரணம் என்பதைப் போல இவர்கள் நடிக்கிறார்களே!

○ ○ ○

இப்போதெல்லாம் நான் நானாகவேயில்லை. உள்ளுக்குள் குமையும் அமைதியின்மை. யாருடைய பேச்சிலும் குதர்க்கத்தால் மனம் கீறப்படும் அனுபவம். அவர்களும் என் மனம் நோகக் கூடாதென்று எச்சரிக்கையுடன் பேசியதில்லை. திருமணமாகிக்

குழந்தையில்லாத என்னைக் குற்றவாளிக்கூண்டில் இழுத்து நிறுத்தியிருந்தார்கள். நான் பூரணமடையாத ஒரு பெண்ணென்று அனுதாபத்தோடு பார்த்தார்கள். நான் அன்போடு குழந்தை களைத் தூக்கிக்கொண்டாலும் முத்தமிட்டாலும் ‘கண்பட்டு விட்டது’ என்று விளக்குமாற்றுக் குச்சியால் நீவினார்கள், நெற்றியில் இரண்டு கைகளையும் ஒற்றி நெட்டி முறித்தார்கள். என்ன விசித்திரமான உலகம்! கையோ காலோ ஊனமானால் வெளியில் காட்டிக்கொள்ள வெட்கப்படுவதில்லை. அதனால் எந்தக் காரியத்துக்கும் அசுபமில்லை. ஆனால், எதற்கும் இடையீடாகாத என் கர்ப்பப்பையின் ஊனம் எத்தனை குதர்க்கமான பேச்சுகளுக்குக் காரணம்!

○ ○ ○

விடிந்து எட்டு மணியாகியும் படுக்கையிலேயே இருந்த என்னைப் பார்த்து ரமேஷ் பக்கத்தில் வந்தார். நெற்றியைத் தொட்டு மிருதுவாகக் கேட்டார், ‘உடம்புக்கு ஒண்ணுமில்லியே?’

‘ஊம் . . .’ என்றேன் உதாசீனமாக.

‘எழுந்திருக்க மனசில்லியா? டில்லி கலாமேளாவுக்குப் போகலியா?’

‘ரமேஷ், எனக்கு மூடே இல்ல’ பக்கத்தில் புரண்டு சொன்னேன்.

‘சசி, நான் கவனிச்சிட்டேயிருக்கறேன். இப்பல்லாம் நீ ரொம்ப நொறுங்கிப்போற. யார் மேலேயாவது எறிஞ்சி விழறதுக்குக் காத்துட்டிருக்கற. யார் எதுக்காகச் சொன்னாலும் உன்னைச் சம்பந்தப்படுத்திக்கிட்டுக் கவலப்படுற. என்னாச்சு உனக்கு?’

‘எனக்கு ஒரு குழந்தை வேணும் . . .’

‘குழந்தையைப் போல நல்லா அடம்பிடிக்கறியே. டாக்டர் அப்படிச் சொல்றதுக்கு முன்ன உனக்கு என்னிக்கும் குழந்தை மேல இவ்வளவு தீவிர ஆசை இருந்ததில்ல.’

‘ஏன் உங்களுக்கு இல்லியா? அவரையே குரூரமாகப் பார்த்தபடி கேட்டேன்.’

‘நடக்காத விஷயத்தையே பிடிச்சிட்டுத் தொங்கறதுல அர்த்தமில்ல. குழந்தைதான் முக்கியம்னா தத்தெடுத்துக்கலாம்’ கருத்தூன்றிச் சொன்னார்.

‘அதெல்லாம் பொய், ஒவ்வோர் ஆணுக்கும் தன்னோட குழந்தை வேணும், கடைசியில தன்னோட ஆண்மையை நிரூபிச்சித் திருப்தியடையணும்.’

‘இருக்கலாம், ஆனா, எல்லா ஆம்பளங்களோட என்னையும் முடிச்சுப்போடாதே. நமக்குக் குழந்தையில்லங்கற குறை என்னிக்காவது பெருசாத் தெரிஞ்சுதா? இப்பக் குழந்தை உண்டாகாதுங்கறப்ப நீ அடத்துக்காக ஆசைப்படுற. சசி, மனசை உன்னோட கட்டுப்பாட்டுல வை. மத்தவங்க பேச்சுக்குத் தேவை இல்லாத முக்கியத்துவத்தைத் தராதே. தொண்ணூறு சதவீதப் பொம்பளங்க கர்ப்பமாக முடியும், பெத்துக்கறாங்க. உன்னைப் போலத் தூரிகையிலருந்து குழந்தை பெறக்கூடியவங்க எத்தனை பேரு சொல்லு?’ என்று கேட்டார்.

நான் மெதுவாக அவர் தோளில் சாய்ந்து, ‘நிஜத்தைச் சொல்லுங்க, உங்களுக்கு உங்களோட குழந்தை, உங்க வம்ச வித்து, வேணுன்னு தோனலியா? நான் உங்களுக்கு ஏமாற்றத்தைக் கொடுத்துட்டேன்.’

‘பைத்தியக்காரப் பொண்ணே, எங்களுதென்னா சந்திரவம்சமா இல்ல சூரியவம்சமா? இங்கென்னா ராஜா வேணுன்னு ரத்தினச் சிம்மாசனமா காத்திட்டிருக்கு? என்னப் பொருத்தவரையில நீயே பெத்தாலும் உன்னோட ஒம்பது மாசக் கர்ப்பத்துலருந்து பிரசவிக்கற வலியில எனக்குப் பங்கில்ல. அந்த அர்த்தத்துல ஒவ்வோர் ஆம்புளயும் மலடுதான். நர்ஸ் எடுத்துவந்து, “உங்க குழந்தை”ன்னு சொல்லும்போது அப்பாவாகறதுக்கும் அனாதை ஆசிரமத்துல ஒரு குழந்தையை எடுத்து “என்னோடது”ன்னு சொல்றதுக்கும் வித்தியாசம் இல்ல. நீ சும்மா பைத்தியக்காரத்தனமா யோசிக்காதே. இன்னும் நாலே மாசம் இருக்குது அவ்வளவுதான். டில்லிக் கலை விழாவுக்குத் தயார் பண்ணிக்கோ. அது முடிஞ்சப்பறம் குழந்தை வேணுன்னு தோனுனா தத்தெடுத்துக்கலாம். சுமக்குற பெக்கற காரியத்துலமட்டும் தாய்மை அடங்கியில்ல’ என்றார். நான் அவநம்பிக்கையோடு அவரையே பார்த்தேன். எல்லா ஆண்களும் இப்படியிருப்பதில்லை. அனேகமாகக் கடவுள் என் மலட்டு வயிற்றோடு ரமேஷைப் போன்ற ஒரு துணையைக் கொடுத்தது இதற்காகத்தானோ என்னவோ! என் மனத்தின் பலவீனத்துக்காக நான் வெட்கப்பட வேண்டியதில்லை, வெற்றி பெற வேண்டும் என்று எண்ணிக்கொண்டேன்.

என் மனம் திடமாயிற்று. என் எல்லாப் பைத்தியக்கார யோசனைகளுக்கும் கடிவாளம் போட்டு, கவலைகளை விரட்டி எழுந்தேன். கண்ணாடியின் முன்னால் அலங்கரித்துக்கொள்ளும் போது, தூரிகையால் மிருதுவான உணர்வுகளை வண்ணத்தில் தோய்த்தெடுக்கும்போது, இவரது நெஞ்சில் தலை சாய்க்கும் போது, எனக்கு என் பெண்மையில் எந்தக் குறையும் தெரிய வில்லை. கவலையையும் தன்னிரக்கத்தில் கழிந்த நேற்றைகளை உதறி உற்சாகமான நாளைகளை எதிர் நோக்கினேன்.

டில்லிக் கலாமேளாவில் பரிச்சயமான அதித்தி குப்தா பரோடோவைச் சேர்ந்த ஓவியர். ஏதேதோ பேச்சுக்கு நடுவே, 'உங்களுக்கு எத்தனை குழந்தைகள்?' என்று கேட்டாள். ஓ, மீண்டும் பிரச்சினை.

'இல்லை' என்றேன். என் குரலிலிருந்த தயக்கத்தைக் கவனித்தாளோ என்னவோ?

'வேணுன்னு தோனுச்சா?' கேட்டாள். ஒரு கணம் நான் அவளையே பார்த்தேன். 'தோனல. ஆனா ஒன்னு பெத்துக்கற எண்ணம் இருந்துச்சி. பிரசவத்தப் பத்தி யார் யார் வாயாலயோ கேட்டது ஆர்வத்தைத் தூண்டிச்சி. எப்படியிருக்கும் அந்த அனுபவம் என்கிற ஆர்வம்...'

'நிஜத்தைச் சொல்லட்டுமா சசி...' அதித்தி சிரித்துக் கொண்டே சொன்னாள்.

'என்ன?'

'ஓவியம் தீட்டறது, கதை எழுதறது மாதிரியான எந்தப் படைப்புக் காரியமும் சுமக்கறது பிரசவிக்கறதுபோலவேதான். அப்படிப் பார்த்தா நான் கர்ப்பமாயிருந்த காலத்துல படைப்புக் காரியத்தோட அற்புதம் எதையும் அனுபவிக்கல. நல்லாச் சாப்புடறதவிட்டா நான் செய்யறதுக்கு வேறென்னா இருந்துச்சு? ஒரு குழந்தையை வளர்த்து ஆளாக்குறது மகத்தான காரியம். ஒத்துக்கறேன். ஆனா நாம சுமக்கறதுக்குக் கொடுக்கற முக்கியதுவமே அதிகம். குழந்தைய எப்படி வளர்க்கறேன்னு கேட்கறவங்க யார்?'

நான் மௌனமாகக் கேட்டுக்கொண்டேன்.

மீண்டும் அதித்தி மெல்லிய குரலில், 'சசி, முக்கால்வாசிப் பொண்ணுங்க வாழ்க்கையில எந்தப் படைப்புக் காரியத்துலயும் கைவைக்கறதில்ல. வீடு – புருஷன் – வீட்டுவேலை இந்த மாதிரியான மாறுதலில்லாத வாழ்க்கையோட சலிப்புல குழந்தைங்க அற்புதப் படைப்பா தெரியுது. ஆனா, எனக்கும் உனக்கும் இந்தக் காரணங்களுக்காகக் குழந்தைங்க தேவை யில்ல, விடு. அதோட இன்னொன்னு சொல்லட்டுமா?' எனக் கேட்டாள்.

'சொல்லுங்க' என்றேன்.

'நிஜமா நீங்க விரும்பறது குழந்தைங்களத்தான்னா என்னோடது உன்னோடதுங்கற வித்தியாசம் உண்டா? மதர் தெரசாவைவிட உயர்ந்த அம்மா வேணுமா?' என்றாள். ஆமாம், எனக்கும் அது தெரிந்திருந்தது. ஆனால், அறிவின் தர்க்கங்களை மனம் ஒப்புமா சாயுமா? உண்மையின்

சூட்சுமங்களை மனம் கவனிக்கிறது. இந்தக் கணத்து உணர்ச்சிகள் மற்றெல்லாவற்றையும் மங்கச் செய்கின்றன. அதித்தி சொல்வது போன்ற தாய்மையின் தீவிரத்தை நான் அனுபவிக்கவில்லை. பாதிப் பெண்களுக்கு அது வாய்க்குமோ இல்லையோ தெரியாது. தாய்மையே பெண்மையின் முழுமை என்னும் சமூகச் சம்பிரதாயங்களின் பைத்தியக்கார வாதங்களால் பெண்கள் தாய்மையடைகிறார்கள். திருமணமான மாதத்திலேயே மாதவிலக்கு நின்றுவிட்டதென்று விஜி எவ்வளவு தவித்தாள். டாக்டரிடம் போய்க் கலைக்கவும் முயன்றாளே! முதல் கர்ப்பத்தையே கலைப்பது நல்லதல்ல என்றெல்லாம் புத்தி சொன்ன பிறகுதான் சலிப்போடு சுமந்தாள், பெற்றாள். அதன் பிறகு எனக்கும் உபதேசம் செய்தாள்! பக்கத்து வீட்டு ஷீலா அதிகம் யோசிக்கவே இல்லை. திருமணமான பிறகு குழந்தை தவிர்க்க முடியாத அங்கம் என்பதை ஏற்றுக்கொண்டவள். ஒன்றான பிறகு இன்னொன்று என இரண்டு பெற்ற பிறகு ஆபரேஷன் செய்துகொண்டு கவலையற்றிருந்தாள். என் தங்கை மூன்று குழந்தைகளான பிறகும் பெற்றுக்கொண்டே இருக்கிறாள். மூன்றும் பெண்ணல்லவா? தாய்மையடைவதே முக்கியமென்றால் ஆண் குழந்தைக்குத் தாயாகும் தீவிர ஆசை எதற்கு? சமூகத்தின், நமது சூழலின் வற்புறுத்தல்களுக்கும் எண்ணங்களுக்கும் நம்மை விற்றுக்கொள்வது, அவர்களெல்லோரது எதிர்பார்ப்புகளுக்கும் தக்கபடி வாழ்வை வடிவமைத்துக்கொள்வது சுலபம். ஆனால் அவசியமா?

நான் தவிப்பது எதற்காக? அத்தையின் குதர்க்கப் பேச்சுக்கும் நண்பர்களின் அனுதாபத்துக்கும் அண்ணியின் குத்தல்களுக்கும் இந்தக் குழந்தை உடனடி பதிலாகும் என்றல்லவா? என் பெண்மையையும் இவரது ஆண்மையையும் உலகறியச் செய்யும் ஒப்பற்ற வழியென்றல்லவா? அனேகமாக இந்த வற்புறுத்தல்கள் எதுவும் இல்லாமல் சமூகத்தில் எத்தனை பேர் குழந்தைகளை விரும்பியிருப்பார்கள்? குழந்தைதான் முக்கியமென்றால் ரமேஷ் சொன்னதுபோல் ஏன் ஒரு குழந்தையைத் தத்தெடுத்துக் கொள்ளக் கூடாது?

நான் பெற்றாலும் பெறாமல்போனாலும் என் வாழ்க்கை வெறுமையல்ல. இங்கே நான் விதைத்து வளர்த்த கலைச் சிசுக்கள் ஒன்றல்ல இரண்டல்ல! வாழ்க்கை முழுவதும் வண்ணம் பூசி நூறு ஓவியங்களையாவது வரைந்திருப்பேன். இங்கே ரசனையில்லாமல் இல்லை. இயந்திரத்துவமில்லை. என் வாழ்க்கையின் ஈடேற்றத்தை என் குழந்தைகளிடம் தேட வேண்டியதில்லை. உண்மையில் நான் மலடியா? என் உடம்பின் மலட்டுத்தனத்தையாவது புரிந்துகொள்ளலாம்.

இவர்களெல்லோருடைய புத்திசாலித்தனத்தின் மலட்டுத்தனம் எனக்குப் புரியவில்லை.

டில்லியிலிருந்து வந்த பிறகு நான் முழுக்க மாறிவிட்டிருந்தேன். பதினைந்து தினங்கள் ஓவியர்களின் தொடர்ச்சியான சகவாசம் தூரிகையில் படிந்திருந்த வண்ணங்களின் வியத்தகு உலகத்தை என்னெதிரே திறந்துவைத்திருந்தது. பொங்கி வழியும் உற்சாகத்தோடு வந்திறங்கிய என்னை ரமேஷ் ஆச்சரியத்தோடு பார்த்தார். 'என்ன இவ்வளவு சந்தோஷமாயிருக்கற?' என அவநம்பிக்கையோடு கேட்டார். நான் பதில் சொல்லவில்லை. வெறுமனே சிரித்தேன். என் சிரிப்பில் உற்சாகமும் தன்னம்பிக்கைமிருந்தன.

○ ○ ○

அன்று திங்கட்கிழமை, ரமேஷ் எட்டு மணிக்கே கிளம்பிப் போயிருந்தார். நான் தூரிகையைப் பிடித்து மெய்மறந்து போயிருந்தேன். ரஷ்மியைக் கக்கத்தில் இருத்திக்கொண்டு வந்த விஜி கதவைத் தட்டினாள். உடம்பெல்லாம் வண்ணமயமாயிருந்த என்னைப் பார்த்து, 'ஓ, பெயிண்டிங் பண்ணிட்டிருக்கறியா?' என உதாசினத்தோடு கேட்டாள்.

'ஊம். முந்தா நாள் டில்லிக் கலைவிழாவுல . . .' என உற்சாகத்தோடு சொல்ல முற்பட்டேன். பெரிதாகக் கொட்டாவி விட்டாள். எனக்குள்ளேயே சிரித்துக்கொண்டேன். நான் ஏன் இவளிடம் இதையெல்லாம் விளக்க முற்பட்டேன்? எங்கள் இருவருக்குமான சாதனை அரங்குகளே வெவ்வேறு. அதற்குள்ளாகவே ரஷ்மி ஈரமான என் கான்வாசில் பிஞ்சுக் கையைப் பதித்திருந்தாள்.

கலவரத்தோடு, 'ஏ குட்டீ தொடக்கூடாதும்மா . . .' என்று ஓடிப்போய் அவளைத் தூக்கிக்கொண்டு, பலமாக 'ஓ' என்று அலறிய அவளைச் சமையலறைக்கு அழைத்துக்கொண்டு போனேன். டப்பாவிலிருந்து பிஸ்கட் எடுத்து அவள் கையில் கொடுத்து உட்காரவைத்தேன். மகளின் அலறல், குறும்பு எல்லாம் வழக்கமானவைதான் என்பதுபோல அலட்சியமாக உட்கார்ந்திருந்த விஜி, தன் மாமியார், நாத்தனார் என்று ஏதேதோ அரைமணி நேரம் அறுத்தாள்.

'ஏங்க்கா, யாராவது டாக்டர் கிட்ட காட்டக்கூடாதா?' மீண்டும் ஏழுமாதக் கர்ப்பம் தரித்த விஜி கேட்டபோது முன்னைப் போலத் தயக்கம் உண்டாகவில்லை. கையிலிருந்த தூரிகையை உள்ளங்கையில் உருட்டிக்கொண்டே சொன்னேன், 'காட்டுனேன் விஜி . . .'

'ஹா ... என்ன சொன்னாங்க?' உற்சாகத்தோடு வாயைத் திறந்தாள்.

'எனக்குக் குழந்தையுண்டாகற வாய்ப்பு குறைவு ...' என்று எந்த உத்வேகமுமில்லாமல் அமைதியாகச் சொன்னேன்.

'அது எந்த டாக்டர் அப்படிச் சொன்னது? உன்னோட ஜாதகத்தை மூணு நாலு எடத்துல காட்டுனேன். எல்லாரும் ரண்டுல்லன்னா ஒன்னு கண்டிப்பா உண்டுன்னு சொல்லி யிருக்காங்க. நான் எவ்வளவு சொன்னேன் ... ஒரு தடவெ நாகப்ரதிஷ்டை செஞ்சிடுன்னு ...'

நான் வெறுமனே சிரித்து 'இல்ல விஜி, நானும் ரமேஷூம் தத்தெடுத்துக்கலாம்னு இருக்கறோம்' என்றேன்.

'யாரோட குழந்தையோ நம்மோடதாகுமாடி?'

'நமக்குப் பொறந்தாலும் நம்மோடதாகுங்கற காரண்டி இருக்கா?' அவள் கேள்விக்கு இன்னொரு கேள்வியை வீசினேன். மீண்டும் தொடர்ந்தேன், 'விஜி, ராஜூ மாமாவைப் பாக்கலியா? ரண்டு பசங்களும் கெட்டுப்போயி சூது, ரேஸூன்னு வீடு வாசலை வித்து அவரைத் தெருவுல நிறுத்துனதை நீயே பாக்கலியா?'

'எல்லாக் குழந்தைகளும் ஏன் அப்படி ஆகறாங்க?'

'விஜி, நான் குழந்தையை எதிர்காலத்துக்கான முதலீடுன்னு வளர்க்கல. பிண்டம் வச்சிக்கற புண்ணிய கார்யத்துக்காகவும் இல்ல. வம்ச விருத்திக்கும் இல்லவே இல்ல. அந்த அனுபவத்துக்காக, அவ்வளவுதான்! ஒரு உயிரை உருவாக்கி வளர்க்கற இனிய, கசப்பான அனுபவத்துக்காக. அந்த அனுபவம் ஓவியக்காரியா என்னை வளர்க்கவும் செய்யலாம் என்கிற நம்பிக்கைக்காக. என்னோட நிறங்களின் அரங்கத்தை ஆச்சரியம் மின்னுற கண்ணுங்களுக்குத் திறந்து வைக்கிற உற்சாகத்துக்காக ... அதுவும் அந்த அனுபவம் எனக்குத் தேவைன்னு தோனுறப்ப' என்று சொல்லிக்கொண்டிருந்தபோதே, ரஷ்மி பிஸ்கெட்டைக் கீழே வீசி மீண்டும் கான்வாஸூக்குப் பக்கத்தில், கையெல்லாம் வண்ணத்தை அப்பிக்கொண்டிருந்தாள். 'குட்டீ ... குட்டீ ...' என்று ஓடினேன். வெறுமனே ஓய்வாகப் பேசிக்கொண்டே உட்கார்ந்திருந்த விஜியின் மேல் ஒரு கணம் கோபம் வந்தாலும் பொறுத்துக்கொண்டேன். 'அப்படியெல்லாம் தொடக்கூடாதும்மா. உனக்கு வேற காகிதம் தர்றேன். இதுல எழுதறியா?' மிகுந்த பொறுமையோடு சமாதானப்படுத்தக் கிளம்பினேன். ரஷ்மி திமிறிக்கொண்டு 'ஹோ' என்று உச்சஸ்தாயியில் ஆரம்பித்தே விட்டாள்.

'இனி இவ வாய மூடமாட்டாக்கா. நான் வர்றேன். அவரோட தம்பி குழந்தைக்குப் பேர் வைக்கிறாங்க. அழைச் சிட்டுப்போலான்னு வந்தேன்' என்று சொல்லிப் புறப்பட்டாள்.

ஏழு மாத வயிற்றைச் சுமந்தபடி மூன்று வயது ரஷ்மியை இழுத்துக்கொண்டு சாலையின் திருப்பத்தில் அவள் திரும்பும் வரை பார்த்துக்கொண்டே இருந்தேன்.

நீண்ட நேரத்துக்குப் பிறகு உள்ளே வந்து, கான்வாஸ் முன்னால் உட்கார்ந்தேன். ரஷ்மி ஓவியத்தின் கீழ்ப்பாகத்தையெல்லாம் கலைத்துக் கெடுத்திருந்தாள். பிஞ்சுக் கைகளைப் பதித்துக் கலைத்திருந்த வண்ணங்களைத் திருத்தத் தூரிகையை எடுத்துக்கொண்டவள் ஒரு கணம் நிதானித்தேன்.

விஜியின் உப்பிய ஏழுமாத வயிறு கண் முன்னே நின்றது. விரும்பியோ விரும்பாமலோ நிகழும் நூற்றுக்கணக்கான கலவிகள். அங்கே பலன் உண்டாகி, ஒன்பது மாதங்கள் உள்ளுக்குள்ளேயே கர்ப்பம் வளர்வது, பிரயாசையோடு வெளியே வருவது எல்லாமே உடம்பு சம்பந்தமான செயல்களின் வழிமுறைகள் மட்டுமே. உணர்வுகளைச் சுமந்து சுமந்து அவற்றையே வலம் வந்து மனம் நிறையக் கர்ப்பம் கொண்டு வண்ண ஓவியங்களைப் பிரசவிக்கும் இந்தச் சுகமான வேதனை, என்னுடைய அகத்தையும் புறத்தையும் ஒன்று கூட்டும் இந்த அனுபவம் இனிமை குறைந்ததா?

விஜி அன்று கேட்டாளே, 'வேண்டாமா தாய்மையோட அழகான அனுபவம்?'

'ஆனா, வாழ்க்கையோட மத்த எல்லா அழகையும் நான் அனுபவிக்கிறேனே?'

'ஏழு மாசக் கர்ப்பத்துல மென்மையா மிருதுவா புறளுற பிஞ்சுக் குழந்தையோட புல்லரிப்பு . . .'

வாழ்க்கையின் எல்லா அனுபவங்களுக்கும் ஆளாவது சாத்தியமா? எந்த அனுபவமும் தவிர்க்க முடியாதது அல்ல. விஜி படிப்புக்குக் கடிவாளம் போட்டு, திருமணமாகி, சாப்பாடு – தீனி – தூக்கம், சாப்பாடு – தீனி – தூக்கம். இந்தச் சக்கரத்தில் கவலையில்லாமல் பல வருடங்களைக் கழித்திருக்கிறாள். எல்லோரும் எல்லா அனுபங்களுக்கும் ஆளாகிற அளவு வாழ்க்கை விசாலமானதா?

திடீரென்று மற்றெல்லா யோசனைகளையும் உதறிவிட்டு, தூரிகையை நீரில் ஒற்றி ரஷ்மியின் பிஞ்சுக் கைகளின் அடையாளத்தை வண்ணத்தால் மறைக்கத் தொடங்கினேன். வெளியே மாலை நேரத்தின் குளுமை பரவிய கான்வாஸில் சிவப்புச் சூரியன் பூரித்தபடியே கீழிறங்கிக்கொண்டிருந்தான்.

1998

○ ○ ○ ○ ○

ஆலங்கட்டி

சுமங்கலா

லத்யா மாமு கருப்புக் கண்ணாடிக்கு அப்பால் பார்த்தவாறு மனசை வேறெங்கோ பறிகொடுத்து உட்கார்ந்திருந்தான். அவனது எஸ்டிடி பூத்துக்கு நேர் எதிர்ச் சாலைக்கு அந்தப் பக்கம் காய்கறி மார்க்கெட். அங்கே இரண்டு மூன்று வரிசைகளில் கூடைகளுடன் உட்கார்ந்து காய்கறி விற்பவர்களில் கமலம்மாவும் ஒருத்தி. இரண்டு மூன்று தினங்களாக அவள் மாமுவின் கண்ணில் படவே இல்லை. அது மாமுவுக்கு விசித்திரமான ஆதங்கத்தை ஏற்படுத்தியிருக்கிறது. யாருடைய கல்யாணத்துக்கோ சீமந்தத்துக்கோ அல்லது என்ன காரணத்தாலோ அவள் தன் உறவினர்கள் வீட்டுக்குச் செல்லும் தினத்துக்கு முன்னதாக இவன் ஸ்பெஷல் டீ குடிக்க வெளியே போகும்போது, ஏதோ பேச்சுக்கு நடுவே மாமுவிடம் சொல்லிவிடுவாள். யாருடைய இறுதிச் சடங்குக்கோ எதிர்பாராமல் போவதற்கு முன்னால் எதுவும் சொல்லாமல் போய்விடுவாள். மீண்டும் மறுநாள் காய்கறிக் கூடை யுடன் ஆஜராகிவிடுவாள். ஒரு நாள் வெயிலில் உட்கார்ந்து காய்கறி விற்காவிட்டால், ஒரு வேளைச் சாப்பாடு கிடையாது என்று சொல்லிக்கொண்டிருந்தவள், இரண்டு மூன்று தினங்களாக எங்கே காணாமல்போய் விட்டாள் என்பதே மாமுவுக்குப் பதில் கிடைக்காத கேள்வியாக இருந்தது. குளிர்காலத்துக்குப் பிறகான இளவேனிற்காலம் முடிந்து கோடைகாலம் காலெடுத்து வைக்கும் தினங்கள். பலபலவென்னும் விடியலில் இளஞ் சிவப்பாகவும் சற்றுக் குளுமையாகவும் இருந்துகொண் டிருந்த சூரியன், மத்தியானம் பன்னிரண்டாகும்போது, எல்லோருடைய நெற்றியும் சுளீர் என்னும்படி கத்தியைச் சுழற்றிக்கொண்டிருந்தான்.

மாமுவின் சின்ன டெலிபோன் பூத்தின் கருப்புக் கண்ணாடி வழியாகப் பார்த்தால், வெயில்கூடத்

தூங்கிவிட்ட நிலவாகத் தோன்றுகிறது. கமலம்மாவைப் பற்றிய கவலையில் உட்கார்ந்திருந்தபோதுதான், அந்தப் பெண் சற்று வேகமாகப் பூத்துக்குள் வந்தாள். 'உஷ்' என்று பொறுமையில்லாமல் வந்தவள் கைக்குட்டையால் முகத்தைத் துடைத்தபடி நின்ற போதுதான், அனேகமாக வெளியே வெயில் தீவிரமாக இருந்ததாக மாமுவுக்குத் தோன்றியது. டைரக்டரி கேட்டு வாங்கிக்கொண்டவள், ஏதோ எண்ணைத் தேடியவாறு 'ஊஹூம் இதுல இல்ல' என்று தலையாட்டினாள்.

'என்கொயரியில் கேளுங்க' தன் வழக்கமான பதிலைக் கிஞ்சித்தும் மாற்றாத பாணியில் மாமு சொன்னான்.

'நம்பர் என்ன?' ரிசீவரைப் பிடித்துக்கொண்டே கேட்டாள்.

'ஒன் நைன் செவன்' என்றவன், தானே அந்த எண்ணை அழுத்தினான். அந்தப் பக்கத்திலிருந்து வெறும் கொய்ங் கொய்ங் என்னும் எங்கேஜ்ட் சத்தம்.

'வெறும் எங்கேஜ்ட் சத்தந்தான் வருதுங்க.'

'அப்படியா?' என்றவன் மீண்டும் அழுத்தினான். இப்போது அவள் களுக்கெனச் சிரித்தாள். மாமு தலை நிமிர்ந்து பார்த்தான். மெலிதாகச் சிரித்துக்கொண்டே அவன் தலைக்கு மேலிருந்த, கருஞ்சிவப்பு மலரின் சித்திரத்தை எம்ப்ராய்டரி செய்திருந்த, வெள்ளை நிற வட்டத் தொப்பியைப் பார்த்துக்கொண்டே 'நோன்பு இருக்கிறீங்களா?' என்றபடி அவள் மீண்டும் சிரித்தாள்.

'நான் என்ன செஞ்சா இவளுக்கு என்னவாம்... இதென்ன அதிகப் பிரசிங்கித்தனம்' என்று எண்ணி மாமுவுக்குக் கோபம் வந்தது. 'நான் நோன்பு இருக்கறனாங்கற சந்தேகம் இவளுக்கு எதுக்கு? அதுவும் இல்லாம ஃபோன் நம்பர் அழுத்துறதுக்கும் நோன்பு இருக்கறதுக்கும் என்னா சம்பந்தம்?' என்னும் ஆர்வமும் உண்டாகி ஏனென்று கேட்க வேண்டும் என்று எண்ணுவதற்குள், 'இல்லீங்க ஒன் நைன் செவன்கறீங்க. ஒன் நைன் த்ரீ டையல் செய்றீங்க. அதுதான் பாவம் பசியால மூளை வேலை செய்யலியான்னு' என அவள் மீண்டும் சொன்னாள்.

மாமுவுக்குத் தன் முட்டாள்தனம் புரிந்து சற்று வெட்கமும் ஏற்பட்டு அசட்டுத்தனமாகச் சிரித்தான். மீண்டும் அப்பாவியைப் போல, 'நீங்களே பாருங்கம்மா . . .' என்றவன் நாற்காலியில் சாய்ந்து உட்கார்ந்தான்.

என்கொயரிக்காரரிடம் ஏதோ ஆஃபீஸின் எண் கேட்டவள், மாமுவுக்குச் சைகைசெய்து பேப்பர் வாங்கிக்

கொண்டு அந்த எண்ணை எழுதிக்கொண்டாள். பிறகு அந்த எண்ணை டயல்செய்து தனக்கு வேண்டியிருந்த யாரையோ தொடர்புகொள்ள முயன்று வேறு ஏதோ விபரம் கேட்டு ஃபோனை வைத்தவளையே மாமு ஆச்சரியத்தோடு பார்த்துக்கொண்டிருந்தான். இன்றைக்கும் அவனுக்கு ஃபோன் என்னும் இந்தச் சின்ன இயந்திரம் ஆச்சரியத்தை ஏற்படுத்திக்கொண்டிருக்கிறது. மயிரிழை அளவுள்ள சின்னக் கம்பியொன்று எங்கோ உட்கார்ந்திருக்கும் நபர்களை இணைக்கும் இந்த முறை . . . பரிச்சயமற்றவர்களைக் கம்பித் தொடர்பு கிடைத்தவுடனே பரிச்சயப்படுத்தும், நெருங்கிய சினேகிதர்கள் இன்னொருமுறை இந்த நம்பருக்கு ரிங் செய்யாதே என்று ஃபோனை ஓங்கி வைத்துக் கம்பித் தொடர்பு அறுபடுவதைவிட வேகமாக உறவை வெட்டிக் கொள்ளச் செய்யும் அதன் ஆழமான பரவலைக் கண்டு மாமு வியப்படைந்துகொண்டிருந்தான்.

பர்சிலிருந்து இரண்டு ரூபாய் நாணயத்தைத் தேடி யெடுத்துக் கொடுத்துக்கொண்டே, 'குடிக்கத் தண்ணி இருக்கு துங்களா?' என்று கேட்டாள். 'ஓ நீங்க நோன்பு இருக்கறீங்கல்ல' என்றவள் அவன் பதிலுக்கும் காத்திருக்காமல் புன்சிரிப்போடு வெளியே போய்விட்டாள். அந்த நடுவயதுப் பெண் விட்டுப் போன வியர்வை நாற்றத்தைவிட அவளது விளையாட்டுத் தனமான இளம் சிரிப்பே தன் சின்னப் பூத்துக்குள் நிறைந் திருந்தாக என்று எண்ணி, வெளியே போனவளின் பின்னாடியே பார்வையைச் செலுத்திய மாமுவின் கண்களுக்கு மீண்டும் தெரிந்தவை காய்கறிக் கூடைகளே. தலைக்கு மேல் குடைகூட இல்லாமல் உட்கார்ந்திருந்த மங்கிப்போன சேலையுடுத்த பெண்கள். எட்டணா ஒரு ரூபாய்க்குப் பேரம்பேசியபடி, அப்படியெல்லாம் பேரம்பேசிப் பணம் சேர்ப்பதில் சமர்த்தர் களானால்தான் சொத்துபத்து சேர்க்கலாம் என்னும் பிரமையிலிருக்கும் கிராக்கிகள் . . . மாமு எந்த நோக்கமு மில்லாமல் உட்கார்ந்தான்.

○ ○ ○

மாமுவின் முழுப் பெயர் லத்தீஃப். பெரிய அக்காவுக்கு விரைவில் திருமணம் நடந்து வரிசையாகப் பிறந்த அவள் பிள்ளைகள் 'மாமு' என அழைக்கத் தொடங்கியதுபோலவே அக்கம் பக்கத்துப் பையன்களும் 'மாமு' என்று கூப்பிடத் தொடங்கினார்கள். அதோடு, அவன் குறும்புக்கார நண்பர் களின் வாயில் லத்தீஃப் என்பது லத்யா ஆகியிருந்தது. அது எப்படியோ மாமுவோடு சேர்ந்துகொண்டு லத்யா மாமு ஆகிவிட்டிருந்தான். இந்தப் பெயரே எவ்வளவு பரிச்சயமாக நிலைத்துவிட்டதென்றால், லத்யா மாமு அல்லது மாமு

என்னும்போது அவனது தோற்றம் நினைவுக்கு வருகிறளவு லத்தீஃப் என்னும்போது யாருடைய நினைவுக்கும் வரவில்லை. மாமுவுக்குப் பெரிய அக்காவோடு இன்னும் இரண்டு அண்ணன்கள். படிப்பு தலையில் ஏறாமல், காலைச் சற்று இழுத்து நடக்கும் மாமு வெறுமனே சாப்பிட்டுவிட்டு வெட்டியாக அலைந்துகொண்டிருந்ததைப் பார்த்து அவனுக்கு இங்கே ஒரு எஸ்டிடி பூத் வைத்துக்கொடுத்தார்கள். அதற்கும் முன்னால், வேலை கற்றுச் சிறிது அனுபவம் பெறட்டும் என்று தங்களுக்குத் தெரிந்த ஒருவரது பூத்தில் நான்கு மாதங்கள் மாமுவை வேலைக்கு அனுப்பியிருந்தார்கள். எஸ்டிடி பூத்தின் சின்ன சுத்தமான அழகிய கெளண்டருக்குள் உட்கார்ந்ததும் அசட்டுக் களை கொண்ட மாமுகூடச் சற்றுக் களையாகக் கொஞ்சம் நல்ல பான்ட் சர்ட் அணிந்து நீட்டாகயிருக்கத் தொடங்கியிருந்தான். பூத்தில் கூட்டமில்லாது சலிப்பேற்பட்டால், மாமு டீ குடிக்க எதிரிலிருக்கும் சாலைக்கு அந்தப் பக்கப் பெட்டிக் கடைக்குப் போவான். சில சமயம் சைகைசெய்து அல்லது பலமாகக் கத்தி உட்கார்ந்த இடத்திலிருந்தே டீ தருவித்துக் கொள்வான்.

இப்படி ஒருமுறை பெட்டிக்கடையில் டீ குடித்துவிட்டுக் காய்கறிக் கூடைகளுக்கு எதிரில் உட்கார்ந்திருந்த பெண்களைப் பார்த்தவாறு வந்துகொண்டிருந்தபோதுதான், சுற்றியிருந்தவர்களைப் பற்றிய பிரக்ஞை இல்லாமல் முந்தானையால் விசிறிக் கொண்டு எங்கோ பார்த்தபடி உட்கார்ந்திருந்த கமலம்மா மாமுவின் கண்ணில்பட்டாள். அப்படி விசிறிக்கொண்ட போது, அரைக் கணம் தெரிந்து மறைந்த அவளது மதர்த்த குண்டு முலைகளையே பார்த்தபடி மாமு நின்றுவிட்டான். நான்கைந்து நிமிடங்களுக்குப் பிறகு பெட்டிக்கடைக்குப் பக்கத்தில் நின்றிருந்த இன்னும் நான்கு பேரும் தன்னைப் போல அவளையே பார்த்துக்கொண்டிருந்தார்கள் என்பது கவனத்துக்கு வந்தவுடனே ஒரு வகையான சங்கடத்தில் காய்கறி வாங்குகிறவனைப் போல அவள் முன்னால் சற்றுக் குனிந்து நின்று கருப்புக் குண்டுக் கத்தரிக்காய்களைத் தொட்டுப் பார்த்தபடி, ‘முந்தானையைக் கொஞ்சம் சரியாப் போட்டுக்கக் கூடாதாம்மா?’ என்று சொன்னான்.

சுற்றிலும் பார்த்துத் தடக்கென்று முந்தானையைப் போட்டுக்கொண்டு, ‘நாலு பெத்து முடிச்சிருக்கறேன். என்னாத்தெப் பாக்குதுங்களாம் கேடுகெட்டதுங்க?’ என்று என்னவோ முணுமுணுத்துவிட்டு, ‘எத்தனை கிலோ?’ என்று கத்தரிக்காயை எடைபோடத் தொடங்கினாள்.

அதன் பிறகு அவ்வப்போது டீ குடிக்கப் போகும்போது, வீட்டில் அண்ணன்மார்கள் காய்கறி வாங்கிவரச் சொல்லி

யிருக்காவிட்டாலும், காய்கறி வாங்கும் சாக்கில் கமலம்மா வுடன் பேச்சுக்கொடுப்பான். நான்கு பிள்ளைகளில் இரண்டு ஒன்றிரண்டு நாள்களிலேயே செத்திருந்ததை, இன்னொன்று வயிற்றிலேயே இறந்து பிறந்ததை அங்குலம் அங்குலமாக வர்ணித்துக்கொண்டிருந்த கமலம்மா கணவனைப் பற்றி மட்டும் பேச்செடுப்பதில்லை. மாமு தானாகவே இரண்டு மூன்றுமுறை கேட்ட பிறகு, 'ஓடிப்போய்விட்டான்' என்று சுருக்கமாகச் சொல்லி ஏன் எப்போது என்னும் கேள்விகளுக்கு வாய்ப்பில்லை என்பதைப் போலப் பேச்சை முடிப்பாள். ஏழாம் கிளாஸ் ஃபெயிலாகி இனிப் பள்ளிக்கூடத்துக்குப் போகமாட்டேன் என்ற மகனை அவன் போக்கில் விட்டிருந்த கமலம்மா, மகன் பாடுக்கு வந்தால் தன்னைப் பிடிக்க யாரிருக்கிறார்கள் என்று சொல்லிக்கொண்டிருந்தாள். இன்னும் பதின்மூன்று பதினான்கு வயது முடியாத பையன், பிறவியிலேயே அடம்பிடிக்கிறவனாம். அம்மாவுக்கு ஏதேதோ உதவினாலும், அவளில்லாதபோது தன்னைவிடப் பெரியவர் களான வெட்டி ரௌடிகளோடு சேர்ந்துகொண்டிருந்ததை அவ்வப்போது மாமுவிடம் கொட்டிக்கொண்டிருந்தாள்.

'அவன் வழிக்கு வந்துட்டா போதும்' என்னும்போது அவள் தொண்டையிலேயே தங்கிக்கொண்டிருந்த – அவனுடைய அப்பாவைப் போல ஆகாதிருந்தால் போதும் என்னும் – வார்த்தைகளைத் தானாக மாமு அர்த்தப்படுத்திக்கொண் டிருந்தான்.

ஆறு மாதங்களுக்கு முன்னால் கமலம்மாவின் கணவன் திரும்பி வந்திருக்கிறான் என்னும் செய்தி காய்கறிக்கூடை களுக்கு நடுவே நுழைந்து தேய்ந்துபோன பழைய நாணயங்கள் ஏற்படுத்தும் சத்தத்தில் மாமுவின் காதையும் எட்டியது. கமலம்மா மட்டும் ஒவ்வொரு நாளும் விற்பனைக்கு வரும் புதிய காய்கறிகளைப் போல இருந்தாள். 'அவன் கூப்புடறதுக்கு வந்தா போகக்கூடாதா? வெயில்ல ஒக்காந்து இப்புடிக் காய்கறி வியின்னு யாரு சொன்னாங்க?' என்று பக்கத்துக் கடை பஸம்மா சொன்னதற்கு 'அவன் கூப்புட்டப்பப் போறதுக்கும் அடிச்சு வெளியில தள்ளுனா வர்றதுக்கும் நான் என்னா அவன் வச்சிக்கிட்டிருக்கற கூத்தியான்னு நெனச்சிட்டியா?' என்று கறாராகச் சொன்னாள். இருவருக்கும் இடையில் நடந்த இப்படிப்பட்ட பேச்சால், தான் என்ன சொல்வது எனப் புரியாத மாமு திருதிருவென விழித்துக்கொண்டே நின்றுவிட்டான்.

'எட்டு மாசக் கொளந்தை வயித்துல இருந்தப்ப அடிச்சி வெளிய தொறத்துனான். அதுக்கப்பறந்தான் அந்த வீட்டை

விட்டு ஓடிப்போனான். அன்னக்கிருந்து இன்னக்கிவரைக்கும் பொண்டாட்டியும் கொளந்தையும் செத்தாங்களா பொளச்சாங் களான்னு கண்டுக்காதவன் இப்ப வந்தா என்னா? போனா என்னா? ஒளச்சிச் சாப்புடற ஜீவனுக்கு இத்தினி நாளுவுட்டு இப்ப எதுக்கு ஜோடி வேணும்?' என்றபடி கூடையிலிருந்த வாடிய காய்களை எடுத்துவைத்துக் கூறுகட்டி வைக்கலானாள்.

இப்படிப்பட்ட கமலம்மாவை மகனின் மகாவெட்டித்தனம் மட்டும் உள்ளுக்குள் கலங்கவைத்திருந்தது. மூன்று மாதங் களுக்கு முன்னால் ஒரு திருட்டு வழக்கில் இன்னும் இரண்டு பெரிய பையன்களோடு மாட்டிக்கொண்ட அவனைச் சின்னப் பையன் என்று சீர்திருத்தப் பள்ளியில் சேர்த்ததை கண்ணில் ஒற்றிப் பிடித்துக்கொண்டேயிருந்தாள். சீர்திருத்தப் பள்ளியில் பையன்களைத் திருத்துவார்கள், ஏதாவது கற்றுத் தருவார்கள் என்று தன்னிடம் யாரோ சொன்னதையே மேலும் கொஞ்சம் சேர்த்து அவளிடம் மாமு சொன்னான். 'என்னாத்துக்கு வீணாக் கவலைப்படுற...? எல்லாம் சரியாப் போகும்...' என்று சமாதானப்படுத்தியிருந்தான். கமலம்மா அப்படி இருக்கலாமோ... அங்கேயாவது கொஞ்சம் திருந்தி மகனுக்குப் புத்திவந்தால் போதும் என்று நினைத்துக்கொண்டு அமைதியடைந்தாள்.

பிறகு எல்லாம் வழக்கம்போலவே இருந்தது. கமலம்மா கணவனோடு போகவில்லை என்பது ஒரு வகையான நிம்மதியை ஏற்படுத்தியது. அதோடு அவள் கணவனைப் பற்றிய பேச்சே எடுக்காதிருந்ததுங்கூட மாமுவை அவளோடு அதே நெருக்கத்தோடு இருக்கச் செய்தது. ஆனால் கமலம்மா இப்போது மூன்று தினங்களாக மார்க்கெட்டுக்கு வரவில்லை என்பது மட்டும், பூத்தில் வாடிக்கையாளர்கள் இல்லாமல் தன்னந்தனியாக உட்கார்ந்தபோது, மாமுவுக்குக் கேள்விக் குறியாக உள்ளும் புறமும் போய்வந்துகொண்டிருந்தது.

○ ○ ○

மீண்டும் நான்கு தினங்களுக்குப் பிறகு அந்தப் பெண் ஃபோன் செய்வதற்கு வந்திருந்தாள். அவள் பேசிய விதத்தி லிருந்து யாரோ தோழியாக இருக்கலாம் என்று மாமு நினைத்துக்கொண்டான். எண்களை ஒற்றியவள் சிரித்துக் கொண்டே பேசினாள். இடையே மகளுக்கு உடம்பு சரியில்லை என்று விவரித்து, 'மாத்திரை சொல்லு எழுதிக்கறேன்' என்றாள்.

அந்தப் பக்கத்திலிருந்து சொல்லியிருக்க வேண்டும். எழுதிக்கொள்ள ஒரே கையால் பேனாவின் மூடியைத் திறக்க முயன்றவளின் கையிலிருந்து மாமு பேனாவை வாங்கி மூடியைத் திறந்து கொடுத்தான். சரசரவென்று

பெயரைக் கிறுக்கியவள் மிக மெதுவாக, மாமுவுக்குக் கேட்காதிருக்கட்டும் என்பதைப் போல, 'என்னா அம்பது அறுபது ரூபாய்க்கு இவ்வளவு மாத்திரை வருமா?' என்று கேட்டு மீண்டும் 'மாசக் கடைசி ... பர்ஸ் காத்துல மிதக்குற அளவுக்கு லேசாயிப் போயிருக்குது ...' என்று சிரிக்க முயன்றாள். மாமு அவளுக்குச் சங்கோஜம் ஏற்பட வேண்டாம் என்று கருப்புக் கண்ணாடி வழியாக வெளியே பார்ப்பதைப் போல உட்கார்ந்திருந்தான். எதிர்ப் பக்கத்துக் குரல் என்ன சொல்லியதோ தெரியவில்லை. 'வழக்கம்போலத்தான் ... நாள் பூரா ஏதாவது டென்ஷன் இருக்கறதுதான். ஏதாவது சண்டை, கத்தறதும் இருக்கறதுதான். எனக்கோ போதும் போதுன்னாயிருக்குது ...' என்றவாறு தோற்றுப்போனவளைப் போல மேஜையின் மூலையைப் பிடித்தவள் கண்ணில் உண்டோ இல்லையோ என்பதைப் போல ஈரப்பசை ஏற்பட்டது. எல்லாம் அரை நொடி மட்டும். மீண்டும் பேச்சை மாற்றிச் சிரித்தபடி என்னவோ சொன்னாள். சொன்னதில் பாதிக்குப் பாதி ஆங்கிலத்தில் இருந்ததால், அலுவலகம் தொடர்பான ஏதோ வேடிக்கை என்று மட்டும் மாமுவுக்குப் புரிந்தது. அந்தப் பக்கத்திலிருந்தும் சிரித்து ஏதோ சொல்லியிருக்க வேண்டும். இவளது சிரிப்பு மேலும் அதிகமாயிற்று. இப்போதெல்லாம் எதிர்ப் பக்கத் தவர்களின் பேச்சு இப்படியிருக்கலாம் என்று ஊகிக்கிற அளவு மாமு விற்பன்னனாகிவிட்டிருந்தான்.

அவள் பேசி முடித்து ரிசீவரை வைத்துவிட்டுக் கைக் குட்டையால் முகத்தைத் துடைத்தவாறு பணம் எடுத்துக் கொடுப்பதற்குள் மாமு 'தண்ணி இருக்குதுங்க' என்று அவள் கேட்பதற்கு முன்பாகவே தண்ணீர்ப் பாட்டிலை எடுத்து வெளியே வைத்தான். கடகடவெனத் தண்ணீர் குடித்துவிட்டுக் கைக்குட்டை முனையால் வாய் துடைத்துக்கொண்டே இவன் பக்கம் பார்வையைச் செலுத்தாமல் வெளியேறியவளின் நடையில் மருந்துக் கடைக்குச் செல்லும் அவசரம் இருந்தது. அவள் போன பிறகுதான் அவள் பேனாவின் மூடி தன் கையிலேயே தங்கிவிட்டதென்று மாமுவுக்குத் தெரிந்தது. அவளைக் கூப்பிடுவதென்றாலும் எப்படிக் கூப்பிட வேண்டும் எனத் தெரியாமல் பேசாமலிருந்தான். தன் பூத்திலிருந்து வெளியேறி வேகமாக நடந்து போன அவள், வெளி உலகத்துக் குள் சேர்ந்ததே – இவ்வளவு நேரமும் தன்னெதிரிலேயே தன் சொந்தச் சங்கதிகளைக் குட்டி ரிசீவரில் பகிர்ந்துகொண்டு, பேச்சைக் கேட்டுக்கொண்டும் கேட்காதவனைப் போல உட்கார்ந்திருந்த தன்னிடமிருந்து – அன்னியமான ஏதோ பரிச்சயமற்ற உலகத்துக்குள் அவள் வழுக்கிச் சென்றதைப் போல மாமுவுக்குத் தோன்றியது. அந்த உலகத்தில் தாங்கள்

இருவரும் என்றைக்கும் சந்திக்கப்போவதில்லை; சந்தித்தாலும் பரஸ்பரம் பரிச்சயமான புன்னகையை மிளிரவைக்கக் காரணமே இல்லாமல்போகலாம் என்று மாமுவுக்குத் தோன்றியதுமே தன் எஸ்டிடி பூத் மேலும் நெருக்கமானதாகத் தோன்றியது.

மேலும் இரண்டொரு தினங்களுக்குப் பிறகும் கமலம்மா காணப்படாததால் பஸம்மாவிடம் விசாரித்தான். கமலம்மா இப்போது கோட்டைக்குப் பக்கத்தில் காய்கறிக் கூடையோடு உட்கார்ந்திருக்கிறாள் என்று அவள் சொன்னபோது, இத்தனை வருடங்களாகக் காய்கறி விற்றுக்கொண்டிருந்த இந்த இடத்தை விட்டு அங்கே ஏன் போனாள் என்னும் புதிய கேள்வி அவனை வாட்டத் தொடங்கியது. ஒருமுறை கோட்டைப் பக்கம் போய் வரலாமா என்று மாமு யோசித்தான் என்றாலும் ஏதேதோ வேலைகளுக்கு இடையே அது சாத்தியப்படவே இல்லை. அதில்லாமல் காந்தி செளக்கிலிருந்து கோட்டை போய்வரக் குறைந்தபட்சம் அவனுக்கு ஒன்றிரண்டு மணி நேரம் தேவையாயிருந்தது. அவ்வளவு நேரம் பூத்தை மூடி விட்டுப் போவதற்கும் மனம் வரவில்லை.

பிறகு ஒரு நாள் காலை மாமு பூத்துக்கு பஸ்ஸில் வந்துகொண்டிருந்தபோது, ஜெயஸ்ரீ டாக்கீஸ் ரவுண்டானாவுக்கு அந்தப் பக்கம் உயரமான பரண்மேல் நின்று ஒரு பையன் வெள்ளைப் போர்டில் விளம்பரப் படம் வரைந்துகொண் டிருந்தது தெரிந்தது. பெரிய அகலமான போர்டுக்கு முன்னால் அந்தச் சின்னப் பையன் பரண்மேல் ஊசலாடியவாறு வண்ணம் பூசிக்கொண்டிருந்ததைப் பார்த்த மாமு அவன் ஏதாவது பாலன்ஸ் தவறி விழுந்துவிடுவானோ என்று ஆதங்கப்பட்டான். அந்தப் பையனை எங்கோ பார்த்ததைப் போலிருந்தது. அவன் வண்ணம் பூசியபடி ஊசலாடிக்கொண்டிருந்தபோது, இரண்டு பக்கமும் தெரிந்த தோற்றம் சற்றுப் பரிச்சயம் எனத் தோன்றியதும் யார் என்று மாமு தலையைப் பிய்த்துக்கொள்வதற்குள் நினைவுக்கு வந்தது . . . அவன் கமலம்மாவின் மகன் என்று. ஒன்றிரண்டு முறை தன்னோடு அழைத்துவந்திருந்த கமலம்மா, சங்கோஜத்தால் எங்கோ பார்த்தவாறு நின்றிருந்தவனை, மகன் என்று பெருமையோடு காட்டியிருந்தாள். அவனே இந்தப் பையன் என்று தீர்மானிப்பதற்குள் சிட்டிபஸ் முன்னுக்குச் சென்று விட்டிருந்தது. அடுத்த நிறுத்தத்தில் இறங்கிப் போய்ப் பார்த்து விடலாமா எனத் தோன்றினாலும் அவன் கமலம்மாவின் மகனாகவே இருந்தாலும் என்னவென்று பேசுவது? எல்லா வற்றுக்கும் மேலாக இவன் சீர்திருத்தப் பள்ளியிலிருந்து தப்பித்து வந்திருக்கலாமோ? இது கமலம்மாவின் கண்ணிலும் பட்டிருக்கலாமோ? அதனால்தான் இப்படியெல்லாம்

போர்ட் வைக்க இடமே இல்லாத கோட்டைப் பக்கம் போய் வழக்கம்போலக் காய்கறி விற்றுக்கொண்டு உட்கார்ந்துவிட்டாளோ என்றெல்லாம் சந்தேகம் தொடங்கி எந்த முடிவுக்கும் வர முடியாமல் எஸ்டிடி பூத்துக்குள் வந்தான்.

தூசு துடைத்து வழக்கம்போல ஊதுவத்திக் கொளுத்தி வைத்து உட்கார்ந்த மாமுவுக்கு ‘அவன் சீர்திருத்தப் பள்ளியிலிருந்து ஏன் விடுதலையாகி வந்திருக்கக் கூடாது? அங்கே என்னென்னவோ கற்றுத் தருகிறார்களாமே? அதில் போர்ட் எழுதுவதற்கும் கற்றுத் தந்திருக்கலாமல்லவா? சீர்திருத்தப் பள்ளியிலிருந்து திருப்பி அனுப்பியிருக்கலாமல்லவா?’ என்னும் ஓர் இயல்பான சாத்தியப்பாடு தோன்றியதும், முதலில் மோசமான சந்தேகங்களே எதற்குத் தோன்ற வேண்டும் என்று சங்கோஜப்பட்டான்.

அன்று வாடிக்கையாளர்கள் யாரும் இல்லாத நேரத்தில் மாமு பெட்டிக்கடைக்குப் பக்கத்தில் டீ குடித்துக்கொண்டு இருந்தபோது, அவனுடைய பெரிய அண்ணனின் மனைவி வந்து வீட்டுக்கு ஏதோ சாமான் வாங்க வேண்டும் பணம் கொடு என்று வற்புறுத்தத் தொடங்கினாள். தான் எல்லாப் பணத்தையும் சேர்த்து மறுநாள் பில் கட்ட வேண்டியிருக்கிறது என மாமு சொன்னாலும், வெறுமனே சாப்பிட்டுவிட்டுத் தூங்கியெழுந்து போகும் அவனுக்குக் குடும்பப் பொறுப்பே இல்லையென்றும் அதனால்தான் தாங்கள் அவனுக்கு இன்னும் திருமணம் செய்யவில்லை என்றும் வாயிலடித்துக் கொண்டு சொன்னாள்.

‘பெரியவனுக்கு நாலு பிள்ளைங்க ... அடுத்தவனுக்கு மூணு ... பிள்ளைங்களுக்குச் சாப்பாடு போடாம குப்பையில விளையாடவிடறது ... எப்பவும் ஒன்னுல்ல இன்னொன்னுக்கு ஒடம்பு சரியிருக்கறதில்ல ... அவங்க ரண்டு பேரையும் இத்தனை பிள்ளைங்களைப் பெத்துக்கச் சொன்னது யாரு? எனக்குப் பொண்ணு பாத்துக் கல்யாணம் பண்ணுற எண்ணமே இல்லாம அவங்களோட குடும்பத்துலயே முழுகியிருக்கறாங்க. எவ்வளவு பணம் குடுத்தாலும் சண்டைதான் ...’ என மாமுவுக்கு மனசுக்குள்ளேயே கோபம் வந்தது. ஒவ்வொரு மாதமும் தன் பங்கு என்று சற்று அதிகமாகவே பணம் கொடுத்தாலும், மேலும் மேலும் எப்படிக் கொடுப்பது என்று நினைத்துக்கொண்டு அவனும் சண்டைபோட்டான்.

அப்படிச் சண்டை போடும் ஆவேசத்தோடு நின்றபோதுதான், அவன் கவனத்துக்கு வந்தது ... காந்தி சௌக்கிலிருந்து உள்ளே வலது பக்கம் வரும் சாலையில் ஒரு கடைக்கு முன்னால் பைக்கின் மேல் உட்கார்ந்திருந்தவனுக்கு அருகில் நின்று,

அன்றைக்குப் பேனாவின் மூடியை மறந்துவிட்டுப்போன பெண் ஏதோ சொன்னபடி நின்றிருந்தாள். மாமு சண்டையை அப்படியே நிறுத்திக் கவனித்தான். பைக்கின் மேலே உட்கார்ந்து ஏதோ சொல்லிக்கொண்டிருந்தவன் அவள் கணவனாகத்தான் இருக்க வேண்டும். கடுகடுத்த முகத்தோடு அவன் ஏதோ சொல்லிக்கொண்டிருக்க, அவள் தலையாட்டிக்கொண்டு நின்றிருந்தாள். பிறகு பைக்காரனுக்குப் பின்னால் அவள் உட்கார எத்தனித்தபோது, இந்தப் பக்கம் பார்த்துக்கொண் டிருந்தாள். பர்தாவிலிருந்த அண்ணி அவ்வளவு மோசமாகச் சீறியபடி தன்னைத் திட்டிக்கொண்டிருந்தது அவள் கவனத்துக்கு வந்ததோ என்னவோ என்னும் வெட்கம் மாமுவுக்கு. அதோடு பைக்மேலிருந்த கடுகடுத்த முகத்தவன் அவளைத் திட்டியதைத் தான் பார்க்கவில்லை என்பதைப் போலக் காட்டிக்கொள்ள வேண்டும் என்றும் மாமுவுக்குத் தோன்றியது. என்ன செய்வதெனத் தெரியாமலேயே மாமு நின்றிருந்தபோது, அவன் அண்ணியின் குரல் உச்சத்தையடைந்தது. இதெல்லாம் வழக்கந்தான் என்பதைப் போலப் புடவை மடிப்பை நீவிவிடும் இயல்போடு ஒரு நெருக்கமான சிரிப்பை இவனிடம் எறிந்து விட்டுப் புர்ரென்று புறப்பட்ட பைக்கில் போன அந்தப் பெண் ... எஸ்டிடி பூத்தின் வெளியே பரிச்சயமற்ற உலகத்தில்கூட இப்படிக் காரணமில்லாமல் பரிச்சயமான சிரிப்பை வீசச் சாத்தியமாகிவிட்ட அந்தக் கணங்கூட அடியோடு இயல் பாகவே இருந்தது. இந்தப் பர்தாப் பெண்ணைத் தன் மனைவி யென்று அவள் நினைத்துவிட்டாளோ என்னும் சந்தேகம் மாமுவுக்கு இருந்திருந்தாற்போலத் திடீரெனத் தோன்றியதும் அவனுக்கு ஏமாற்றமாக இருந்தது.

'இல்ல இல்ல இந்தப் பர்தாப் பொம்பளை என் அண்ணி ... இன்னும் எனக்குக் கல்யாணமாகல்ல ... கல்யாண மானாலும் இப்படிப் பர்தா போடச் சொல்றவனில்ல நான் ... அப்படி முரட்டுத்தனமா நடத்துறவனுமில்ல ... அதோட நான் இப்படிப்பட்ட சண்டைக்காரியைக் கல்யாணம் பண்ணி க்கிறதா இல்ல ...' இன்னொருமுறை அந்தப் பெண் பூத்துக்கு வந்தால் இதையெல்லாம் சொல்லிவிட வேண்டும் என்று நினைத்துக்கொண்ட மாமுவுக்குச் சிரிப்பு வந்துவிட்டது.

தான் இவ்வளவெல்லாம் ஆகாயத்தையும் பூமியையும் ஒன்று சேர்த்து நாலைந்து காய்கறிக் கூடைக்காரிகள், பெட்டிக் கடை, பீடாக்கடை முன்னாலிருக்கும் ஆண்களின் கவனத்தை ஈர்த்தவாறு கத்திக்கொண்டிருந்தாலும் அவர்களெல்லாம் 'பணம் குடுத்துடு மாமு. சண்டை எதுக்கு?' ... 'கொஞ்சம் பணம் குடுத்துறக்கூடாதாப்பா?' என்றெல்லாம் தன் சார்பாக வக்காலத்து வாங்கிப் பேசினாலும், மாமு கடைசிக் கடைசி

யாகச் சண்டைக்கு வலு சேர்க்காமல் சாலையின் எதிர்ப் பக்கம் பார்வையைச் செலுத்தித் தியானிக்கும் பாணியில் சிரித்தபடி நின்றிருந்ததைப் பார்த்து அவன் அண்ணிக்கு மிகவும் சலிப்பேற்பட்டது. ‘சாயந்தரம் வீட்டுக்கு வா. பாத்துக்கறேன்’ என்று கடைசியாகச் சத்தம்போட்டுச் சொல்லி முகத்திரையை இழுத்துவிட்டுக்கொண்டு சரசரவென நடந்தாள்.

அதிரடிச் சண்டைகள் நிறைந்த சினிமா பார்த்துவிட்டுத் தியேட்டரிலிருந்து வெளியே வந்த ஜனங்கள் தத்தம் உலகத்துக்குள் போய்ச்சேருவதுபோல அவ்வளவு நேரம் இவர்கள் சண்டையைப் பார்த்தவர்களும் இடையிட்டுப் பேசியவர்களும் அமைதியாகித் தங்களுடைய வழக்கமான அமளியில் முழுகினார்கள். அதன் பிறகு மாமு எதுவுமே நடக்கவில்லை என்பதைப் போல, பளபளக்கும் தன் சின்னப் பூத்துக்குள் போய் உட்கார்ந்துவிட்டான். அன்று வெயிலுங்கூடக் கடுமையாக இருந்தது. அரசாங்க விடுமுறை ஏதோ இருந்ததாலோ அல்லது வெயிலின் கடுமையாலோ சாலையில் வாகனங்களின் போக்குவரத்தும் ஜனங்களின் நடமாட்டமும் குறைவாகத் தெரிந்தன. தார்ச் சாலையில் தொடர்ந்து விழுந்த வெயில் மெதுவாகச் சூடான காற்றாகி, புழுதியாகி மேலேயெழுந்து சுற்றிலும் பரவியபடி இருக்க, வெக்கையும் வேர்வையும் உண்டாக்கும் கசகசப்பால் எல்லாவற்றின் மீதும் எரிச்சலுற்றுச் சண்டையிடச் சின்னக் காரணம் ஒன்று பின்தொடர்ந்து எல்லோரும் சிடுசிடுக்கக் காத்துக்கொண்டிருந்ததாகத் தோன்றியதும் ‘இந்த ஊருக்கு இதெப்படிப்பட்ட கோடைகாலமப்பா’ என்று கோபம் வந்தது.

சாயந்திரமாவதற்குள் அவனுக்கு லேசாகத் தலை வலிக்கத் தொடங்கி, ‘தூத்தேரி நஷ்டம் ஆனா ஆகட்டும்’ என்று முணுமுணுத்துக்கொண்டே கடையை மூடிவிட்டு நின்ற மாமுவுக்கு அவ்வளவு சீக்கிரம் வீட்டுக்குப் போகவும் மனம் வரவில்லை. அப்படி இப்படிப் பார்த்தவாறு ஸ்டேஷன் ரோடில் மெல்ல நடந்தான். ஜெயஸ்ரீ டாக்கீஸ் ரவுண்டானாவுக்குப் பக்கத்தில் வந்துகொண்டிருந்தபோது, தெரிந்தவன் ஒருவன் கிடைத்துப் பேசிக்கொண்டு நின்றான். பேசிக்கொண்டிருந்தபோது, மாமுவின் கவனம் ரவுண்டானாவுக்கு அப்பால் போர்டின் பக்கம் சென்றது. காலையில் அந்தப் பையன் வண்ணம் பூசியிருந்த போர்ட் முழுக்கத் தயாராயிருந்தது. அங்கே பரண் இருக்கவில்லை. முழுமையடைந்த சித்திரத்தைப் பார்த்தவுடனே அவனுக்கு ஒரு வகையான நிம்மதியேற்பட்டது.

எவ்வளவோமுறை இப்படி நடந்திருக்கிறது. அங்கும் இங்கும் பரண்மேல் நின்று போர்ட் எழுதும் இளம் பையன்களைப் பார்த்து விசித்திரமான ஆதங்கத்தில் உழன்று அதன் பிறகு அந்தப் போர்ட் முழுமையடைந்திருந்ததைப் பார்த்து

நிம்மதியடைந்து பையன் பத்திரமாகக் கீழே இறங்கியிருக்கலாம் என்னும் உணர்வை மனத்தில் நிறைத்து ஆழமாக மூச்சிழுத்துக் கொண்டிருந்தான். இன்றைக்கும் அதே உணர்வில் போர்டின் பக்கமே பார்த்தவாறு நின்றபோது, இவன் கவனம் பேச்சைவிட்டு வேறெங்கோ இருந்ததைக் கவனித்த அவன் பேச்சை முடித்துக்கொண்டு புறப்பட்டுப் போனான். மாமு மெதுவாகச் சாலையைக் கடந்து அந்தப் போர்டுக்குக் கீழே வந்தான். அந்தப் போர்டை நிறுத்தியிருந்த இரண்டு இரும்புக் கம்பங்களுக்கு நடுவே காலியான இரண்டு மூன்று சின்ன வண்ண டப்பாக்கள் விழுந்திருந்தன. அவற்றுக்குப் பக்கத்திலேயே தூரிகை ஒன்று விழுந்திருந்தது. சந்தேகமே இல்லை. இது அந்தப் பையனுடையதுதான் எனத் தோன்றி, தேய்ந்துவிட்டது என்று நினைத்து விட்டுப் போயிருக்க வேண்டும் எனக் கையிலெடுத்துப் பார்த்தான். சற்றுப் பழையதாயிருந்த, வண்ணம் தோய்ந்த தூரிகை இன்னமும் கொஞ்சம் ஈரமாயிருந்தது.

போர்டைப் பார்த்தால் ஏஷியன் பெயிண்ட்ஸ் விளம்பரம். மூலையில் வண்ண டப்பாவைப் பிடித்துச் சாய்ந்து நின்ற அப்பாவிப் பையனின் சித்திரம். ஏனோ பையனின் முகத்தில் சீர்திருத்தப் பள்ளியிலிருந்து தப்பித்துக்கொண்டு 'நான் இப்பத் திருந்திட்டேன் அம்மா' என்னும் தோற்றத்தில் நின்ற பையனின் சாயலே இருந்ததாக நினைத்து மாமு சட்டென்று தூரிகையைச் சட்டைப்பைக்குள் போட்டுக்கொண்டான். மாமு அப்படியே நின்று சாலையில் புர்ரென்று ஓடிக்கொண்டிருந்த ஆட்டோக்கள், பஸ்கள், டோங்காக்கள், இரண்டு சக்கர வாகனங்களில் போய்க் கொண்டிருந்தவர்களைப் பார்த்தவாறு நின்றான். அப்போது மெதுவாக மேகம் கவியத் தொடங்கியது. திடீரென்று சூறைக் காற்றோடு மழைத்துளி விழத் தொடங்கியது. மாமுவின் முகத்தில் சின்னச் சின்னக் கற்கள் விழுந்ததைப் போலிருந்தது. பார்த்தால் ஆலங்கட்டிகள் . . . ! வானத்தில் இடிமின்னல். மேக அரண்மனையின் கூரை விரிசல்விட்டுச் சிதறும் கண்ணாடித் துண்டுகளைப் போலத் தெறிக்கும் ஆலங்கட்டிகள்!

எத்தனையோ வருடங்களுக்குப் பிறகு ஆலங்கட்டி மழையைப் பார்த்த மாமு மகிழ்ச்சியடைந்து கைக்குவிப்பிலும் கீழேயும் விழுந்த ஆலங்கட்டிகளை எடுத்து வாயில் போட்டுக் கொண்டிருக்க, எதிர்ப் பக்கத்து ஆட்டோ ஸ்டாண்டிலிருந்தவர் களும் கடைக்காரர்களும் இவனைப் போலவே மகிழ்ச்சியி லிருந்தார்கள். மாமு நடைபாதையில் விழுந்த ஆலங்கட்டிகளைக் கீழே குனிந்து பொறுக்கியபோது, சட்டைப்பையிலிருந்த தூரிகை கீழே விழுந்தது. அன்றைக்கிருந்து பத்திரமாக எடுத்துவைத்திருந்த அந்தப் பெண்ணின் பேனா மூடிகூடக்

கீழே விழுந்தது. மாமுவின் முகம், தூரிகை, பேனா மூடி, வண்ண டப்பாக்கள் எல்லாவற்றின் மேலும் படபடவெனப் பெய்யத் தொடங்கிய பருவமழை... கடும் கோடையின் எத்தனையோ நாள்களின் வெப்பத்தைக் கரைப்பதைப் போல ஆகாயத்தில் சூரியனிலிருந்து தொடங்கிப் பூமியின் மேலுள்ள எல்லோர் நெஞ்சமும் குளிரும்படி இடிமின்னல் காற்றோடு பருவமழை ஆர்ப்பரிக்கத் தொடங்கியது. தூரிகையிலிருந்து புறப்பட்ட வண்ணத் தண்ணீரில் அந்தப் பெண், கமலம்மா, கண்ணியமான போஸில் நின்ற ஏஷியன் பெயிண்ட்ஸ் பையன், மழையில் நனைந்தவாறு நின்ற மாமு எல்லோருடைய சித்திரங்களும் கலந்து வந்ததைப் போலிருந்தது.

2001

○ ○ ○ ○ ○

பிஞ்சுப் பாதத்தின் அடையாளம்

சுநந்தா பிரகாஷ் கடமெ

அஞ்சக்கா தன் கிராமத்து வீட்டைவிட்டு நகரத்திலுள்ள மகனின் இந்த வீட்டில் தங்கியிருக்க வந்து சரியாக ஒரு மாதம் ஆகப்போகிறது. இன்று காலையிலிருந்து ஒரு வகையான அமைதியற்ற நிலைமை முற்றுகையிட்டிருக்கிறது. தனக்கு வாய்த்த தனிமைக்குத் தன்னையே சபித்துக்கொண்டு, இருந்த இடத்திலேயே அஞ்சக்கா துவண்டுபோகிறாள். ஏனோ சின்னச் சின்ன விஷயத்துக்கெல்லாம் கோபம் கொண்டதற்குக் காரணம் யாருக்கும் தெரியவில்லை. ஏதோ ஒரு விளையாட்டுச் சாமானைக் கையில் பிடித்துக்கொண்டு ஓடி வந்து கொஞ்சிய ஐந்து வயதுப் பேத்தி சிம்மியை அஞ்சக்கா வெறுமனே அதட்டித் தூர விரட்டியிருந்தாள். 'நீ உன்னோட அம்மா பொண்ணு' என்று வேறு முனகியிருந்தாள். அப்படியே சர்ரென்று சமையலறைக்குள் நுழைந்து தக்காளி அரிந்தபடி அரிவாள்மணையில் உட்கார்ந்திருந்த மருமகளிடம், 'நேத்து சாயங்காலம் நான் வெளித் திண்ணையில ஒக்காந்திருந்தப்ப நீ ஏன் தடாருன்னு கதவைச் சாத்துன?' என்று அதட்டினாள்.

மஞ்சுவுக்கு* அழுகையே வந்துவிட்டது. நைட்டியைக் கொஞ்சம் மேலே தூக்கிப் பாவாடை முனையால் கண்ணைத் துடைத்தபடி, 'ஆங் . . . நான் எப்ப? எந்தக் கதவு?' என்றெல்லாம் தடுமாறினாள். குளித்துவிட்டுத் துடைத்துக்கொண்ட ஈரத் துண்டையே சுற்றிக்கொண்டு சுவாமிக்குப் பூப்போட்டுக்கொண்டிருந்த மகன் விட்டல் சமையலறைக்கு வந்து விசாரித்தான். 'நான் கதவைச் சாத்தல. நீ கதவைச் சாத்தல' என்று விவாதித்தார்கள். சிம்மியை அழைத்துச் சமாதானப்படுத்திக் கேட்டதற்கு, அவள் 'ஆங் ஊங்' என்றபடி காதுக்குப் பக்கத்தில் மம்மி போட்ட இரட்டை ஜடைக் கூந்தல் நுனியை இழுத்தபடி ஞாபகப்படுத்திக்கொண்டு ஞாபகப்படுத்திக்

கொண்டு சொன்னாள். 'நீதானே சொன்ன மம்மி, கொசு வந்து ரொம்பிடும், எல்லா ரூம் கதவையும் மூடு'ன்னு கொஞ்சல் கொஞ்சலாகக் குழறினாள். 'இருக்கட்டும், நீ போயி விளையாடு' என்று விட்டல் மகளின் முதுகைத் தட்டி அனுப்பினான். அம்மாவின் கோபத்துக்கான காரணத்தை அறிந்த விட்டல், 'அம்மா வெளியில உட்கார்ந்திருக்கும்போது, யாரும் கதவை மூடக் கூடாது. யாரும் மூடக் கூடாது. கொசு வந்தா வரட்டும். கொசு பெரிசா? அம்மா பெரிசா?' என்று மஞ்சுவின் மீது பாய்ந்தாற்போல நடித்தான். அவன் கேலியைப் புரிந்துகொண்ட அஞ்சக்கா, 'ஆமாண்டா, இப்ப உங்களுக்கெல்லாம் நான் ஒரு விளையாட்டுப் பொம்மையா இருக்கறேன். விளை யாட்டுப் பொம்மையா!' என்று மீண்டும் அதே மாதிரி லொடலொடத்தாள்.

தக்காளி அரிந்து முடித்து எழுந்துகொண்டே கணவனின் முகத்தைப் பார்த்துப் புன்னகைத்தாலும், மஞ்சுவுக்குச் சலிப் பேற்பட்டிருந்தது. இந்த அம்மாவோடு ஏதாவது பேசினாலும் தவறு. பேசாமல் இருந்தாலும் தவறு. மருமகளின் லோலாக்கு கொஞ்சம் ஆடினாலும் அஞ்சக்காவுக்கு மருமகள் தன்னைப் பார்த்து முகம் சுளித்தாற்போலத் தோன்றும்.

மருமகள் தன்னை வீட்டு வேலை எதுவும் செய்ய விடாததாலேயே அஞ்சக்காவுக்குக் கோபம் வருகிறது. 'நான் விருந்தாளியா என்ன? அதைச் செய்ய வேண்டாம் இதைச் செய்ய வேண்டான்னா?' என்று கத்தினாள். இரத்த அழுத்தம் சற்று அதிகரித்ததைப் போலிருந்தது. மஞ்சு என்றைக்கும் போலப் பேசாமல் இருந்தாள். விட்டல் சீக்கிரம் வருகிறேனென்று மனைவியிடம் மட்டும் ஏதோ முணுமுணுத்துவிட்டு ஆபீசுக்குக் கிளம்பிக்கொண்டிருந்தபோது, வெளியே அவன் ஸ்கூட்டரைக் கிளப்புவதற்குள் போய், 'நீ என்னிடம் சரியாகப் பேசுவதே இல்லை' என்று சொன்னாள் அஞ்சக்கா. 'ஆங், பேசுறதுக்கு என்ன இருக்குது தினமும்' என்று தானும் இந்தமுறை முகம் சுளித்துச் சொன்னான் விட்டல். இந்த அம்மா செய்வது கொஞ்சம் அதிகம் என்று அவனுக்கும் தோன்றியது.

○ ○ ○

ஆபீசுக்கு விடுமுறை எடுத்து வந்தவனைப் போல விட்டல் வெகு சீக்கிரம் வந்துவிட்டிருந்தான். 'எங்கயாவது ஒன்னு ரண்டு நாள் தர்மஸ்தளம் கிர்மஸ்தளன்னு டூர் கீர் போயிட்டு வரலாம். இங்க ஒரே இடத்துல கட்டிப்போட்டதுபோல அம்மாவுக்கு சலிச்சுப்போயிருக்குது' என்ற மஞ்சுவின் யோசனைக்கு 'லீவு வேணுமில்ல லீவு' என்று விட்டல் எகிறினான். அன்றைக்கென்னமோ என்றைக்குமில்லாத

சலிப்போடு மஞ்சு, 'இப்படிப்பட்ட வீட்டுல எப்படி இருக்கறதுன்னு நீங்களே சொல்லுங்க' என்றவாறு படுக்கை யறைக் கதவை மூடிக்கொண்டு அழுதுவிட்டாள். தலைவாரிக் கொள்ளாமல் சேலையைச் சுற்றிக்கொண்டு இடுப்பையும் வயிற்றையும் நீவிக்கொண்டு கணவனோடு கிளம்பிய மருமகளைக் கண்டே அஞ்சக்கா அவர்கள் ஆஸ்பத்திரிக்குப் புறப்பட்டிருந்தார்கள் என்று ஊகித்தாள். இவர்களெல்லாம் கணவனின் அனுதாபத்தைச் சம்பாதிக்கச் சுகமில்லாததைப் போல நடிக்கிறார்கள் என்று யாரோ அஞ்சக்காவின் காதில் சொன்னது அப்படியே பதிந்துவிட்டது. நர்சரியிலிருந்து திரும்பி வந்த சிம்மியும் பப்பா – மம்மியுடன் கிளம்பத் தயார். அந்த ரோஜா நிற ஃப்ராக்கில் சிம்மி குண்டாக, அழகழகாகத் தெரிந்தாலும், அஞ்சக்கா முன்னைப் போல அவளைக் கொஞ்சாமல் சும்மாயிருந்தாள். ஸ்கூட்டர் ஏறி முன்பக்கத்தில் உட்கார்ந்த சிம்மியைக் குத்திய மஞ்சு 'பாட்டிக்கு டாட்டா சொல்லு' எனத் தூண்டினாள். ஜன்னலில் தெரிந்த அம்மாவின் முகத்தை ஒருமுறை வெறுமனே பார்த்து விட்டல் ஸ்கூட்டரைக் கிளப்பினான்.

தினமும் இப்படியே. தான் எங்கேயும் போவதும் இல்லை; வருவதும் இல்லை. ஆந்தையைப் போல ஒருத்தியே உட்கார்ந் திருக்க வேண்டும். முன்பு தானும் ஒருவருக்கு மனைவியா யிருந்தாள், தானும் ஒரு மகனுக்குத் தாயாயிருக்கிறாள், தனக்கும் அத்தை – மாமாவும் மற்ற புகுந்த வீட்டு உறவினர் களும் இருந்தார்கள், அவர்களுக்கெல்லாம் தானும் நம்பிக்கை யான எல்லாமுமாகியிருந்தாள் என்பதெல்லாம் அஞ்சக்கா வுக்கு மறந்தே போயிருந்தன. தான் இப்போது என்னவாக இருக்கிறாள் என்பதே பெரும் துக்கத்தை அளிக்கிறது.

'எனக்கும் சுகமில்லை. நானும் டாக்டர்கிட்ட போகனும். என்னையும் கூட்டிக்கிட்டுப் போப்பா' என்று விட்டலிடம் அடம்பிடித்திருக்க வேண்டும் என அஞ்சக்காவுக்குத் தோன்றியது. அப்படியே இரண்டு கைகளாலும் இரண்டு தொடைகளையும் நீவியபடி அங்கும் இங்கும் உட்கார்ந்து பொழுதைக் கழித்தாள். ஆனாலும் அவள் நினைத்ததைவிட அவர்கள் சீக்கிரமாகத் திரும்பி வந்தார்கள். டாக்டர் கிடைக்கவில்லை என்பது அவர்கள் பேச்சிலிருந்தே தெரிந்தது.

மீண்டும் சமையலறைக்குள் நுழைந்த மஞ்சுவுக்குக் கேட்கும்படி, 'எல்லாம் அவங்கவங்க மனசுக்குத் தோணியபடி செய்யறாங்க. எனக்கு இந்த வீட்டுல மரியாதையே இல்ல' என்று அஞ்சக்கா முனகினாள். அந்தக் கிராமத்து மூலையில் தனியாக இருக்க வேண்டாம்; எங்களுடன் வந்திரு என்ற விட்டலின் சர்க்கரைப் பேச்சைக் கேட்டதால் இவ்வளவும்.

இவனோ வாயைத் திறந்து பேசுகிறவனே அல்ல. கல்லுளி மங்கன். 'அம்மா அம்மா' என்று தினத்துக்கு நூறுமுறை கூப்பிடாவிட்டால், அம்மாவிடம் பாசமே இல்லை என்று அர்த்தமா? அம்மா அம்மாதான். மஞ்சு மஞ்சுதான். சிம்மி சிம்மிதான். அவை மூன்றும் சமமான பாசத்தின் பாதைகள். அன்பு செலுத்தும் மனம் இருக்கிறது என்ற பிறகு அது மூவரையும் உள்ளடக்கியேயிருக்கிறது. அன்பு செலுத்தும் மனமே இல்லாதவர்களின் கதை வேறு. இந்த அம்மாவுக்குப் பாசத்தை வாய்விட்டே சொல்ல வேண்டும், அதை எப்படிச் சொல்வது என்று விட்டல் சங்கடப்பட்டான்.

அந்த ஊரின் காற்று, நீர், வெளிச்சம் எல்லாமே வேறு. இங்குள்ள நடைமுறை, நீர், சாப்பாடு எதுவும் அங்குள்ளதைப் போல இல்லை. எல்லாவற்றையும் தானே ஏற்றுக்கொள்ள வேண்டும் என அஞ்சக்காவுக்குத் தோன்றியது. 'இந்த மஞ்சுவோட அப்பா வேற இப்பப் பக்கத்துல வந்திருக்கிறார். இவளைப் பிடிக்கிறதுக்கு ஆளே இல்ல.' ஆனால் தான் செய்கிற தவறுகள் என்ன என்றே அஞ்சக்காவுக்குத் தெளிவாகவில்லை. நாட்டின் ஏதோ ஓர் எல்லையில் தன் மிலிட்டரி வேலையிலிருந்து ஓய்வுபெற்று இங்கேயே மகள் வீட்டுக்குப் பக்கத்திலேயே இருக்க வேண்டும் என்னும் ஆசையால் ஓர் அபார்ட்மெண்டில் வீடு வாங்கித் தன் இன்ஜினீயர் மகனோடு தங்கிக்கொண்டார் மஞ்சு அப்பா. சமீபத்தில் ஏழெட்டு நாளாக மகள் வீட்டுத் தடத்தைத் தினமும் வாக்கிங் வரும் திசையாகவே கொண்டிருந்தார். தன்னிடம் என்றால் கேட்டதற்கு மட்டுமே பதில் சொல்லி வாயை மூடிக்கொள்ளும் மருமகள், தன் அப்பா வந்தபோது மட்டும் அப்பா அப்பா என்று கூப்பிட்டு அந்தச் சிரிப்பென்ன! அஞ்சக்காவுக்கு அதனாலேயே பாதிக் கோபம்.

அவர் தன் பிறந்த ஊர்க்காரராகவே இருந்தாலும், மருமகளுக்கு அப்பா என்னும் காரணத்தால் அஞ்சக்காவுக்கு எரிச்சல். அவரோடு பேசுவதற்கும்கூட ஏனோ பீதி. யாருக்கு வேண்டும் இந்தப் பெரிய மனுசனின் உறவு? மிலிட்டரியில் இருந்தவராம், இங்கிலீஷ் கிங்கிலீஷ் கற்றவர். கிராமத்திலிருந்து வந்த இந்த வறண்ட கிழவியிடம் என்ன சங்கதியைப் பேசுவார்?

அதற்குள்ளாகவே மீண்டும் புடவை உடுத்தி ரெடியான மருமகளைப் பார்த்து அஞ்சக்காவுக்குக் கோபம் பொங்கி வந்தது. இதற்கிடையில், காய்ந்த துணிகளை எடுத்துவர மொட்டைமாடிக்குச் சென்ற மஞ்சுவுக்குத் தங்களுடைய துணிகளோடு அத்தையின் சேலையை மடித்து உள்ளே கொண்டுவரும்போது பரவிய புடவையின் நறுமணத்தாலும்

ஸ்டீல் கொக்கிகளுள்ள தன் ஜாக்கெட்டுகளுக்கு இடையே குண்டான வெள்ளைப் பொத்தான்களுள்ள அத்தையின் ஜாக்கெட் இறந்துபோன தன் தாயினுடையதே எனத் தோன்றியதாலும் ஒரு வகையான வாத்சல்யம் பொங்கியது. கீழே வந்த மஞ்சு, சாப்பாடு வேண்டாம் எனச் சொல்லி உட்கார்ந்துவிட்ட அத்தைக்கு ஜவ்வரிசி உப்புமா செய்து கொடுத்தாள். சிம்மியும் பாட்டியுடன் அதையே சாப்பிட்டாள்.

மஞ்சுவுக்கு வயிற்றுவலி என்னும் சங்கதியைத் தன்னிட மிருந்து ஏன் மறைக்கிறார்கள் என்பதைப் பற்றியே யோசித்துக் கொண்டு பேசுவதை நிறுத்திவிட்டவளைப் போல எத்தனை தடவை டீ குடிக்க உள்ளே கூப்பிட்டாலும் அதைக் கேட்காமல் அஞ்சக்கா வெளியிலேயே உட்கார்ந்திருந்தாள். 'டீ ஆறிப்போச்சே' என்று மஞ்சு வெளியே கொண்டுவந்து வைத்துவிட்டுப் போனாள். சர்க்கரை வியாதியின் பெயரைச் சொல்லி இனிப்பை நிறுத்தியவர் டாக்டரா அல்லது மகனும் மருமகளுமா? அந்தச் சப்பென்ற டீயையே மருந்து குடிப்பதைப் போலக் குடித்தாள். நான் இருப்பதே உங்களுக்கு ஒரு பாரமாகத் தெரிகிறதா எனக் கேட்டேவிடலாம் எனத் தோன்றியது. தன் மனம் போலவே அவர்கள் நடந்துகொள்ள வேண்டும் என்னும் விருப்பம் அஞ்சக்காவை வியாபித்திருந்தது.

இந்தமுறை சிம்மியைப் பிடித்து 'பாட்டிகூடவே இரு. நாங்க சீக்கிரம் வந்துடறோம்' என்று விட்டல் வற்புறுத்தினான். சிம்மி ஒப்புக்கொள்ளாமல் தானே முதலில் போய் ஸ்கூட்டரில் உட்கார்ந்துவிட்டாள். இந்தமுறை அம்மா சொல்லாமல், சுயமாகப் பாட்டிக்கு டாடா காட்டினாள். அஞ்சக்கா ஓரக்கண்ணாலேயே பேத்தியை உற்றுப் பார்த்தாள். சாலையில் வெற்றுப் பார்வையை வீசியபடி வெறுமனே உட்கார்ந்திருந்தாள் அஞ்சக்கா.

சற்று நேரத்திலேயே, குட்டையான கால்சட்டையும் குட்டையான சட்டையும் அணிந்திருந்த மஞ்சு அப்பா கொஞ்சம் மேலே எகிறி வீட்டுக்கு முன்னாலிருந்த வேப்ப மரத்தின் சாய்ந்த கிளையைப் பிடித்து இழுத்துத் தளிரை ஒடித்து வாயில் போட்டபடி வந்துகொண்டே, அஞ்சக்காவுக்கும் இரண்டு இணுக்குத் தின்னக் கொடுத்தார். இப்படி அவர்கள் யாரும் வீட்டில் இல்லாத சமயத்தில் அவர் வந்ததால், தவிர்க்க முடியாமல் அவரோடு பேச வேண்டிய நிலைமை அஞ்சக்கா வுக்கு. 'சர்க்கரை வியாதிக்கு ரொம்ப நல்லது. வீட்டு முன்னாடியே மரம் இருக்குது. விட்டல்கிட்ட தினமும் பறிச்சித் தரச் சொல்லு' என்றபடி வெளித் திண்ணை மேலேயே ஒரு கெஜ தூரத்தில் உட்கார்ந்தார் மஞ்சு அப்பா. அவர் வந்தபோதே மேகம் கவிந்து மழை வரும்போல இருந்தது.

இப்போது படபடவென்று மழைத்துளிகளே விழத் தொடங்கின. 'மஞ்சு வயித்துவலின்னு சொன்னா. ஆஸ்பத்திரிக்குப் போயிருக்காங்களா?' என்று மஞ்சு அப்பா கேட்டார். 'ஊம்' என்று மட்டும் சொன்னாள் அஞ்சக்கா.

இப்போது மழைத்துளிகள் பலமாகவே விழுந்தன. இருவர் உடம்பின் மேலும் எங்கிருந்தோ மிதந்து வந்த சில துளிகள் விழுந்தன. தடபுடவெனச் சின்னப் பிள்ளைகளைப் போல எழுந்த இருவரும் உள்ளே ஓடிக் கதவைச் சாத்திக்கொண்டார்கள். தன் தலைமேலும் முகத்திலும் விழுந்த மழைத்துளிகளை உதறிக்கொண்டே 'சே சே' என்ன மழை என்று அவர் சொன்னாலும் மழையில் நின்ற ஒரு வகையான மகிழ்ச்சியை அனுபவிக்கத் தொடங்கினார். அந்தப் புன்சிரிப்பை இருவரும் பகிர்ந்துகொண்டவாறு எதிரெதிராகப் பிரம்பு நாற்காலிகளில் உட்கார்ந்தார்கள். உட்கார்ந்த பிறகு முகத்திலிருந்த மழைத் துளிகளை அஞ்சக்கா முந்தானையால் துடைத்துக்கொண்டாள்.

வெளியே பலமாக மழையின் ஆர்ப்பாட்டம். இருவரும் மௌனமாகக் கவனித்துக்கொண்டிருந்தார்கள். அந்த ஊர் மழையின் இயல்பு இந்த மழையிலும் நிறைந்திருந்தது. இருவருக்கும் ஏதாவது பேச வேண்டியிருந்தது. அஞ்சக்காவுக்கு எந்த வார்த்தையும் சட்டென்று கிடைக்கவில்லை. காலையிலிருந்து மகன் – மருமகள் முன்னால் முணுமுணுத்திருந்தாள். ஆனால் இந்த மனிதனுக்கு எதிரில் எந்தப் பேச்சும் எழவில்லை. ஏனென்று அஞ்சக்காவுக்கு ஆச்சரியமாக இருந்தது. 'இந்த மழையோட சத்தத்தைக் கேளு. நம்ம ஊர் ஞாபகம் வருதல்ல' என்று முதலில் தொடங்கியவர் மஞ்சு அப்பாவே. 'நீ சமீபத்துல ஊருக்குப் போனதாத் தெரியல' என்ற அவர் பேச்சுக்கு அஞ்சக்கா எந்த ஊரைப் பற்றி அவர் கேட்கிறார் என்னும் யோசனையில் ஆழ்ந்தாள். ஏனென்றால் அவர் சொன்ன தன்னுடைய பிறந்த ஊரை ஞாபகப்படுத்திக்கொண்டு பல வருடங்களே ஆகியிருந்தன.

'உங்க பெரியப்பா சித்தாப்பால்லாம் இப்ப இருக்கறதா தெரியல.'

இப்போது அஞ்சக்காவுக்குத் திடீரென்று புரிய நிமிர்ந்து உட்கார்ந்தாள். 'ஹூம். அவங்க யாரும் இப்ப இல்ல.'

'உங்க அண்ணா தம்பிங்கல்லாம் நம்மள மாதிரியே பட்டணத்துக்கு வந்திருக்கணும்.'

'ஆமாம் . . .'

'உங்க வீட்டு முன்னால ஒரு பெரிய ஆலமரம் இருந்துச்சில்ல.'

‘ஆமாம். இருந்துச்சி.’

‘யாரோ அங்கத்திய பணக்காரர் ஒருத்தரு தானே முழுசாப் பணம் போட்டு அதுக்குச் சுத்துத் திண்ணை கட்டித் தன்னோட பேரையும் எழுதியிருந்தாருல்ல?’

‘ஆமாம், எழுதியிருந்தாரு.’

‘நாங்க மார்கழிப் பஜனை கோஷ்டியோட அந்தத் திண்ணைக்கு வந்து சுத்திட்டுப் போவோம்.’

‘ஊம்.’ அஞ்சக்கா எத்தனையோ வருடங்களாக அந்த ஊரைப் பற்றி நினைத்துப் பார்க்கவே இல்லை. அதை யெல்லாம் ஞாபகப்படுத்த யார் இருக்கிறார்கள்?

‘சின்னவளா இருந்தப்ப உன்னைப் பார்த்த நினைவு வருது இப்ப.’

‘ஊம்.’

‘நீ அப்ப வெள்ளையா கொழுக்கு மொழுக்குன்னு இருந்தல்ல?’

இந்தமுறை ஊம் போடாமல் அஞ்சக்கா மனசுக் குள்ளேயே சிரித்தாள். மஞ்சு அப்பாவின் இந்த ஒரு வார்த்தை அந்த நாற்பது வருடங்களையும் பொய்யாக்கி, அஞ்சக்காவை நேராக அங்கே கொண்டுபோய் நிறுத்திவிட்டது. வெளியே பெய்துகொண்டிருந்த மழையின் ஆலாபனை அந்தக் காட்சிக்குப் பின்புலமாகத் தெரிந்தது.

‘நீ அப்ப தேர்வீதியிலருந்த உங்க பாண்டு சித்தப்பா வோட டீக்கடைக் கல்லா டேபிள்மேல உக்காந்திருப்ப’ என்று அந்தக் குளிரில் கடகடவென்று நடுங்கிய குரலில் மஞ்சு அப்பா சொன்னார்.

‘உங்களுக்கு இந்தக் குளிருக்கு டீ வேணுமா?’ என்று குரலெடுத்துக் கேட்டாள் அஞ்சக்கா.

‘வேண்டாம் வேண்டாம் அடிக்கடி டீ குடிக்கிற பழக்கமில்ல. நீயுங்கூடத்தான் எதுக்கு டீ குடிக்கனும் இந்த வயசுல?’ சொல்லிக்கொண்டிருந்தவர் முழங்கால்களை இரண்டு கைகளாலும் அழுத்திப் பிடித்து வெதுவெதுப்பாக உட்கார்ந்தார்.

அஞ்சக்கா இப்போது நிதானமாக எழுந்து மஞ்சுவின் அறைக்குப் போய் அலமாரியைத் திறந்து அவள் தன் புடவையோடு தொங்கவிட்டிருந்த உல்லன் சால்வையை இழுத்தெடுத்துக் கொண்டுவந்து அவருக்குக் கொடுத்தாள். ‘இது மஞ்சுவோடதுதான் போத்திக்குங்க’ என்றாள்.

‘உங்களுக்கெல்லாம் வசதி பாரு. புடவை முந்தானயே சால்வை மாதிரி’ என்று சிரித்த மஞ்சு அப்பா உடம்பு முழுக்கப் போர்த்திக்கொண்டு உட்கார்ந்தார். வெளியில் கவிந்திருந்த மேகத்தால் உள்ளே இளம் இருட்டாகத் தோன்றினாலும் இருவருக்கும் விளக்கேற்றும் யோசனையே வரவில்லை.

‘நீ நாலாவது படிக்கும்போது பள்ளிக்கூடத்துலயிருந்து ஏன் நின்னுட்ட?’

மறுபடியும் ‘ஹங்’ மட்டும் போட்டுப் பேசாமலிருந்தாள் அஞ்சக்கா.

‘அதுல தமாஷ் என்னன்னா நீ நின்னுட்டேன்னு எங்க தங்கச்சி மாதேவியும் பள்ளிக்கூடத்துலயிருந்து நின்னுட்டா.’ மஞ்சு அப்பா பலமாகச் சிரித்தார். அஞ்சக்காவுக்குச் சற்று வெட்கம். அந்த ஒரே மண்ணில் அனுபவித்த பால்யம் எல்லா உறவுகளையும் ஒன்று சேர்த்துக்கொண்டிருந்தது.

‘ஆமாம். அது என் தம்பி பொறந்த வருசம். அவனைத் தொட்டில்ல போட்டு ஆட்டறதுக்காகப் பள்ளிக்கூடத்துல யிருந்து நின்னுட்டேன்’ என்று என்னமோ சொல்லப்போனாள் அஞ்சக்கா.

‘உங்க அண்ணா பெரிய சண்டைக்காரன். அவனோடு ஒரு தடவை நான் உங்க வீட்டுக்கு வந்திருந்தேன்’ மஞ்சு அப்பா கால்களைச் சற்று ஆட்டிக்கொண்டே சொன்னார். அஞ்சக்கா குருவிக் குஞ்சைப் போல முந்தானையால் தன்னை மூடிக்கொண்டு முகத்தை மட்டும் வெளியே காட்டிச் சற்றும் அசையாமல் உட்கார்ந்து கேட்டுக்கொண்டிருந்தாள்.

‘உனக்கு முந்திரி மரம் ஏறுகிற பழக்கம் இருந்துச்சா என்ன? நான் வந்தப்ப நீ சின்னச் சட்டை போட்டுட்டு முந்திரி மரத்துல ஏறி உட்கார்ந்திருந்த. அதனாலதான் கேட்டேன்.’

‘ஐயோ கடவுளே! சிவ சிவா!’ என்று நெற்றியையும் கண்களையும் இடது கையால் மூடிக்கொண்டாள் அஞ்சக்கா.

அந்தக் கடற்கரையிலேயே படர்ந்த, சின்னப் பிள்ளைகள் ஊஞ்சலாடத்தக்க, குட்டையான முந்திரி மரம் ஒன்று சித்திரமாகத் தெரிந்தது இப்போது. அவளுடைய உலகமே இப்போது மாறிவிட்டது. எத்தனையோ வருடங்களாகக் கண்ணாடியில் தூசு படிந்து மூடியேயிருந்த சித்திரங்களை மஞ்சு அப்பா ஊதி ஊதிச் சுத்தம்செய்து அஞ்சக்காவுக்குக் காட்டியதோடல்லாமல், தானும் அவற்றைச் சுவைத்துக் கொண்டிருந்தார். சாளேஸ்வரம் இல்லாமல் அன்றைக்குத்

தான் புதிதாகப் பார்வை பெற்றுப் பொருள்களைப் புதிதாகக் காண்பதைப் போல அதை அஞ்சக்கா பார்க்கத் தொடங்கினாள்.

'உங்கள் வீட்டுக்குப் பின்னாடி தெற்கு மூலையில ஒரு மாமரம் இருந்துச்சுல்ல? அதோட பழம்! அதுக்கு என்னா ருசி! நாங்க சினேகிதங்க எல்லாம் சேர்ந்து அந்த மரத்துல எவ்வளவோ கல்லு வீசியிருக்கறோம். அந்த மரத்தோட காய்கூடத் திங்கறதுக்கு ருசிதான். அதனாலதான் உங்க அப்பாவோட ஒரு கண்ணு எப்பவும் எம்மேலயே இருந்துச்சி' அதிலிருந்து விடுபடச் சாத்தியமே இல்லை என்பவரைப் போல மஞ்சு அப்பா அந்த நினைவிலேயே சுற்றிக்கொண்டிருந்தார். அஞ்சக்காவுக்கும் இப்போது அந்த உலகமே பிரியமானதாகத் தோன்றிவிட்டது. நினைவுகள் அந்த உலகத்தைவிட்டு நீங்கவே வேண்டாம். அது போன்றே இருவருக்கும் பெரியவர்களாகவே வேண்டாம் என்றிருந்தது. இந்த நாற்பது வருடங்களில் கழிந்துபோனதெல்லாம் பொய். தனது பால்யத்தின் நினைவுக ளெல்லாம் இந்த மஞ்சு அப்பாவை விட்டு வேறெங்கும் செல்லவில்லை எனத் தோன்றியது அஞ்சக்காவுக்கு.

இதம் நிறைந்த வார்த்தைகள் வேறு ஏதோ திசையை அடைந்திருந்தன. அந்த முன்னிரவுப் பொழுதில் இருவர் மனசுக்கும் பரஸ்பரம் ஆதரவு தந்த கணங்கள் இருவருக்கும் இதமாயிருந்தன. கடற்கரைக் காற்று, கடலின் ஆர்ப்பாட்டம், வேதியர்களின் மந்திரகோசம் இருவர் காதுகளிலும் சமமாக நின்றுவிட்டன. ரதவீதியின் தேர், சிவன் கோவில் படிக் கட்டுகள், திருவிழாவின் சிவப்பு, நீல சர்பத் கடை, கோடித் தீர்த்தத்தின் பாசம் பிடித்த தண்ணீர், கல் பாய்ச்சிய பிரகாரச் சந்து எல்லாம் இருவர் கண்களிலும் அப்படியே இருந்தன. அந்தக் கடற்கரையின் மணல் மட்டும் இருவருடைய பிஞ்சுப் பாதங்களின் அடையாளங்களைப் பதிந்துகொண்டு உட்கார்ந் திருக்கிறது. வெளியில் அதே மழை.

கேட்டருகில் காரின் ஹார்ன் சத்தம் கேட்டாற்போ லிருந்தது. மழை வந்ததால் மஞ்சுவின் அண்ணன் அப்பாவைக் காரில் அழைத்துப்போக வந்திருந்தான். மஞ்சு அப்பா இப்போது நிதானமாக எழுந்து கதவைத் திறந்து எதுவும் பேசாமல் புறப்பட்டார். கேட்டை மூடும் சாக்கில் திரும்பி நின்று லேசாக அஞ்சக்காவை நோக்கிக் கையை ஆட்டினார். அப்போது மழை மெலிதாகத் தூறத் தொடங்கியது.

எவ்வளவோ நேரம் கழிந்து உள்ளே வந்த விட்டல், மஞ்சு, சிம்மி ஒருவருக்கொருவர் தலை துவட்டிக்கொண்டு அணிந் திருந்த உடைகளைக் களைந்து வேறு ஆடைகளில் உலர்ந் திருந்தார்கள். அவை எல்லாவற்றையும் லட்சியம் செய்யும்

பார்வையைக் களைந்து அஞ்சக்காவைச் சின்னக் குழந்தையாக மஞ்சு அப்பா உட்காரவைத்துவிட்டுப் போயிருந்தார். அந்த வண்ணங்களின் உலகத்துக்கு அழைத்துச் செல்லும் சக்தி மஞ்சு அப்பாவுக்கு மட்டுமே இருக்கிறது. அதோடு இந்த மழைச் சத்தத்துக்கும்.

மஞ்சு சமையலறையில் எதையோ உருட்டத் தொடங்கியிருந்தாள். அங்கேயே சிம்மியோடு உட்கார்ந்த அஞ்சக்காவை ஒருவகையான லேசான பிரமை சூழ்ந்திருந்தது. தான் எங்கிருக்கிறாள் எப்படியிருக்கிறாள் என்பதெல்லாம் மறந்தே போயிருந்தன. ஜடமாயிருந்ததெல்லாம் உயிர்பெற்றிருந்தது. சிம்மியின் நோட்டை எடுத்து அதன் கடைசிப் பக்கத்தில் அவளுடைய பென்சிலாலேயே அஞ்சக்கா ஒவ்வோர் எழுத்தாக ஞாபகப்படுத்திக்கொண்டு உருளைக்கிழங்கு போண்டாக்களைப் போலப் பெரிய பெரிய எழுத்துகளில் 'அ னு சூ யா தே வி' என்று எழுதியிருந்தாள். சிம்மி எங்குமில்லாத ஆச்சரியமான மகிழ்ச்சியில் அந்தத் தாளைப் பிடுங்கிக்கொண்டு குதித்தபடி தன் பப்பா – மம்மியிடம் ஓடி அதைக் காட்டினாள். 'பாட்டிக்கும் என்னைப் போலவே எழுத வருது.'

மகன் அப்போது போட்டிருந்த சட்டை ஏனோ சரியெனத் தோன்றாமல் மீண்டும் மாற்றுவதற்காகச் சட்டையைக் கழற்றினான். அஞ்சக்காவுக்கு அச்சு அசல் தன் அப்பாவே தெரிந்ததைப் போலிருந்தது – அந்த வயிறு, நெஞ்சுக்கூடு எல்லாம். மீசை மட்டும் இல்லை. மஞ்சு தட்டைப் போட்டுச் சாப்பாடு பரிமாறினாள். அஞ்சக்காவுக்கு அது தன் அம்மாவினுடைய அன்னக் கரண்டி, கை, தோள் எனத் தோன்றியது. தனக்கு ஐந்து வயதாக இருந்தபோது அதே தேர்வீதியின் வெங்கடாசலபதி கோவிலுக்கு முன்னால் அஞ்சக்கா ஒருமுறை காணாமல் போயிருந்தாள். அம்மாவைப் போலவே பதினெட்டு முழப் பச்சைப் புடவை கட்டியிருந்த ஏதோவொரு பெண்ணின் முந்தானையைப் பிடித்துக்கொண்டு போய்விட்டிருந்தாள். பிறகு யாரோ அடையாளம் கண்டவர்கள் பாண்டு சித்தப்பாவின் கடைக்குக் கொண்டுவந்து விட்டுப் போயிருந்தார்கள்.

உடம்பின் எந்த உபாதையும் இப்போது அவள் கவனத்துக்கு வரவில்லை. இந்த முழு உடம்புமே தன்னுடையதல்ல. மஞ்சு அப்பா கொடுத்துவிட்டுப் போன அமைதியும் தூய்மையும் கொண்ட இலேசான மனசு மட்டுமே தன்னுடையது. அஞ்சக்கா உட்கார்ந்த இடத்திலேயே மெதுவாகப் பேத்தியின் பிஞ்சுத் தொடைகளின் மேல் கன்னத்தை ஊன்றி 'தாலாட்டுப் பாடு' என்று கெஞ்சினாள். பாட்டியின் வெள்ளிக் கூந்தலைத்

தடவியபடி சிம்மி தன் நர்சரிப் பாடலையே சொல்லித் தட்டிக்கொடுத்தாள். 'சப்பீ சிக்ஸ், டிம்ப்ள் சின், ரோஸி லிப்ஸ் ...'

அஞ்சக்காவுக்குத் தூக்கக் கலக்கம். பாண்டு சித்தப்பா இரண்டாவது படித்துக்கொண்டிருந்த அஞ்சியைத் – தன் தேர்வீதி டீக்கடையின் கல்லா டேபிள்மேல் உட்கார்ந்த அதே அஞ்சியை – தூக்கிக்கொண்டு வீதியில் வந்து நின்றிருக்கிறார். ஒவ்வொரு வருடமும் நடக்கும் அதே சிவராத்திரித் தேர்த் திருவிழா. அஞ்சியின் பிஞ்சுக் கைகளில் வாழை, பேரீச்சம் பழங்களைக் கொடுத்து, 'வீசு வீசு' என்றவாறு மெதுவாகச் செல்லும் தேரைப் பாண்டு சித்தப்பா கை நீட்டிக் காட்டுகிறார். அஞ்சி வாழைப்பழத்தை மட்டும் வீசி, பேரீச்சம்பழத்தை வாயில் போட்டுக்கொள்கிறாள். அஞ்சி தேரை நோக்கி வீசிய வாழைப்பழம் எதிரில் நின்று தேரைப் பார்த்துக்கொண் டிருக்கும் ஒரு பையன் தலைமேல் விழுந்துவிடுகிறது. அவன் இப்போது பின்னால் திரும்பிச் சிரிக்கிறான். அட, அவன் மஞ்சுவின் அப்பாவே!

2005

குறிப்பு

* மூலத்தில் மருமகளின் பெயர் அஞ்சு என உள்ளது. மாமியாரின் பெயர் அஞ்சக்க என்றிருக்கும்போது, அஞ்சு என்பது வாசகர்களுக்குக் குழப்பத்தை ஏற்படுத்தும் என்பதால், மூல ஆசிரியையின் ஒப்புதலோடு மருமகளின் பெயர் மஞ்சு என எடுத்தாளப்பட்டுள்ளது.

○ ○ ○ ○ ○

எழுத்தாளர் குறிப்புகள்

வீணா சாந்தேஷ்வரா

1945இல் பிறந்த வீணா சாந்தேஷ்வரா எம்ஏ (ஆங்கிலம்), எம்ஏ (கன்னடம்), மற்றும் பிஹெச்டி பட்டங்களைப் பெற்றவர். பெண்களின் பிரத்தியேகப் பிரச்சினைகளைக் கன்னட இலக்கியத்தில் பதிவுசெய்த முன்னோடிகளில் வீணா ஒருவர். ஐந்து சிறுகதைத் தொகுதிகளும் ஒரு நாவலும் இவர் படைப்புகள். சமீபத்தில் இவரது ஒட்டுமொத்தக் கதைகளின் தொகுப்பும் வந்துள்ளது.

ஆங்கிலம், மராத்தி, ஹிந்தி மொழிகளிலிருந்து ஏராளமான கதைகளைக் கன்னடத்திற்கு மொழியாக்கம் செய்துள்ள வீணா ஆங்கிலத்திலும் பல கட்டுரைகளையும் கவிதைகளையும் எழுதியுள்ளார். உலகக் கன்னட மாநாட்டுக்காக ஆதுனிக கன்னட ஸன்னகதெகளு (நவீனக் கன்னடச் சிறுகதைகள்) என்னும் தலைப்பில் கன்னடப் பெண் எழுத்தாளர்களின் சிறுகதைகளைத் தொகுத்துத் தந்துள்ளார். கர்நாடகச் சாகித்திய அகாடமிப் பரிசையும் மையச் சாகித்திய அகாடமியின் கௌரவ விருதையும் பெற்றுள்ள வீணா சாந்தேஷ்வரா. தார்வாடிலுள்ள புகழ்பெற்ற கர்நாடகா கலைக் கல்லூரியின் முதல்வராகப் பணியாற்றி ஓய்வுபெற்றுள்ளார்.

முகவரி: Dr. Veena Shantheshwar, I Cross, Sapthapura, Dharwad 580 001. Ph.: 0836 - 2447836.

○

சாரா அபூபக்கர்

சாரா அபூபக்கர் 1936ஆம் ஆண்டு தற்போது கேரளத்திலுள்ள காசர்கோடில் பிறந்தார். மெட்ரிக் வரை படித்த சாரா தற்போது மங்களூரில் வசிக்கிறார். கர்நாடகச் சாகித்திய அகாடமி, ஹம்பியிலுள்ள கன்னடப் பல்கலைக்கழகத்தின் ஆட்சிமன்றம் ஆகியவற்றின் உறுப்பினரா யிருந்தவர். சந்திரகிரி தீரதல்லி (சந்திரகிரி நதிக்கரையில்), சஹனா, வஜ்ரகளு (வயிரங்கள்) இவை சாராவின் நாவல்கள். சப்பலிகளு (செருப்புகள்), பயண மத்து இதர கதெகளு (பயணம் மற்றும் வேறு கதைகள்) இரண்டும் சிறுகதைத் தொகுதிகள். சந்திரிகிரி தீரதல்லி கர்நாடகச் சாகித்திய அகாடமி விருது பெற்றது. தி.சு. சதாசிவம் இந்நாவலைச் சந்திரகிரி நதிக்கரையில் என்று தமிழாக்கம் செய்து அதற்காக மையச் சாகித்திய அகாடமியின் மொழிபெயர்ப்புக்கான விருதையும் பெற்றார். மனோமி என்று ஒரு நாவலை மலையாளத்திலிருந்து கன்னடத்திற்குச் சாரா மொழிபெயர்த்திருக்கிறார். அதற்காக மையச் சாகித்திய அகாடமியின் மொழிபெயர்ப்புக்கான விருதையும் பெற்றுள்ளார். லங்கேஷால் ஊக்குவிக்கப்பட்டவர்.

முகவரி: Sara Aboobacker, Microwave Station Road, Mangalore 575 006. Ph.: 0824 - 2455292.

○

பி. டி. ஜானவி

1963இல் பெங்களூரில் பிறந்த ஜானவி, எம்ஏ ஆங்கில இலக்கியம் படித்தவர். புகழ் பெற்ற கண் மருத்துவரான இவர் தந்தை திப்பே சுவாமி பாராளுமன்ற உறுப்பினராக இருந்தவர். ஜானவியின் முதல் கதை 1987இல் பிரசுர மாயிற்று. லங்கேஷால் ஊக்குவிக்கப்பட்டவர் ஜானவி. குடும்பத்தலைவியான ஜானவி தாவண கெரேயில் பெயர் பெற்ற சமூக சேவகி.

முகவரி: B.T.Janhavi, 1959/ 12, Shridhard, I Floor, 14th Cross, Bapuji Vidyanagar, Davanagere - 577 005. Ph.: 09886977335.

○

வைதேகி

வைதேகி என்னும் பெயரில் எழுதும் ஜானகி ஸ்ரீநிவாசமூர்த்தி கர்நாடகத்தின் உடுப்பி மாவட்டத்திலுள்ள குந்தாபுரா என்னும் ஊரைச் சேர்ந்தவர்.

பிறப்பு 1945. பிகாம் பட்டதாரி. லங்கேஷ் முன்னிறுத்திய முக்கியமான கன்னடப் பெண் எழுத்தாளர்களில் ஒருவர். கவிதை, சிறுகதை, நாவல், மற்றும் குழந்தைகளுக்கான இலக்கியம் எனப் பலவகையான எழுத்துக்குச் சொந்தக்காரர். இதுவரை நான்கு சிறுகதைத் தொகுதிகள், ஒரு நாவல், மற்றும் ஒரு கவிதைத் தொகுதி வெளியிட்டுள்ளார். வைதேகியின் தேர்ந்தெடுக்கப்பட்ட சிறுகதைகளின் தொகுப்பும் வெளியாகியுள்ளது. இருமுறை கதா விருது, கர்நாடக மாநிலச் சாகித்திய அகாடமி விருது, எம். கே. இந்திரா விருது எனப் பல பரிசுகளைப் பெற்றவர். இவரது சிறுகதைகள் ஆங்கிலம், இந்தி, குஜராத்தி, மராட்டி மொழிகளில் பெயர்க்கப்பட்டுள்ளன. நண்பர் பாவண்ணன் தமிழாக்கம் செய்த வைதேகியின் ஒரு சிறுகதை சிட்டுக் குருவியும் ராஜகுமாரனும் சுபமங்களாவில் வெளியானது.

குடும்பத்தில் நிலவிய ஆணாதிக்கச் சூழலே வைதேகியின் படைப்பாற்றலை மலரச் செய்தது. வீட்டு ஆண்களின் எதிரில் கூடப் பெண்கள் நாற்காலியில் அமர்வதே தீரச் செயல் பாடாகும் குடும்பப் பின்னணியிலிருந்து எழுதவந்தவர் வைதேகி. சகோதரர்களுக்குத் தாராளமாகக் கிடைத்த சுதந்திரம் பெண்ணென்ற காரணம் தனக்கு மறுக்கப் பட்டதால் உண்டான பாதிப்பால், குடும்பத்துக்குள்ளிருந்து வெளியேற இயலாத பெண்களின் மன உளைச்சல்களை வைதேகி சித்தரித்துள்ளார்.

சிட்டுக்குருவி முதலான ஜீவன்களையும் பெண்களின் குறியீடாக்கும் நுட்பமான பரிமாணங்களில் வெற்றிபெறும் கதையாடல் இவருடையது.

முகவரி: Vaidehi, Iruvanthige, Ananthanagara II Phase, Manipal 576 119. Ph.: 09448215697.

○

எம். எஸ். வேதா

மைசூர் மகாராணி மகளிர் கல்லூரியில் கன்னடப் பேராசிரியராகப் பணியாற்றும் எம். எஸ். வேதா கன்னட இலக்கியத்தில் முனைவர் பட்டம் பெற்றவர்.

இதுவரை நான்கு கவிதைத் தொகுதிகள், மூன்று சிறுகதைத் தொகுதிகள், மற்றும் இரண்டு நாவல்களை எழுதியுள்ள வேதா பல பரிசுகளைப் பெற்றுள்ளார். 2005இல் வெளியாகியுள்ள ஜெய என்னும் நாவல் குருஷேத்திரப் போரைத் திரௌபதியின் பார்வையில் விவரிக்கும் நாவல்.

முதுபெரும் கன்னட எழுத்தாளர் சதுரங்கவைப் பற்றிய ஒரு மோனோகிராஃப்பும் இவர் எழுதியுள்ளார்.

முகவரி: Dr. M. S.Vedha, 1257, Paduvana Road, 4th Cross, 4th Stage, T.K. Layout, Kuvempu Nagar, Mysore 5700 23. Ph.: 0821 - 2541848.

○

ஹெச். நாகவேணி

நாகவேணி பிறந்தது தென்கர்நாடகத்தில் துளு பேசும் பகுதியைச் சேர்ந்த ஹெவுன்ன கச்சியின் ஒரு விவசாயக் குடும்பத்தில். தகவல் மற்றும் நூலகத்துறையில் முனைவர் பட்டம் பெற்றுள்ள நாகவேணி தற்போது ஹம்பியிலுள்ள கன்னடப் பல்கலைக்கழகத்தின் நூலகத்தில் பணியாற்றுகிறார். இவரது முதல் நூலைக் கன்னடப் பல்கலைக்கழகம் வெளியிட்டது. 1993இல் வெளி யான தன் முதல் சிறுகதைத் தொகுதியான *நாக்கனே நீரு (நான்காம் தண்ணீர்)* மூலம் நாகவேணி கன்னட இலக்கிய உலகில் பரவலாகத் தெரியவந்தார். *காந்தி பந்த (காந்தி வந்தார்)* 1997இல் வெளியான இவரது முதல் நாவல். சந்திரசேகர கம்பாரின் நாடகச் சாதனைகள் குறித்தும் நாகவேணி ஒரு நூல் எழுதியிருக்கிறார். இவர் எழுதியுள்ள *மீயுவ ஆட்டம் (குளிக்கும் ஆட்டம்)* என்னும் சிறுகதைத் தொகுப்பு 2005இல் வெளிவந்துள்ளது. தன் துறை சார்ந்த சில நூல்களையும் நாகவேணி எழுதியுள்ளார். கர்நாடக மாநிலச் சாகித்திய

அகாடமி விருது உட்படப் பல பரிசுகளை நாகவேணி பெற்றுள்ளார்.

தென்கர்நாடகத்தின் துளு பேசும் சூத்திர மக்களின் பண்பாட்டை நாகவேணி தன் எழுத்தில் சித்தரிக்கிறார். இது சிவராம காரந்த் தன் எழுத்தில் காட்டாத உலகம். ஏழைச் சூத்திரப் பெண்கள், மேல்ஜாதியைச் சேர்ந்த பணக் காரப் பெண்களையும் ஆண்களையும் எதிர்த்துப் போராடும் விதத்தையும் நாகவேணி நுட்பமான கதையாடலின் மூலம் வெளிப்படுத்தியுள்ளார்.

முகவரி: *Dr. H. Nagaveni, Deputy Librarian, Kannada University, Vidyaranya 583 276, Hospet Taluk. Ph.: 08394 - 229311.*

○

பானு முஷ்தாக்

*1948*இல் ஹாசனில் பிறந்த பானு முஷ்தாக் பிஎஸ்ஸி, எல்எல்பி படித்தவர். தற்போது ஹாசனில் வழக்குரைஞர். ஹாசன் நகரசபை உறுப்பினராக இரண்டுமுறை தேர்ந்தெடுக்கப்பட்டவர். கர்நாடக மாநில நூலக ஆணைக்குழு உறுப்பினராகவும் பெங்களூர் வானொலி நிலைய ஆலோசனைக் குழு உறுப்பினராகவும் இருந்தவர் பானு. இதுவரை நான்கு சிறுகதைத் தொகுதிகளையும் இரண்டு நாவல்களையும் இவர் வெளியிட்டுள்ளார். இவர் கவிதைகளும் பல இதழ்களில் வெளியாகியுள்ளன. பல தொகைநூல்களிலும் கர்நாடகத்தின் சில பல்கலைக்கழகங்களின் பாடத்திட்டங்களிலும் இவர் படைப்புகள் இடம்பெற்றுள்ளன. இவரது சிறுகதை ஒன்று *ஹசீனா* என்னும் பெயரில் கிரீஸ் காஸரவள்ளியால் திரைப்படமாக எடுக்கப்பட்டு ஜனாதிபதி விருதுகள் மூன்றைப் பெற்றது. இவருடைய பல சிறுகதைகள் இந்தி, உருது, மற்றும் மலையாளத்தில் மொழிபெயர்க்கப்பட்டுள்ளன. தன் படைப்புகளுக்காகப் பானு முஷ்தாக் சில பரிசுகளையும் பெற்றுள்ளார்.

முகவரி: *Banu Mustaq, Advocate, Reserve Police Quarters Road, Hassan 573 201. Ph.: 08172 - 270155.*

○

நேமிசந்திரா

தற்போதைய கன்னடக் கதை உலகின் முக்கியமான பெயர்களில் ஒன்று நேமி சந்திரா. பெண்ணியக் கருத்தாடல் கதை களுக்கு ஒரு புதிய வடிவம் வழங்கிய இவர் பெண்ணையும் பெண் விடுதலையையும் வெறுமனே கோஷமாக்காமலும் ஆணையும் பெண்ணையும் மொண்ணையாக எதிரெதிர் நிலைப் பாத்திரங்களாகச் சித்தரிக்காமலும் ஆரோக்கியமான நிலைப்பாடுகளையும் அவற்றின் மானுடச் சாத்தியங்களையும் விஸ்தரித்தவர். சமூகம் கடைப்பிடிக்கும் ஒவ்வொன்றிலும் மனிதத்துவத்துக்கு எதிரான அம்சங்களை இழை இழையாகப் பிரித்துக்காட்டுவதோடு வேறொரு தளத்தில் அவற்றின் முக்கியத்துவத்தையும் சுட்டிக்காட்டும் கதையாடல் இவருடையது. சமூகம் பெண்ணின் தலையில் ஏற்றிவைத்துள்ள பொறுப்பு களைக் கூர்மையாக ஆராய்வதோடு காமம், காதல் பற்றி வெளிப்படையாகப் பேசும் இவரது கதைகள் வாழ்க்கைமீது கரிசனங்கொள்கின்றன.

நேமிசந்திராவின் ஆளுமை பன்முகத்தன்மை கொண்டது. மைசூரில் *1959*இல் பிறந்த நேமிசந்திரா பிஇ, எம்எஸ் பட்டங்கள் பெற்றவர். இதுவரை அவர் வெளியிட்டுள்ளவற்றில் மூன்று சிறுகதைத் தொகுதிகள், மூன்று வாழ்க்கை வரலாறுகள், ஒரு பயணக்கதை, ஓர் ஆய்வு நூல், மற்றும் மின்னணுவியல், கணிப்பொறி தொடர்பான ஒரு நூல் ஆகியன அடங்கும்.

கர்நாடகச் சாகித்திய அகாடமி விருது உள்ளிட்ட பல பரிசுகளை வென்றுள்ள நேமிசந்திரா தற்போது பெங்களூர் இந்துஸ்தான் ஏரோநாடிகல் நிறுவனத்தில் வடிவமைப்பு மேலாளர். *அசலா* என்னும் இதழின் ஆசிரியர் குழு உறுப்பினர்.

முகவரி: *Nemichandra, 401, Vijay Towers, II Main, RPC Layout, Vijayanagar, Bangalore 560 040. Ph.: 080 - 23301906.*

○

சுமங்கலா

சுமங்கலா கர்நாடகத்திலுள்ள சிவமொக்கா மாவட்டத்தின் சாகர் தாலுக்காவைச் சேர்ந்தவர். வேதியியலில் பட்ட மேற்படிப்புப் படித்து விட்டுச் சில காலம் பிஜாப்பூரில் கல்லூரி விரிவுரையாளராக வேலைபார்த்த சுமங்கலா, தற்போது தன் மகனுடன் பெங்களூரில் வசிக் கிறார். மாயா என்னும் வளர்ச்சிப் பணிகளுக் கான அமைப்பில் சுமங்கலா பணியாற்றுகிறார். விஜய கர்நாடகா நாளிதழும் அங்கிதா என்னும் புத்தக வெளியீட்டக மும் இணைந்து நடத்தும் யுகாதி சிறுகதைப் போட்டியில் மூன்று ஆண்டுகள் பரிசு பெற்ற சுமங்கலா வேறு பல பரிசுகளையும் பெற்றுள்ளார். 2001க்கான அக்ஷய சாஹித்யா சிறுகதைப் போட்டியில் ஆலங்கட்டி முதல் பரிசு பெற்றது.

முகவரி: *Sumangala, 167, 16th Cross, J.P.Nagar V Phase, Bangalore 560 078. Ph.: 080 - 65721545.*

○

சுநந்தா பிரகாஷ் கடமெ

1967இல் வடகர்நாடகத்தில் பிறந்த சுநந்தா தார்வாடிலுள்ள கர்நாடகப் பல்கலைக் கழகத்தில் எம்ஏ (கன்னடம்) படித்தவர். தற்போது ஹுப்ளியில் வசிக்கிறார். 1997 முதல் எழுதத் தொடங்கிய சுநந்தாவுக்குக் கதையிலும் கவிதை யிலும் ஆர்வம். உதயவாணி என்னும் கன்னட நாளிதழின் வாராந்திர இணைப்பில் ஒரு பத்தி எழுதுகிறார். கன்னடப் பிரபா நாளிதழும் சப்னா புத்தக நிலையமும் இணைந்து நடத்திய 2005க்கானச் சிறுகதைப் போட்டியில் இந்தக் கதை பரிசு பெற்றது. பிஞ்சுப் பாதத்தின் அடையாளம் இடம்பெற்றுள்ள இதே தலைப்பிலான சிறுகதைத் தொகுப்பும் பரிசு பெற்ற நூல்.

முகவரி: *Sunandha Prakash Kadame, 90, Kalidasa Nagar, Vidyanagar Extension, Hubli 5800 031. Ph.: 09448850316.*

○

www.ingramcontent.com/pod-product-compliance
Lightning Source LLC
La Vergne TN
LVHW090327051026
849518LV00005B/1907
* 9 7 8 8 1 8 9 9 4 5 1 1 4 *